મારી આત્મકથા

(મારી વાર્તા, મારા શબ્દો)

ડૉ. બી. આર. આંબેડકર

ડાયમંડ બુક્સ

www.diamondbooks.in

પ્રકાશક : ડાયમંડ પૉકેટ બુક્સ પ્રા. લિ.
X-30, ઓખલા ઇંડસ્ટ્રિયલ એરિયા, ફેઝ-II,
નવી દિલ્હી-110020
ફોન : 011- 40712200
ઈ-મેઈલ : wecare@diamondbooks.in
વેબસાઈટ : www.diamondbooks.in
સંસ્કરણ : 2025

Meriatma Katha (Meri Kahani, Mari Jubani)
by ***B.R. Ambedkar***

પ્રકાશન

ડો. ભીમરાવ આંબેડકરની આત્મકથા "મારી આત્મકથા" માત્ર એક આત્મકથા નથી, પરંતુ તે એક એવા માણસની પ્રેરણાદાયી વાર્તા છે જેણે અત્યંત કપરા સંજોગોમાં પણ સામાજિક ન્યાય અને સમાનતા માટે પોતાનું જીવન સમર્પિત કર્યું હતું. આ પુસ્તક તેમના બાળપણના સંઘર્ષો, શિક્ષણ માટેના અથાક પ્રયાસો, જાતિવાદ અને ભેદભાવ સામે લડવાનો નિશ્ચય, સામાજિક સુધારણા માટે અગ્રણી કાર્ય અને ભારતના બંધારણની રચનામાં તેમના નોંધપાત્ર યોગદાનનું આબેહૂબ ચિત્રણ રજૂ કરે છે.

આંબેડકરજીની આત્મકથા આપણને પ્રેરણા આપે છે કે આત્મવિશ્વાસ અને નિશ્ચય દ્વારા કોઈપણ વ્યક્તિ, તેની પૃષ્ઠભૂમિને ધ્યાનમાં લીધા વિના, કેવી રીતે અશક્યને શક્ય બનાવી શકે છે. આ પુસ્તક સામાજિક ન્યાય અને સમાનતા માટે સંઘર્ષ કરતા લોકો માટે માર્ગદર્શક છે અને તે આપણને જાતિવાદ, અસ્પૃશ્યતા અને અન્ય સામાજિક દુષણો સામે લડવા માટે પ્રેરણા આપે છે.

આ પુસ્તકને વિશેષ બનાવે છે તેવા કેટલાક મુખ્ય મુદ્દાઓ અહીં છે:-

- **અસ્પૃશ્યતાનો કડવો અનુભવ :** આંબેડકરજીને બાળપણમાં જાતિ પ્રથાને કારણે ભેદભાવ અને અપમાનનો સામનો કરવો પડ્યો હતો. તેમણે તેમની આત્મકથામાં આ અનુભવોની સત્યતા વર્ણવી છે, જે આપણને જાતિ વ્યવસ્થાની ક્રૂરતાને સમજવામાં મદદ કરે છે.

- **શિક્ષણ માટે જુસ્સો** : આંબેડકરજી શિક્ષણમાં દ્રઢપણે માનતા હતા અને તેમના શિક્ષણ માટે તેમણે સખત મહેનત કરી હતી. તેમની આત્મકથામાં, તેમણે શિક્ષણના મહત્વ પર ભાર મૂક્યો છે અને શિક્ષણ કેવી રીતે સામાજિક પરિવર્તનનું શક્તિશાળી સાધન બની શકે છે.
- **સામાજિક સુધારણા માટેની લડત** : આંબેડકરજી અસ્પૃશ્યતા, જાતિવાદ અને મહિલાઓના અધિકારો જેવા મુદ્દાઓ પર લડ્યા હતા. તેમણે તેમની આત્મકથામાં આ સંઘર્ષોનું વિગતવાર વર્ણન કર્યું છે, જે આપણને સામાજિક ન્યાય માટે સંઘર્ષ કરવાની પ્રેરણા આપે છે.
- **આંબેડકરજી ભારતીય બંધારણના નિર્માતા હતા** : તેમની આત્મકથામાં તેમણે બંધારણના નિર્માણમાં તેમની ભૂમિકા અને તેની પાછળના વિચારો સમજાવ્યા છે.

ડો. ભીમરાવ આંબેડકરની આત્મકથા એક પ્રેરણાદાયી અને મહત્વપૂર્ણ છે. તે એક પુસ્તક છે. સામાજિક ન્યાયની કાળજી રાખનારા તમામ લોકો માટે આ વાંચવું આવશ્યક છે. સમાનતા અને ભારતના ઇતિહાસમાં રસ છે. આ પુસ્તક આપણને તે શીખવે છે. આપણે આપણા સપનાઓને કેવી રીતે સાકાર કરી શકીએ અને સમાજમાં સકારાત્મક પરિવર્તન લાવી શકીએ, તે અહીં દર્શાવાયું છે.

-નરેન્દ્ર કુમાર વર્મા
nk@dpb.in

અનુક્રમણિકા

1.
શું હું તે નથી?

મારા દાદાનું નામ માલોજીરાવ હતું. તેમનો એક નાનો ભાઈ હતો, જે 14-15 વર્ષની ઉંમરે સાધુ જૂથ સાથે ઘર છોડી ગયો હતો અને લગભગ 24 વર્ષ પછી પાછો આવ્યો હતો. તે સમયે મારા દાદા અને પરદાદી જીવિત હતા. પુત્રને પાછો મેળવીને તેઓ ખૂબ જ ખુશ હતા. તેણે પુત્રને લગ્ન કરીને સેટલ થવા વિનંતી કરી. એ જ રીતે દાદાએ પણ તેને સમજાવવાનો ઘણો પ્રયત્ન કર્યો, પરંતુ ઋષિ કંઈ સાંભળવા તૈયાર ન હતા. તેણે દાદાને એક બાજુએ લઈ જઈ કહ્યું, "ભાઈ, આટલા વર્ષોની તપસ્યા કર્યા પછી પણ મને સંતોષ થતો નથી, માટે મને ફરી જવા દો, મારા માટે જીદ ન કરો."

ત્યારે દાદાએ કહ્યું કે અમને પણ કોઈ વાંધો નથી, પરંતુ માતા તેમને છોડવા તૈયાર નથી. પછી સાધુએ મોટા ભાઈને એક યુક્તિ સૂચવી. તેણે કહ્યું, "જો આ સાધુ આટલા વર્ષો પછી આવ્યો છે, તો તે તમારો પુત્ર છે, આનો શું પુરાવો છે? સાધુ અને એકાંતવાસીઓ પણ જાદુ કરે છે. આ સાધુ જાદુ કરીને ઘર-મિલકતને છેતરે છે! તેથી સાધુ જો જાય, તો તેને જવા દો, આગ્રહ ન કરો." આ સાંભળીને માતાએ સાધુને જવા દીધો.

બરાબર 20 વર્ષ પછી, સાધુ ફરી ઘરે આવ્યો, પરંતુ ત્યાં સુધીમાં તેની માતાનું અવસાન થઈ ગયું હતું અને સાધુ પણ

વૃદ્ધ થઈ ગયા હતા. જો કે, દાદાએ તેમને ઘરમાં સ્થાયી થવા વિનંતી કરી, ત્યારે સાધુએ કહ્યું, "ભાઈ, હું તમને મળવા આવ્યો છું. જતી વખતે હું તમને વચન આપું છું કે તમારી ત્રીજી પેઢીમાં તારણહાર જન્મશે અને તે તેની ત્રીજી પેઢીને બચાવશે. આવો શુભ સંદેશ આપીને સંત હંમેશ માટે ચાલ્યા ગયા.

ત્યારે ક્યારેક મનમાં વિચાર આવે છે કે મારી બુદ્ધિ બહુ તેજ છે. તો પેલા ઋષિની આગાહી પ્રમાણે શું હું ત્રીજી પેઢીનો રક્ષક નથી ને?

2.

મારો જન્મ મૂળ નક્ષત્રમાં થયો હતો.

વીતેલા જીવનની ઘટનાઓ યાદ આવે ત્યારે બાળપણ આંખ સામે આવી જાય છે. હું 60 વર્ષનો થઈ રહ્યો છું, પરંતુ મને ખબર નથી કે મારો જન્મ ક્યારે થયો હતો, તેનો કોઈ પુરાવો નથી. મારી જન્મતારીખ કોઈએ રાખી નથી, મારા માતા-પિતાએ તેને મહત્ત્વનું માન્યું નથી. બાળજન્મ વિશે શું ખાસ છે? તારીખ શા માટે ધ્યાનમાં રાખવી? મારા માતા-પિતાએ આવું વિચાર્યું હશે. મારી પત્રિકા નથી બનાવી. મારા પિતા જ્યોતિષ જાણતા હતા. તેણે મારા ભવિષ્ય વિશે આશાવાદી વિચારો વ્યક્ત કર્યા. તેમની દિનચર્યા નિયમિત હતી. શાળામાં તેઓએ આપેલી મારી જન્મતારીખ સાચી હોવી જોઈએ. મારો જન્મ થયો ત્યારે મારા પિતા 7મી પાયોનિયર પ્લાટૂનમાં હતા. મારા માતા-પિતા મૂળ કોંકણના હતા, પરંતુ મારા જન્મ સમયે તેઓ મધ્ય ભારતના મહુમાં રહેતા હતા. મારા બાળપણમાં બનેલી વાતો પરથી ખબર પડી કે મારો જન્મ રાત્રે બાર વાગ્યે થયો હતો. મારો જન્મ મૂળ નક્ષત્રમાં થયો હતો. જ્યોતિષીએ જણાવ્યું કે છોકરાનો જન્મ મૂળ નક્ષત્રમાં થયો હતો, જેના કારણે તેની માતાનું મૃત્યુ થશે. પપ્પાને કોઈ વાંધો નહોતો, પણ મારા ભાઈ-બહેનો ચોક્કસ મને

ધિક્કારતા. બધા મારી ટીકા કરતા હતા કે છોકરો કમનસીબ છે. બાળપણના સંસ્મરણો યાદ આવે છે ત્યારે મને નવાઈ લાગે છે. 12 વર્ષની ઉંમર સુધી હું માત્ર લંગોટી પહેરતો હતો. હું ઘરે ઘરે જઈને લોકો માટે લાકડા કાપતો હતો, જેનો મને શોખ હતો.

મારી માતાના અવસાન પછી મારા કાકીએ મને ઉછેર્યો. મેં છ મહિના માળી તરીકે કામ કર્યું. મને વાંદરાની જેમ ઝાડ પર ચડવાની આદત હતી. ત્યાં ઝાડ પર ધાબળો લટકાવીને અને ઝૂલાનો ઉપયોગ કરીને સૂતો હતો. એ ઝાડ અમારા ઘરની સામે હતું. ઝાડ નીચે કચરાના ઢગલા હતા. હું ઝાડ પરથી નીચે ન ઉતર્યો, પણ કચરાના ઢગલા પર કૂદી પડ્યો. મારા શરીર પર ઘણી બધી રાખ ઉડી ગઈ. તે સમયે ગામમાં પ્લેગ ફેલાયો હતો. લોકો મારી તરફ ઈશારો કરતા અને કહેતા કે પ્લેગથી આટલા લોકો મરે છે, પણ આ એક કેમ નથી મરતો? મારા કાકીને બહુ ખરાબ લાગ્યું હશે. તે બધાને કહેતા, "બાળકને કંઈ ન બોલો!"

બાળપણમાં મારી માતા ગુજરી ગઈ ત્યારે મેં એ સ્વતંત્રતાનો દુરુપયોગ કર્યો. બધા કહેતા, "આ છોકરાના હાથે કંઈ થવાનું નથી." મને અફસોસ છે કે આજે એમાંથી કોઈ જીવતું નથી. તેમની ભવિષ્યવાણી આજે ખોટી સાબિત થઈ હોત.

મેં પ્રાણીઓને ચરાવવાનું કામ પણ કર્યું છે. કદાચ હું પણ ભરવાડ બની ગયો હોત. પણ પિતાજીને લાગ્યું કે મારે પથ્થર તોડવાનું કામ ન કરવું જોઈએ, છાયામાં બેસીને કામ કરવાની આવડત હોવી જોઈએ. હું આજે આ સ્થાને પહોંચ્યો છું. આનું કારણ કોઈએ સમજ્યું નહીં કે મારામાં કેટલાક જન્મજાત ગુણો હતા. ખરેખર, હું મારી મહેનતથી અહીં સુધી પહોંચ્યો છું.

મારા પિતા કબીરપંથી સંત અને શિક્ષણ પ્રેમી હતા. તેમના ઘરને ધર્માસન અથવા વિદ્યાસન કહેવાનું રહેશે. હું 12 વર્ષનો હતો ત્યાં સુધીમાં મારા પિતાએ મને રામાયણ, મહાભારત વગેરે વંચાવ્યા. તે ખૂબ જ ધર્મનિષ્ઠ હતા. એકવાર મેં મારા કાકીને આગ્રહ કર્યો કે હું શાળાએ નહીં જાઉં. મેં આગળ કહ્યું, "કાકી, તમે મને શાળાએ જવાનું કહો, પણ હું શાળાએ જઈશ તો શું થશે? બિચારા કાકી શું જવાબ આપે? પણ મારા પિતાએ કહ્યું, 'દ્રોણ બ્રાહ્મણ હતા છતાં તે એક મહાન યોદ્ધા બન્યા. આપણે ગરીબ છીએ, તો પછી તું વિદ્વાન કેમ ન બની શકે?" તેમના આ નિવેદનની મારા મન પર ઊંડી અસર થઈ.

3.

પિતાએ મને આ શીખવ્યું

મારા પિતા શિક્ષક હતા. તે ઈસ્ટ ઈન્ડિયા કંપની સરકારનો સારો નિયમ હતો. તેનું વધુ અનુસરણ ન થયું, તેને આપણી કમનસીબી કહો. નિયમ એવો હતો કે કંપની સરકારની સેનામાં સૈનિકો માટે શિક્ષણ ફરજિયાત હતું. સૈનિક છોકરાઓ માટે એક દિવસીય શાળા, છોકરીઓ માટે એક દિવસની શાળા અને પુખ્ત વયના લોકો માટે રાત્રિ શાળા હતી. દરેક પ્લાટુનની એક સ્વતંત્ર શાળા હતી. મારા પિતા 14 વર્ષ સુધી આવી જ એક શાળાના મુખ્ય શિક્ષક હતા. સૈનિકો માટે સારા શિક્ષકો તૈયાર કરવા પુણેમાં એક સામાન્ય શાળા હતી. પિતાએ તે શાળામાં તાલીમ લીધી અને શિક્ષકનો ડિપ્લોમા મેળવ્યો. તેમની ભણાવવાની રીત ઘણી સારી હતી. આ કારણે મારા પિતાએ શિક્ષણ પ્રત્યે જુસ્સો અને આસ્થા વિકસાવી. ઘરની સ્ત્રીઓ અને બાળકો સારી રીતે વાંચતા અને લખતા હતા. એટલું જ નહીં, પિતાજીના કારણે બહેનોએ 'પાંડવ પ્રતાપ' જેવા પુસ્તકો વાંચવાની ક્ષમતા મેળવી હતી. રામાયણ અને તેના પર ટિપ્પણી કરતા. પોતે કબીરના ચાહક હોવાથી, તેમણે ભજનો અને અભંગના છંદો કંઠસ્થ કર્યા હતા.

તેઓ ઈચ્છતા હતા કે હું સંસ્કૃત ભણું, પણ મારી ઈચ્છા પૂરી થઈ શકી નહીં. એનું કારણ એ હતું કે મારો મોટો ભાઈ

સતારામાં ચોથા ધોરણમાં હતો. તેઓ સંસ્કૃતનો અભ્યાસ કરીને સારા વિદ્વાન બનવા માંગતા હતા, પરંતુ સંસ્કૃત શિક્ષકે અસ્પૃશ્ય વિદ્યાર્થીઓને સંસ્કૃત શીખવવાની ના પાડી. શિક્ષકના ઝનૂનને કારણે ભાઈને ફારસી ભાષા લેવાની ફરજ પડી. તે શિક્ષક વર્ગમાં અમને ધિક્કારતા હતા, જે અમને નિરાશ કરતા હતા. જ્યારે હું ચોથા ધોરણમાં ગયો ત્યારે સંસ્કૃત શિક્ષકની દુર્ભાવનાથી હું સારી રીતે વાકેફ હતો. પરિણામે મારે ફારસી ભાષા લેવી પડી. મને સંસ્કૃત ભાષા પર ગર્વ છે. હું હજુ પણ તે ભાષાને સારી રીતે જાણવા ઈચ્છું છું, આજે હું મારી મહેનતથી સંસ્કૃત શીખી-વાંચી-સમજી શક્યો, પણ તેમાં નિપુણતા પ્રાપ્ત કરી શકું તેવી મારી હૃદયપૂર્વકની ઈચ્છા છે. એ દિવસ ક્યારે આવશે?

મેં ફારસી ભાષાનો ઊંડો અભ્યાસ કર્યો. મને 100માંથી 90-95 માર્ક્સ મળતા હતા. તેમ છતાં એ સ્વીકારવું રહ્યું કે સંસ્કૃત સાહિત્યની સરખામણીમાં પર્શિયન સાહિત્ય નિસ્તેજ છે. સંસ્કૃત સાહિત્યમાં કાવ્યાત્મક વિચાર, અલંકાર, નાટક, રામાયણ અને મહાભારત જેવા મહાકાવ્યો છે. તેમાં ફિલોસોફી છે, ગણિત છે, તર્ક છે. આધુનિક શિક્ષણની દૃષ્ટિએ સંસ્કૃત સાહિત્યમાં બધું જ છે, પણ ફારસી સાહિત્યમાં એવું નથી. મને સંસ્કૃત ભાષા પર ગર્વ છે. મને એ ભાષા સારી રીતે જાણવાની તીવ્ર ઈચ્છા હતી, પણ શિક્ષકના સંકુચિત અને રૂઢિચુસ્ત વલણને લીધે મારે સંસ્કૃતથી દૂર થવું પડ્યું.

મારા પિતાના કારણે ઘરનું વાતાવરણ શિસ્તબદ્ધ હતું. તે એક સૈનિક હતા, તેની કડક શિસ્ત ક્યારેક બળતરાનું કારણ બની જતી. આજે મને ખરાબ લાગે છે. જો મેં મારા પિતાની ઈચ્છા મુજબ સખત મહેનત કરી હોત તો બોમ્બે યુનિવર્સિટીની પરીક્ષામાં સેકન્ડ ડિવિઝન મેળવવું મારા માટે અશક્ય ન હતું. તે સમયે મને મારા પિતાની ચિંતાનો અર્થ સમજાયો નહોતો.

અમને લાગતું હતું કે અમારા પિતા અભ્યાસ માટે બિનજરૂરી રીતે અમારી પાછળ પડ્યા છે.

તેમને ગણિતનો ખૂબ જ શોખ હતો. તેમણે ગોખલેના અંકગણિતના તમામ ઉદાહરણો ઉકેલી લીધા હતા અને તેમને એક મોટી નોટબુકમાં સુંદર અક્ષરોમાં લખીને રાખ્યા હતા. તેઓ ઇચ્છતા હતા કે હું સમયાંતરે તેમનો અભ્યાસ કરું અને ગણિતમાં પ્રાવીણ્ય પ્રાપ્ત કરું. આ પ્રમાણે હું સારા માર્ક્સ સાથે પાસ થઈશ. કોઈ માને નહીં કે તેઓ મારી કેટલી કાળજી લે છે.

અમે અંગ્રેજી શિક્ષણ માટે બોમ્બે આવ્યા. મેં મરાઠા હાઈસ્કૂલમાં ભણવાનું શરૂ કર્યું.

શરૂઆતમાં અમારા ઘરની સ્થિતિ સારી હતી, પણ પછી દયનીય બની ગઈ. પિતાજીને ઓછું પેન્શન મળતું હતું. આવી સ્થિતિમાં, તે બોમ્બેમાં રહેતા હતા અને તેના ઉપર, તેના પરિવારમાં ઘણા સભ્યો હતા.

આમ છતાં મારા પિતા મારી પસંદગીના પુસ્તકો લાવતા. આ બધું પપ્પાના અવકાશની બહાર હતું. આટલું સહન કર્યા પછી પણ તે હંમેશા મને દિલાસો આપવા તૈયાર રહેતા. જ્યારે મને આ વાતો યાદ આવે છે ત્યારે મને મારા પિતા પર ખૂબ ગર્વ થાય છે. મારું હૃદય મને કહે છે કે આવા દયાળુ પિતા બહુ ઓછા પુત્રોને મળતા હશે. મારા બેદરકાર સ્વભાવને લીધે, હું તે સમયે મારા વહાલા પિતાનું મૂલ્ય સમજી શક્યો નહીં.

મારા અભ્યાસને અવગણીને બીજા પુસ્તકો વાંચવાનો મને પહેલેથી જ શોખ હતો. પિતાને આ વાત ગમતી ન હતી. તેઓ કહેતા કે પ્રથમ શાળાનું શિક્ષણ કરો, પછી અન્ય પુસ્તકો વાંચો. તેમને મરાઠી જેવી અંગ્રેજી ભાષા પર ગર્વ હતો. તેમને

અંગ્રેજી શીખવવાનો ખૂબ જ શોખ હતો. તે હંમેશા મને હાર્વર્ડ પુસ્તક સામ-સામે યાદ રાખવા કહેતા.

એ જ રીતે, મેં તારખડકરના અનુવાદ અભ્યાસક્રમના ત્રણ પુસ્તકો કંઠસ્થ કર્યા હતા. મારા પિતાએ મને મરાઠી શબ્દની યોગ્ય અંગ્રેજી સમકક્ષ શોધવાની અને તેને યોગ્ય જગ્યાએ વાપરવાની કળા શીખવી. હું અંગ્રેજી સારી રીતે બોલું અને લખું છું. તે મારી પ્રતિષ્ઠા છે, મને લાગે છે, પરંતુ મારા પિતાએ મને યોગ્ય શબ્દોનો ઉપયોગ કેવી રીતે કરવો તે શીખવ્યું, કોઈ શિક્ષકે મને તે શીખવ્યું નથી. તે તારખડકરના પુસ્તકમાંથી ખોટા શબ્દો પૂછીને મારા જ્ઞાનની કસોટી કરતા હતા. એ જ રીતે, તેઓએ મને અંગ્રેજી વાક્યો અને યોગ્ય ભાષા શૈલીનો ઉપયોગ કરવાનું શીખવ્યું છે.

4.
હું અતિ વિશેષ હતો

પોતાના પુસ્તકો હોવાનો અર્થ એ કે પોતાની મિલકત હોવી, આ તે સમયની મહત્વાકાંક્ષા હતી.

આ મહત્વાકાંક્ષાને ધ્યાનમાં રાખીને હાલનું મારું ગ્રંથ મ્યુઝિયમ બનાવવામાં આવ્યું છે. એ વખતે હું મારા પિતા પાસે નવા પુસ્તકો લેવા જતો. મેં ચોપડી માંગી અને પપ્પા સાંજ સુધી ચોપડી ન લાવ્યા, આવું કદી બન્યું નથી! અમારી આર્થિક સ્થિતિ ખૂબ જ ગંભીર હતી. પણ ત્યારે મને આ વિશે કંઈ ખબર નહોતી. મારા પિતાનું હૃદય ખૂબ મોટું હતું. મારા ખિસ્સામાં પૈસા હોય કે ન હોય, જ્યારે મેં પુસ્તક માંગ્યું ત્યારે મોટાભાગે તેમના ખિસ્સામાં પૈસા નહોતા. તે તેનો દુપટ્ટો લઈને બહાર આવતા. તે સમયે મારી બંને પરિણીત બહેનો બોમ્બેમાં રહેતી હતી. પપ્પા સીધા નાની બહેન પાસે જતા. તેને ત્રણ-ચાર રૂપિયા પણ ક્યાંથી મળે? તે દુઃખી સ્વરે કહેતી, મારી પાસે એટલા પૈસા નથી. ત્યાંથી તે મોટી બહેન પાસે જતા. જો તેને પૈસા ન મળે તો તે તેના કેટલાક દાગીના ગીરો રાખશે (આ દાગીના બહેનના લગ્નમાં આપવામાં આવ્યા હતા) અને પેન્શન મળ્યા બાદ પિતાજી મારવાડીની જગ્યાએ જઈને બહેનને ઘરેણાં છોડાવી આપતા. પરિણામ એ આવ્યું કે જ્યારે પણ પિતાએ રત્ન માંગ્યું ત્યારે બહેને ના ન જ પાડી.

હું બહુ નાનો હતો ત્યારે મારી માતાનું અવસાન થયું. મારો ઉછેર મારી કાકી દ્વારા થયો હતો. મારા પિતા કરતા મોટા હોવાથી પરિવાર પર કાકીનો અંકુશ હતો. પપ્પા પણ તેમનો ખૂબ આદર કરતા હતા, જેના કારણે હું કાકીનો પણ વહાલો હતો. પરિણામે પરિવારના અન્ય સભ્યોએ પણ મને કશું કહ્યું નહીં. આ કારણે હું તેમને વધુ પ્રિય બની ગયો. મારા સુખ-શાંતિ માટે પિતાજી સહન કરતા હતા, પણ મને તેની જાણ નહોતી. હું માથામાં પુષ્કળ તેલ લગાવતો અને નવા પુસ્તકોનું ઓશીકું બનાવીને શાંતિથી સૂઈ જતો. તે પુસ્તકોની દુર્દશા શું થતી હશે? તમે તેની કલ્પના કરી શકો છો! મને નાનપણથી જ વાંચનનો એટલો શોખ હતો કે કયું પુસ્તક, કયું સ્થળ, કયો મહત્વનો વિચાર છે તે હું આજે પણ કહી શકું છું. આ આદતને કારણે મારી યાદશક્તિ તેજ છે.

5.
મારા પિતા

ગરીબ હોવા છતાં અમારું કુટુંબ પ્રગતિશીલ, સુશિક્ષિત કુટુંબ હતું. મારા પિતા હંમેશા ધ્યાન રાખતા હતા કે અમારું ચારિત્ર્ય શુદ્ધ હોય અને અમને શિક્ષણમાં રસ કેળવાય. સવારે, ભોજન કરતાં પહેલાં, તે અમને મંદિરે લઈ જતા અને ભજન, દુહા, અભંગનો પાઠ કરવાનું શરૂ કરતા. હું એ બધામાં અચકાતો. કોઈક રીતે હું થોડા અભંગ બોલું અને ભોજનની થાળી પાસે બેસી જાઉં. પછી પિતા પૂછતા, "આજે ભજન વહેલું કેમ પૂરું થયું?" તેના પ્રશ્નનો જવાબ આપતા પહેલા જ હું ત્યાંથી અદૃશ્ય થઈ જતો હતો. પણ પિતાએ આ સવાર-સાંજની વાત જરા પણ ચાલવા દીધી નહિ. મારી બે બહેનો, મારો મોટો ભાઈ અને મારે રાત્રે આઠ વાગે મંદિરમાં હાજર થવાનું હતું. આવો તેમનો કડક નિયમ હતો. ગમે તેની ગેરહાજરી માટે પિતા તેને માફ ન કરતા. તે સમયે સંતોના અભંગો અને કબીરના દુહાનું ખૂબ ભક્તિભાવથી પઠન કરવામાં આવ્યું હતું. આનાથી પવિત્ર અને ભાવનાત્મક વાતાવરણ સર્જાતું હતું. અમારા પિતા આ બધું હૃદયથી કરતા હતા. અમને ખૂબ જ નવાઈ લાગી. બહેનો પણ મધુર અવાજમાં અભંગનું પઠન કરતી. તે સમયે મને લાગ્યું કે માનવ જીવન માટે ધર્મ અને ધાર્મિક શિક્ષણ જરૂરી છે. ઘણા લોકો માને છે કે હું ધાર્મિક છું. પરંતુ

આ સાચું નથી. તેમની આ વિચારસરણી યોગ્ય નથી. જેઓ મારી હાજરીમાં આવ્યા છે તેઓ મારી ભક્તિ અને ધર્મ પ્રત્યેના પ્રેમને જાણે છે. મને દેખાડો બિલકુલ પસંદ નથી. "જે ધર્મના ઉપદેશો માણસને પ્રાણીઓની વૃત્તિઓથી દૂર ન કરે તે નકામું છે," આ મારો અભિપ્રાય છે, મારા વિચારો પ્રગતિશીલ છે. હું મારા પિતાના ધાર્મિક સ્વભાવનો ઋણી છું. તેમણે બાળપણમાં જ મારા મનમાં ભક્તિ માર્ગનું બીજ વાવી દીધું હતું. પિતાએ બાળપણમાં જ અમને રામાયણ, મહાભારત વગેરે પુસ્તકો વંચાવ્યા. આપણે રામાયણ- મહાભારત

શા માટે ભણવું જોઈએ? આવું પૂછવાની કોઈની હિંમત નહોતી. પુરાણોમાં એવા મહાપુરુષોના જીવન ચરિત્ર વાંચવાની શું જરૂર છે, જેમાં શુદ્રો અને અસ્પૃશ્યોની દરેક પગલે ઉપેક્ષા કરવામાં આવી રહી છે.

મારા જેવું ધાર્મિક બીજું કોઈ નથી. મેં મારા પિતાને પૂછ્યું, "આ શાસ્ત્રો વાંચવાની શું જરૂર છે?" આ વાત બરાબર સમજાઈ ન હતી, પરંતુ ભક્તિ માર્ગથી માણસ શક્તિ ઉપાસક અને મૂર્તિપૂજક બને છે, આ એક મોટી ખામી છે, તેથી આ ભક્તિ માર્ગ રાષ્ટ્ર માટે જોખમી છે. આ મારો અધિકૃત અભિપ્રાય છે. કદાચ મારા મંતવ્યો લોકોને સ્વીકાર્ય નહીં હોય, પરંતુ લોકોએ મારા નિવેદન તેમજ તેની ઐતિહાસિક ભૂમિકાને નિષ્પક્ષ મનથી ધ્યાનમાં લેવી જોઈએ. કોઈ બૌદ્ધિકને મારી વાત સાચી લાગશે. માણસે રૅશનાલીઝમ સાથે માનવતાવાદી દૃષ્ટિકોણથી વિચારવાનું શીખવું જોઈએ. મારા પિતાના કારણે મેં તુકારામ, મુક્તેશ્વર વગેરે કવિઓની રચનાઓ કંઠસ્થ કરી છે. એટલું જ નહિ, મનમાં એ કવિતાઓ વિશે વિચારવા લાગ્યો. આટલા બધા મરાઠી સંત કવિઓનો અભ્યાસ કરનારા બહુ ઓછા લોકો હશે. મને ભાષા ગમે છે. હું અંગ્રેજી સારી રીતે જાણું છું, પણ અંગ્રેજી એટલું સારું છે કે મને મરાઠી પર ગર્વ

છે. ઘણાં વર્ષો સુધી હું 'મૂકનાયક', 'બહિષ્કૃત ભારત', 'જનતા પાક્ષિક'નો સંપાદક હતો. મેં મરાઠીમાં ઘણું લખ્યું છે. મેં જર્મન ભાષાનો પણ સારી રીતે અભ્યાસ કર્યો છે. હું હવે કેટલાકને ભૂલી ગયો છું, પરંતુ થોડા દિવસોના પ્રયત્નો પછી મને આશા છે કે હું તેને ફરીથી વાંચી શકીશ. તમે જાણો છો કે ગઈકાલે મેં અમદાવાદમાં ગુજરાતીમાં ભાષણ આપ્યું હતું. પહેલા તો મને મરાઠીમાં લેક્ચર આપતા ડર લાગતો હતો, પણ પછી મને સમજાયું કે હું મરાઠી બહુ સારી રીતે બોલી શકું છું. હું ફ્રેન્ચ પણ જાણું છું.

ચાલો હું તમને મારા પિતા વિશે કેટલીક મહત્વપૂર્ણ વાતો કહું. મારા પિતાના મનમાં આવ્યું કે મારે B.A કરવું જોઈએ. હું રાત્રે બે વાગ્યે જાગીને અભ્યાસ કરતો હતો. તે સમયે મન શાંત અને પ્રસન્ન રહે છે જેનાથી અભ્યાસ સારો થાય છે, આ મારી વિચારસરણી છે. પરીક્ષાના સમયે મારે રાત્રે 2 વાગે જાગવું પડતું, તેથી પિતાજી રાત્રે 2 વાગ્યા સુધી સૂતા નહોતા. જ્યારે પણ મારા પિતા મને ઉઠાડતા ત્યારે હું ગુસ્સાથી બડબડતો હતો. ખાટલા પાસે એક દીવો રાખ્યો હતો, તે કેટલો પ્રકાશ આપે અને કેટલું વાંચી શકાય? તે બાજુ પર સૂતા હતા અને હું સવારે પાંચ વાગ્યા સુધી અભ્યાસ કરતો હતો અથવા અભ્યાસ કરવાનો ડોળ કરતો હતો. મને પાંચ વાગ્યા પછી પથારીમાં સૂવા દેવાતો નહોતો. હું વારંવાર મારા પિતાને કહેતો, "હું ક્યારેય નાપાસ થતો નથી, હું દર વર્ષે પાસ થાઉં છું છતાં, તમે મને ભણવાનું કેમ કહો છો?"

અમારી એલ્ફિન્સ્ટન કોલેજમાં પ્રો. ઓસ્વાલ્ડ મુલર, પ્રિન્સિપાલ કેવર્ટન, પ્રો. જ્યોર્જ એન્ડરસન જેવા સારા પ્રોફેસરો હતા, પણ તેમણે મને પ્રેરણા આપી ન હતી. મુલર મને ખૂબ પ્રેમ કરતા હતા. તેઓ મને તેમના શર્ટ, પુસ્તકો આપતા. તેમ છતાં તેમના ઉપદેશને લીધે મારા મનમાં નવી ચેતના પેદા

થઈ શકી નથી, આ પણ એટલું જ સાચું છે. હું કોલેજમાં પાસ થતો રહ્યો, પણ બીજો રેન્ક ન મેળવી શક્યો. બી.એ. માં થોડા માર્કસથી દ્વિતીય ક્રમ મેળવી શક્યો નથી. તે સમયે મારા અભ્યાસની પ્રગતિ, મેં પાછળથી મેળવેલી ડિગ્રીઓ અને મેં લખેલા અનેક પુસ્તકો જોતાં શું કોઈ આગાહી કરી શકે કે હું આ બધું કરી શકીશ?

6.

કડવો અનુભવ

મારો જન્મ મહુ (ઈન્દોર)માં થયો હતો, જ્યારે મારા પિતા આર્મીમાં કામ કરતા હતા. તેઓ લશ્કરમાં સુબેદાર હતા.

આર્મી કેમ્પમાં રહેવાને કારણે અમારો બહારની દુનિયા સાથે કોઈ સંપર્ક નહોતો, જે કારણે મને અસ્પૃશ્યતા વિશે કોઈ ખ્યાલ નહોતો, પણ જ્યારે મારા પિતા નિવૃત્ત થયા ત્યારે અમે બધા સતારામાં રહેવા લાગ્યા. હું પાંચ વર્ષનો હતો ત્યારે મારી માતાનું અવસાન થયું.

સતારા જિલ્લાના ગોરેગાંવમાં દુકાળ પડ્યો ત્યારે સરકારે રાહત કાર્ય શરૂ કર્યું. ત્યાં તળાવ બાંધકામની કામગીરી શરૂ કરવામાં આવી હતી. તળાવ પર મજૂરોની મજૂરી આપવા પિતાની નિમણૂક કરવામાં આવી હતી. તેઓ ગોરેગાંવ ગયા અને અમને સતારામાં રાખ્યા. અહીં આવીને ખરા અર્થમાં હું અસ્પૃશ્યતા અનુભવવા લાગ્યો. પ્રથમ તો હજામત કરવા માટે કોઈ વાણંદ ઉપલબ્ધ ન હતા. અમારે ઘણી મુશ્કેલીઓનો સામનો કરવો પડ્યો. પછી મારી મોટી બહેને અમારા ચારેય ભાઈઓની સંભાળ લીધી. સતારામાં આટલા બધા વાણંદ હોવા છતાં તેઓ શા માટે આપણી દાઢી નથી કરી શકતા? મને આ પહેલીવાર સમજાયું.

પિતા ગોરેગાંવમાં રહેતા હતા. તેઓ અમને પત્રો મોકલતા

હતા. એકવાર તેણે અમને બધાને ગોરેગાંવ આવવા માટે પત્ર મોકલ્યો. હું ખૂબ ખુશ હતો કે અમે ટ્રેનમાં ગોરેગાંવ જઈશું. ત્યાં સુધી મેં ટ્રેન જોઈ ન હતી. પિતાએ મોકલેલા પૈસાથી અમે સારા કપડાં ખરીદ્યા અને હું, મારા ભાઈ-બહેનો સાથે મળીને પિતાને મળવા ગોરેગાંવ ગયા. અગાઉ અમે તેમને પત્ર મોકલ્યો હતો, પરંતુ નોકરની બેદરકારીને કારણે તે પત્ર મેળવી શક્યા ન હતા. અમે ટ્રેનમાંથી નીચે ઉતરીને નોકરને શોધવા લાગ્યા, પણ નિરાશ થયા. મારો દેખાવ બ્રાહ્મણ જેવો લાગતો હતો. ટ્રેન નીકળી ગઈ હતી. અમે અડધા કલાકથી વધુ સમય સુધી સ્ટેશન પર રાહ જોઈ. સ્ટેશન પર અમારા સિવાય કોઈ નહોતું. એ જ વખતે અમને બાળકોને જોઈને સ્ટેશન માસ્તરે અમારી પાસે

આવીને કહ્યું, "અમે ક્યાં જઈએ છીએ? તમે કોણ છો?" અમે મહાર કહેતાં જ સ્ટેશન માસ્તર ડરી ગયા. તે દસ ડગલાં પાછળ ગયો, પણ અમારો પોશાક જોઈને તેને લાગ્યું કે આ કોઈ શ્રીમંત મહારના બાળકો છે. તેમણે અમને બળદગાડી મળવાની ખાતરી આપી, પરંતુ સાંજે સાત વાગ્યા સુધી બળદગાડાના ચાલકો મહારના બાળકોને લેવા તૈયાર ન હતા. અંતે એક કોચમેન તૈયાર થયો, પણ તેણે એક શરત મૂકી કે તે બળદગાડું નહીં ચલાવે. મેં આર્મી કેમ્પમાં ઘણા દિવસો વિતાવ્યા હતા, તેથી બળદગાડું ચલાવવામાં મને કોઈ તકલીફ ન પડી.

અમે અમારી સંમતિ આપતાની સાથે જ કોચમેન બળદગાડું લઈને આવ્યો અને અમે ગોરેગાંવ જવા રવાના થયા. ગામથી થોડે દૂર એક નાળું જોવા મળ્યું. કોચમેને કહ્યું, "તમે લોકો અહીં રોટલી ખાઓ, આગળ પાણી નહીં મળે." અમે નીચે ઉતરીને રોટલી ખાધી, ગટરનું પાણી ખૂબ ગંદુ હતું, તે પાણીમાં ગાયનું છાણ ભળેલું હતું. કોચમેન બીજી જગ્યાએ

ગયો અને જમ્યા પછી પાછો આવ્યો. બળદગાડું ફરી ચાલવા લાગ્યું. મોડી રાત થઈ ચૂકી હતી. રસ્તામાં ન તો દીવો હતો કે ન તો કોઈ વ્યક્તિ દેખાતી હતી. અમે ખૂબ રડ્યા. રાતના બાર વાગ્યા. મનમાં અનેક વિચારો આવતા હતા. અમે વિચાર્યું કે અમે ગોરેગાંવ પહોંચી શકીશું નહીં. દરમિયાન, અમે ટોલ પોસ્ટ પર પહોંચ્યા કે તરત જ અમે બળદગાડામાંથી નીચે ઉતર્યા. મેં ટોલ બૂથ પરના માણસને થોડી બ્રેડ લેવા કહ્યું. હું રશિયન જાણતો હતો, તેથી તેની સાથે વાત કરવામાં કોઈ વાંધો નહોતો. પણ તેણે બેફામપણે કહ્યું, “સામેના પર્વત પર પાણી મળશે.” કોઈક રીતે અમે ટોલ પોસ્ટ પર રાત વિતાવી અને બીજા દિવસે બપોરે બળદગાડામાં ગોરેગાંવ પહોંચ્યા.

7.
તે જાણીતું છે

પિતાજી કબીરના અનુયાયી હોવાથી તેઓ માંસ, માછલી, દારૂ વગેરેનું સેવન કરતા ન હતા. તેઓ શુદ્ધ શાકાહારી હતા અને દારૂને અડતા પણ નહોતા, પરંતુ અમારા ગામમાં જ્યારે પણ જ્ઞાતિ આધારિત ભોજન થતું ત્યારે મારા પિતા દરેકને મીઠાઈ અને માંસાહારી ખોરાક આપવાની જવાબદારી લેતા. પરિવારની પરંપરાને કારણે અમારા ઘરમાં મોટા વાસણો હતા, તે ગામમાં જાહેર ભોજનમાં ઉપયોગમાં લેવાતા. પિતા પોતે ગામડે જઈને ઝાડ નીચે મોટા પથ્થરો ભેગા કરીને રસોઈ માટે મોટો ચૂલો તૈયાર કરતા. માછલી, ચિકન અને બકરીના માંસમાંથી સ્વાદિષ્ટ ખોરાક તૈયાર કરવામાં આવ્યો હતો. રસોઈની જવાબદારી પિતાજી લેતા. પિતાને આ નેતૃત્વમાં કંઈ ખોટું દેખાતું ન હતું. તેઓ કહેતા હતા કે "આપણે જે કંઈ તૈયાર કર્યું તે આપણે ખાતા નથી." આમ તેમની પાસે ઉદાર ફિલસૂફી હતી. આટલું જ નહીં, તે દારૂ લાવતા અને દરેકને ઓછી માત્રામાં આપતા. તેણે જીવનમાં ક્યારેય દારૂનું એક ટીપું પણ પીધું ન હતું. મેં આ પરંપરાનું પાલન કર્યું છે. જ્યારે હું વાઈસરોયના એક્ઝિક્યુટિવ બોર્ડમાં હતો, ત્યારે મેં મારા મિત્રોને સ્વાદિષ્ટ ભોજન અને વ્હિસ્કી અને શેમ્પેઈનની સેવા પ્રદાન કરી. મારા પિતાની જેમ મેં પણ દારૂના એક ટીપાને હાથ પણ નથી લગાવ્યો, આ વાત જાણીતી છે.

8.

હું આ શીખ્યો.

મેં પહેલેથી જ કહ્યું છે કે B.A. સુધી હું સામાન્ય વિદ્યાર્થી હતો. મને મારા પોતાના હાથે કોઈ સુધારણાની અપેક્ષા નહોતી અને બીજાઓ પાસેથી પણ ન હતી. એવું નથી કે હું માનસિક રીતે વિકલાંગ હતો અથવા મને અભ્યાસમાં રસ નહોતો, પરંતુ રિવિઝન માટે ખાસ પ્રકારના અભિગમની જરૂર હતી અથવા પ્રોફેસરના જરૂરી માર્ગદર્શનના અભાવે મારી ગુપ્ત શક્તિને આગળ વધવા દીધી ન હતી. મનુષ્યમાં જન્મજાત ગુણો હોવા છતાં તેનો વિકાસ કરવો પડે છે. હું અમેરિકા ગયો ત્યાં સુધીમાં મારી કુશળતા નિષ્ક્રિય હતી અને પ્રોફેસર સેલિગમેન અને અન્ય વિદ્વાનો દ્વારા વિકસાવવામાં આવી હતી. હું સ્વીકારું છું. આ વિદ્વાન પ્રોફેસરોની સંગતમાં રહીને મને લાગ્યું કે હું સ્વતંત્ર રીતે વિચારવા સક્ષમ બન્યો છું. મેં એકવાર પ્રોફેસર સેલિગમેનને પૂછ્યું કે મારે કેવી રીતે રિવાઇઝ કરવું જોઈએ? તેણે કહ્યું, "તમે તમારું કામ ચાલુ રાખો. પછી તમને આપોઆપ સમજાઈ જશે કે રિવિઝન કેવી રીતે કરવું જોઈએ."

પુસ્તક લખતી વખતે સમય કેવી રીતે પસાર થાય છે? અને એક પછી એક દિવસો કેવી રીતે પસાર થાય છે? આ તરફ કોઈ ધ્યાન આપવામાં આવતું નથી. લખતી વખતે

મારી બધી ઉર્જા એકાગ્ર થઈ જાય છે. મને ખોરાકની પરવા હોતી નથી. કેટલીકવાર હું આખી રાત વાંચતો અને લખતો રહું છું. તે સમયે હું થાકતો નથી કે આળસ અનુભવતો નથી, પરંતુ જ્યારે કામ પૂરું થાય છે ત્યારે હું નિરાશા અને અસંતોષ અનુભવું છું. સમસ્યાઓનો સામનો કરવો પડ્યો, પરંતુ પુસ્તક પ્રકાશિત કર્યા પછી જેટલો આનંદ મળ્યો તેટલો ત્યારે મળ્યો નહીં.

9.
પિતાનું મૃત્યુ

બી.એ. પાસ થયા પછી મારા પિતા ઇચ્છતા હતા કે હું બોમ્બેમાં જ રહી જાઉં અને બરોડા ન જાઉં. જ્યારે હું બરોડા ગયો ત્યારે મને કેવા અપમાનનો સામનો કરવો પડશે તેની મારા પિતાએ પહેલેથી જ કલ્પના કરી હતી. તેણે મને નોકરી માટે બરોડા ન જવા માટે વિવિધ રીતે સમજાવવાનો પ્રયાસ કર્યો. પણ મેં મારો આગ્રહ છોડ્યો નહિ. હું બરોડા ગયો. અચાનક મને બરોડામાં તેમની બીમારી અંગેનો તાર મળ્યો. હું બરોડાથી તરત જ બોમ્બે જવા નીકળ્યો. રસ્તામાં, પિતા માટે આઈસ્ક્રીમ લેવા સુરત રેલવે સ્ટેશન પર ઉતર્યો, પરંતુ આઈસ્ક્રીમ લેવાના પ્રયાસમાં ટ્રેન ચૂકી ગયો. આવી સ્થિતિમાં, બીજી ટ્રેનની રાહ જોવા સિવાય કોઈ વિકલ્પ ન હતો, જેના કારણે હું બીજા દિવસે મોડેથી બોમ્બે પહોંચ્યો. જ્યારે હું ઘરે આવ્યો ત્યારે મેં જોયું કે મારા પિતા મૃત્યુના આરે હતા. બધા તેના પલંગ પાસે ચિંતાતુર બેઠા હતા. એ દ્રશ્ય જોઈને મારું હૃદય દુઃખી થઈ ગયું. પિતાએ મારા માથા પર મમતાનો હાથ ફેરવ્યો, આંખોમાં આંસુ સાથે તેમણે મારી સામે જોયું અને પછી અંતિમ શ્વાસ લીધા. માત્ર મને જોવા માટે જ તેમનો જીવ અટકી ગયો હતો. મને ખૂબ જ દુઃખ છે કે હું સુરત ઉતરતા પહેલા મારા પિતાને મળી શક્યો નહીં.

10.
મજબૂત સ્વભાવ

મારો સ્વભાવ અગાઉ જિદ્દી હતો. હું ખાતરીપૂર્વક કહી શકીશ નહીં કે તે હવે તેના સમાન છે કે નહીં.

ચાલો હું તમને મારા બાળપણ વિશે કહું. હું બીજા ધોરણમાં અંગ્રેજી ભણતો હતો. અમારી શાળા સતારા કેમ્પમાં હતી. પેંડસે ગુરુજી અમને ભણાવતા. તે મને ખૂબ પ્રેમ કરતા હતા. મારો સ્વભાવ ખૂબ જ જીદ્દી હતો. મારા સહપાઠીઓ આ જાણતા હતા. તેઓ જાણતા હતા કે જ્યારે મને કંઈક ન કરવાનું કહેવામાં આવે ત્યારે હું તે ચોક્કસ કરીશ. એકવાર ખૂબ વરસાદ પડ્યો, તે સમયે અમારો શાળાએ જવાનો સમય હતો. મારા મિત્રોએ કહ્યું, ‘જુઓ, ખૂબ વરસાદ પડી રહ્યો છે, જશો નહીં, નહીં તો ભીના થઈ જશો.’ મને આની જ જરૂર હતી. મારો મોટો ભાઈ છત્રી લઈને બહાર આવ્યો. મેં તેને કહ્યું, ‘તમે છત્રી લઈને એકલા જાઓ, હું ભીંજાઇને પાછો આવીશ.’

ભાઈએ મને ઘણું સમજાવ્યું, પણ હું માન્યો નહીં. હું છત્રી વગર નીકળી ગયો. હું તે સમયે બેલ બોટમવાળી કેપ પહેરતો હતો. મેં મારા ભાઈને કેપ આપી અને હું વરસાદમાં તેની પાછળ શાળાએ ગયો. જ્યારે હું શાળામાં પહોંચ્યો ત્યારે હું સંપૂર્ણપણે ભીનો હતો. ગુરુજીએ મને આ હાલતમાં જોયો. તેને ખૂબ જ ખરાબ લાગ્યું. મને પૂછ્યું, “અરે, તમે વરસાદમાં

છત્રી કેમ ન લાવ્યા?" મેં જવાબ આપ્યો, "માત્ર એક જ છત્રી હતી. બંને ભાઈઓ પાસે એક જ છત્રી છે તેથી હું ભીંજાઈને પાછો આવ્યો." ખરેખર હું ખોટું બોલ્યો. આ વાત ગુરુજીના ધ્યાન પર ન આવી. તેણે મારા મોટા ભાઈને બોલાવ્યો, જે ચોથા ધોરણમાં ભણતો હતો. ગુરુજીએ ભાઈને પૂછ્યું, "કહો, તમે કેટલા શર્ટ પહેર્યા છે?" ભાઈએ કહ્યું, "મેં એક જ શર્ટ પહેર્યો છે." ત્યારે ગુરુજીએ મને તેમના પુત્ર સાથે તેમના ઘરે મોકલ્યો અને પુત્રને કહ્યું, "આને લઈ જાઓ. ઘરે જઈને ગરમ પાણીથી સ્નાન કરાવો. તેને તેના કપડાં સૂકવવા માટે એક લંગોટી આપો, જેથી તે સૂકાયેલા કપડાં પહેરી શકે અને સાંજે ઘરે જઈ શકે."

તે મુજબ, ગુરુજીના પુત્ર મને ઘરે લઈ ગયા, મને ગરમ પાણીથી સ્નાન કરાવ્યું અને પહેરવા માટે લંગોટી આપી. હું ખૂબ ખુશ હતો, ચાલો, સાંજ સુધી શાળામાંથી ફ્રી. હું શાળાની બહાર સીટી વગાડતો રહ્યો. હું વર્ગમાં કેમ ન આવ્યો? પછી ગુરુજીએ એક શિષ્યને મોકલ્યો. ક્લાસમાં લંગોટી પહેરીને બેસતા મને શરમ આવતી હતી. ત્યારે ગુરુજીએ કહ્યું, "અરે, અહીં બધા વિદ્યાર્થીઓ છે, તેથી તમારે શરમાવાનું કંઈ નથી." હું વર્ગમાં રડતો બેઠો હતો અને તે સમયે મને ખૂબ જ શરમ આવતી હતી. પછી મેં આ જિદ્દી સ્વભાવ છોડી દેવાનું નક્કી કર્યું. હું આ નિશ્ચયને કેટલી હદે પ્રાપ્ત કરી શક્યો છું તે તો અન્યએ જ જણાવવું જોઈએ.

અમારી અટક આંબેડકર નહોતી. અમારી સાચી અટક આંબેવડેકર છે. ખેડ તાલુકામાં દાપોલી પાસે પાંચ માઈલ દૂર અંબેવડે નામનું ગામ છે, તેથી લોકો અમને આંબેવડેકર નામથી ઓળખતા હતા. આંબેડકર નામ કેવી રીતે અસ્તિત્વમાં આવ્યું? આનો પણ એક ઈતિહાસ છે. મારી પાસે આંબેડકર નામના બ્રાહ્મણ શિક્ષક હતા. તેણે અમને બહુ શીખવ્યું ન હતું.

પણ એમને મારા પ્રત્યે અપાર પ્રેમ હતો. મધ્યાહ્‌ન વિરામ દરમિયાન, મારે જમવા માટે મારા ઘરે ઘણું દૂર જવું પડતું. ગુરુજીને તે ગમ્યું નહીં, પણ મારી પાસે મજા કરવા માટે માત્ર એટલો જ સમય હતો. આ સમયે ઘરે જઈને બહુ સારું લાગ્યું, પણ ગુરુજીએ એક વિચાર વિચાર કર્યો. તે પોતાની સાથે રોટલી અને શાક લાવવા લાગ્યા અને રજાઓમાં મને બોલાવતા અને તેના ભોજનમાંથી રોટલી અને શાક આપતા. મને તેમનો સ્પર્શ ન થાય તે માટે તેઓ મારા હાથ પર રોટલી અને શાક ફેંકતા હતા. મને એ કહેતાં ગર્વ થાય છે કે પ્રેમથી આપેલી એ રોટલી અને શાકનો સ્વાદ જ કંઈક અલગ હતો. એ વાત યાદ કરીને હું ગૂંગળાઈ જાઉં છું. ખરેખર આંબેડકર ગુરુજી મને ખૂબ પ્રેમ કરતા હતા.

એક દિવસ ગુરુજીએ મને કહ્યું, "આંબેવડેકર નામનો ઉચ્ચાર કરવો મુશ્કેલ છે, તેના બદલે આંબેડકર સારું નામ છે. તું તારા નામ સાથે એ જ નામ ઉમેરજે." અને તેણે શાળાના રજિસ્ટરમાં તે જ નામ દાખલ કર્યું. જ્યારે હું રાઉન્ડ ટેબલ કાઉન્સિલ માટે લંડન જતો હતો ત્યારે તેણે મને ખૂબ જ પ્રેમભર્યો પત્ર મોકલ્યો હતો. એ પત્ર હજુ પણ મારા સંગ્રહમાં છે. જો ભવિષ્યમાં હું મારી આત્મકથા (ચરિત્ર) લખીશ, તો હું તે પત્ર પ્રકાશિત કરીશ. આંબેડકર ગુરુજીના સ્વભાવમાં કંઈક જુદું જ હતું. શાળાની ઘંટડી વાગતાં જ તે વર્ગમાં આવી જતા.

અમારા વર્ગમાં રહીમતુલ્લા નામનો એક મોટો વિદ્યાર્થી હતો. ગુરુજી બધી જવાબદારી તેમના પર છોડીને બહાર જતા. રહીમતુલ્લાહ અને વર્ગના વિદ્યાર્થીઓ વચ્ચે ઘણો તફાવત હતો. અમારી ઉંમર 10-12 વર્ષની હતી અને રહીમતુલ્લાહની ઉંમર 25-30 વર્ષની હતી.

સાંજે શાળા બંધ થાય તે પહેલાં, ગુરુજી વર્ગમાં આવતા અને રહીમતુલ્લાને પૂછતા, "કેમ છો? બાળકોએ ગડબડ કરી

છે?" રહીમતુલ્લાહ ના કહીને જવાબ આપશે. પછી ગુરુજી નિશ્ચિંત થઈને ઘરે જતા. તમે પૂછશો કે ગુરુજી આખો દિવસ ક્યાં જતા હતા? અમારી શાળાની સામે પીપરમિંટ, સિગારેટ વગેરેની નાની દુકાન હતી. ચોકીદાર અને વિદ્યાર્થીઓ તે દુકાનમાંથી સામાન ખરીદતા હતા, જેના કારણે દુકાન સારી રીતે ચાલતી હતી. ગુરુજી શાળા છોડીને દુકાનમાં મુનીમ તરીકે કામ કરતા. આમાંથી તે દર મહિને 20-25 રૂપિયા કમાઈ લેતો હતો.

અધિકારીઓ વાર્ષિક પરીક્ષા આપવા આવ્યા ત્યારે ગુરુજીની મુસીબતો વધી ગઈ. જ્યારે પણ અધિકારીઓ ગણિતના પ્રશ્નો પૂછતા ત્યારે ગુરુજી સ્લેટ પર જવાબ લખતા અને બાજુના રૂમમાંથી ગુપ્ત રીતે અમને બતાવતા. અમે બધા વિદ્યાર્થીઓ સાચા જવાબો આપતા અને અધિકારીઓ તેમના ઉત્તમ શિક્ષણ માટે ગુરુજીની પ્રશંસા કરતા. પરીક્ષાના અંતે ગુરુજી વિઝિટ બુકમાં ઉત્તમ કોમેન્ટ્સ મેળવતા. અધિકારીને ગ્રેચ્યુઈટી તરીકે નાસ્તો, ચા અને ચિરુત મળતી. સારી ટિપ્પણી મળ્યા પછી, ગુરુજી આખા વર્ષનો હિસાબ લખવા માટે મુક્ત થઈ જતા.

11.
તમારી સ્થિતિ

પેશ્વા કાળમાં કોણે કેવા કપડાં પહેરવા જોઈએ તેના નિયમો બનાવવામાં આવ્યા હતા. મારી માતા કહેતી હતી કે મહાર કપડાં ખરીદવા જાય તો તેમને કપડાં બતાવી દેવામાં આવે. દુકાનદાર દુકાનમાંથી જ કપડા બતાવતો, દૂરથી કિંમત પૂછવી પડતી, કાપડ ખરીદ્યા પછી તેના પર પાણી રેડવામાં આવતું, પછી કપડાને કાદવમાં ઘસવામાં આવતું કારણ કે અસ્પૃશ્યોએ નવા કપડાં પહેરવા જોઈએ નહીં. ફાટેલા કપડા જ પહેરવા જોઈએ. ગંદી સાડીને બે ભાગમાં વહેંચવી પડતી. અંતે મહારે પૈસા રાખવા પડતા અને કપડા લેવા પડતા. અમે જે લંગોટી પહેરીએ છીએ તે પેશ્વાનો હુકમ હતો. બ્રાહ્મણો પાછળ બંને બાજુથી ધોતી પહેરતા હતા, જ્યારે બિન-બ્રાહ્મણો એક બાજુથી ધોતી પહેરતા હતા. ભંડારી લોકો પોતાની કમરની આસપાસ દુપટ્ટો બાંધીને તેનો મોટો ભાગ પોતાની કમરની આસપાસ લપેટી લેતા હતા, આ નિયમ હતો.

બ્રિટિશ સરકાર આવી ત્યારે બોમ્બે અંગ્રેજોના અધિકારક્ષેત્રમાં આવ્યું. પેશ્વાની સુવર્ણકારો પર તીખી નજર હતી. સુવર્ણકારો કહેતા કે અમે બ્રાહ્મણ છીએ અને પેશ્વા કહેતા કે અમે બ્રાહ્મણ છીએ. સુવર્ણકારો બ્રાહ્મણોની જેમ ધોતી પહેરતા હતા. પેશ્વાની ઈચ્છા હતી કે તેણે આ રીતે ધોતી ન

પહેરવી જોઈએ. અંગ્રેજોએ ધર્મને ડૂબાડી દીધો, પેશ્વાએ આવું કહીને તેમને પડકારવાનું શરૂ કર્યું. ગોરા લોકો ગુસ્સે થયા. ગોર સાહેબે પેશ્વાની ફરિયાદ સાંભળી. પેશ્વાએ કહ્યું, "અમારા લોકો પર પ્રતિબંધ હતો. તેઓ હવે તમારા રાજ્યમાં પાછળથી પણ ધોતી પહેરે છે." ઈસ્ટ ઈન્ડિયા કંપની અહીં નવી હતી. બાલકેશ્વરમાં એક શાહુકાર હતો. ચીફ ઓફિસરે ફરિયાદના આધારે શાહુકારોને બોલાવીને પૂછપરછ કરી હતી.

સુવર્ણકાર પાછળની તરફ ધોતી પહેરતો. આદેશ આપવામાં આવ્યો કે સુવર્ણકાર હવે તેની ધોતી પાછળની તરફ પહેરશે નહીં. ન્યાયાધીશોએ તેને પચાસ રૂપિયાનો દંડ ફટકાર્યો. હવે લોકો કોટ અને પેન્ટ પહેરે છે.

ત્યારે મહારોએ શું કર્યું? તેઓ રાત્રે જાગતા રહેતા અને ચોકી કરતા. સવારે જે કંઈ બચેલો બ્રેડનો ટુકડો મળે તે અમે ખાઈ લેતા. ફલટણ ગામમાં એક મહાર હતો, તેની પાસે 24 વીઘા જમીન હતી. એક મંદિર હતું. ત્યાં લંગર ચાલતો હતો. તેમની પાસે મંત્રી હતા. આ લંગરમાં રોટલી, લાડુ અને જલેબીની એક ગાડી આપવામાં આવી હતી. મહાર મંદિર પાસે બેસીને ભોજન લેતા હતા. આટલું બધું મેળવ્યા પછી મહારને જમીનની શી જરૂર? થોડા દિવસો માટે ખોરાક બંધ કર્યા પછી, મહારો કહેતા, "મરાઠાઓએ અમારી આટલી જમીન લઈ લીધી છે." જલગાંવથી શ્રાદ્ધ કર્યા પછી મહારો ભિખારીની જેમ કચરાના ઢગલા પર બેસી જતા હતા. જો તે ખ્રિસ્તી બને તો તેના માટે તે કેવી રીતે સારું રહે? લોકો આમ કહેતા.

ગઈ કાલ સુધી હજારો વર્ષોથી તેમના સમાજમાંથી એક પણ વ્યક્તિ સ્નાતક કે વિદ્વાન બની શક્યો નથી. મને કહેવામાં કોઈ નુકસાન નથી. મારી શાળામાં એક સફાઈ કરતી મહિલા હતી. તે જાતિ દ્વારા મરાઠા હતી. તેણીએ મને સ્પર્શ કર્યો ન હતો. મારી મા મને કહેતી, "મોટા માણસને કાકા કહે." ટપાલીને

હું કાકા કહેતો. બાળપણમાં મને શાળામાં તરસ લાગતી હતી. મેં શિક્ષકને કહ્યું. શિક્ષકે પટાવાળાને બોલાવીને કહ્યું કે, તેને નળ પાસે લઈ જાઓ. અમે નળ પર ગયા. પટાવાળાએ નળ ચાલુ કર્યો અને મેં પાણી પીધું. મને શાળામાં 6 દિવસ સુધી પીવાનું પાણી ન મળ્યું.

દરેકને તેમના જન્મસ્થળ પર ગર્વ હોઈ શકે નહીં, પરંતુ પ્રેમ ચોક્કસપણે હોય છે. પેન્શન લીધા પછી પિતા દાપોલીમાં કાયમી રહેવા લાગ્યા. મેં પ્રથમ અભ્યાસ દાપોલીમાં કર્યો હતો. પરંતુ સંજોગોને કારણે મેં 5-6 વર્ષની ઉંમરે પહાડોની તળેટી છોડી દીધી અને આજ સુધી મારું જીવન પહાડી ઘાટ પર પસાર થયું છે. હું 25 વર્ષ પછી ઘાટ નીચે ઉતર્યો છું. તેની સુંદરતામાં તરબોળ રાજ્યમાં પગ મુકીને કોઈપણ ખુશ થશે. જે આ રાજ્યને પોતાની માતૃભૂમિ માને છે, તેની ખુશી બમણી થઈ જાય છે. એક સમય એવો હતો જ્યારે પરિસ્થિતિ એવી હતી કે અસ્પૃશ્ય જાતિની દૃષ્ટિએ આ વિસ્તાર પ્રગતિના પંથે આગળ વધી રહ્યો હતો, એમ કહેવામાં અતિશયોક્તિ નહીં ગણાય. તે સમયે આ રાજ્ય અસ્પૃશ્ય જાતિના અધિકારીઓથી ભરેલું હતું. એ જ રીતે, બહિષ્કૃત વર્ગ અન્યોની સરખામણીમાં શિક્ષણમાં ઘણો આગળ હતો.

આ પ્રગતિ માટે આર્મી સેવા એક મહત્વપૂર્ણ કારણ હતું. અંગ્રેજોના શાસન પહેલાં અસ્પૃશ્યો કેટલા ખુશ હોઈ શકે? આ વિશે આજે ચોક્કસ કંઈ કહી શકાય તેમ નથી, પરંતુ તે સમયે અસ્પૃશ્યતાની લાગણી એટલી પ્રબળ હતી કે ચાલતી વખતે અસ્પૃશ્યોનો પડછાયો ઉચ્ચ જ્ઞાતિઓ પર ન પડવો જોઈએ, તેથી તેમને દૂરથી જ ફરવું પડતું હતું. અસ્પૃશ્યને ઓળખવા હાથ પર એ જ કાળો દોરો બાંધવો પડતો. તે સમયે ઘણી ઓછી તકો હતી. અંગ્રેજોએ આ દેશમાં જ્યાં જ્યાં પગ મૂક્યો ત્યાં અસ્પૃશ્યોને માથું ઊંચું કરવાની તક મળી. આ તકનો

લાભ લેવા માટે તેના શરીરમાં કેટલી બહાદુરી છે? તે કેટલી ઝડપી છે? તેની બુદ્ધિ કેટલી તેજ છે? એ સાબિત થયું છે કે તે સમયના પ્રગતિશીલ બ્રાહ્મણો કે તેના જેવી જ્ઞાતિઓ જ અમને અસ્પૃશ્ય કહીને શાપ આપે છે, પરંતુ અમારા વર્ગ સિવાય અન્ય લોકો ખૂબ જ પ્રગતિશીલ હતા.

તેથી અમે કોંકણના દાપોલી પ્રદેશમાં સત્તાનો આનંદ માણતા હતા. સેનામાં સેવાને કારણે અમને અમારું જીવનધોરણ સુધારવાની તક મળી. પરિણામે આપણે ધીરજ, બુદ્ધિ, ચતુરાઈ વગેરેમાં સહેજ પણ ઓછા નથી. અમારા ગુણોને કારણે જ અમારી સેનામાં અધિકારીઓની જગ્યાઓ પર નિમણૂક કરવામાં આવી હતી. આ સમયગાળા દરમિયાન, આર્મી કેન્ટોનમેન્ટની શાળાઓમાં અસ્પૃશ્ય મુખ્ય શિક્ષકોની નિમણૂક કરવામાં આવી હતી. લશ્કરી છાવણીમાં પ્રાથમિક શિક્ષણ ફરજિયાત કરવામાં આવ્યું હોવાથી, તેની અમારા જીવન પર સાપેક્ષ અસર પડી. પરંતુ બ્રિટિશ સરકારે મહાર જાતિ માટે સેનાના દરવાજા બંધ કરીને અમારી સાથે વિશ્વાસઘાત કર્યો છે.

મારો પણ જન્મ મહાર માતાના ગર્ભમાંથી થયો છે. ગરીબીની દૃષ્ટિએ જોઈએ તો એવું નથી કે મારી પાસે આજના ગરીબ વિદ્યાર્થીઓ કરતાં વધુ સારી સુવિધાઓ હતી.

બોમ્બેની ડી.ડી.ચાલીમાં મારા માતા-પિતા અને ભાઈ-બહેનો સાથે અમે 10 ફૂટના ઓરડામાં રહેતા, મેં એક પૈસાની કિંમતની રાખિલ (કેરોસીન) માં અભ્યાસ કર્યો. એટલું જ નહીં, જો હું ઘણી મુશ્કેલીઓ અને પરેશાનીઓનો સામનો કરીને આ બધું કરી શકું તો કોઈપણ વ્યક્તિ મહેનત કરીને બુદ્ધિશાળી બની શકે છે. જન્મથી કોઈ બુદ્ધિશાળી નથી હોતું. એક વિદ્યાર્થી તરીકે ઈંગ્લેન્ડમાં રહીને, 8 વર્ષનો કોર્સ જે મેં સફળતાપૂર્વક માત્ર 2 વર્ષ 3 મહિનામાં પૂર્ણ કર્યો છે. આ માટે મારે 24

કલાકમાંથી 21 કલાક અભ્યાસ કરવો પડતો હતો. આજે હું 40 વર્ષનો છું, છતાં હું 24 કલાકમાંથી 18 કલાક સતત બેસીને કામ કરું છું. હાલમાં યુવાનોએ અડધો કલાક સતત બેસીને તપકીર (નસ) કે સિગારેટ પીવી પડે છે. મારે આ ઉંમરે પણ કંઈ જોઈતું નથી.

સેનાની આ નોકરીએ હિંદુ સમાજમાં ક્રાંતિ લાવી એમ કહેવું ખોટું નથી. જે મહાર-ચર્મકારોને ગામડામાં મરાઠાઓએ સ્પર્શ કર્યો ન હતો, મરાઠાઓ પ્રણામ ન કરવા કે રામ-રામ ન કરવાને અપમાન માનતા હતા. એ જ સેનાના મરાઠા સૈનિકો, મહાર અને સેનાના ચર્મકાર સુબેદારને નમીને સલામ કરતા હતા. જો આ સુબેદાર 'કેમ એય..?' કહે તો સૈનિકોની સામે જોવાની હિંમત નહોતી. અસ્પૃશ્ય જાતિના આ લોકોને એટલા બધા અધિકારો હતા જે દેશના કોઈપણ પ્રાંતમાં ઉપલબ્ધ નહોતા. જેમાં 10 ટકા લોકો સાક્ષર હતા. નોંધનીય છે કે શિક્ષણનો ફેલાવો માત્ર પુરુષોમાં જ થયો ન હતો, પરંતુ સ્ત્રીઓ પણ શિક્ષિત હતી. કેટલીક સ્ત્રીઓ વિદ્યામાં એટલી નિપુણ હતી કે તેઓ પુરૂષોના મેળાવડામાં પુરાણોની ટીપ્પણી કરતી.

જ્યાં સુધી શિક્ષણ ચાલુ રહ્યું ત્યાં સુધી અસ્પૃશ્ય વર્ગને ઘણો લાભ મળ્યો. તેણે આ શિક્ષણનો ઉપયોગ એવી રીતે કર્યો કે મને ખૂબ ગર્વ છે. જ્ઞાનના આ પ્રસારને કારણે અસ્પૃશ્યોમાં પુસ્તકોનો સંગ્રહ સંખ્યાની દૃષ્ટિએ ઘણો મોટો હતો. આ નિવેદન અતિશયોક્તિ નહીં ગણાય. શ્રીધર સ્વામીના પુસ્તકની હસ્તલિખિત નકલો વાહનોમાં જોવા મળશે. પણ મેં મહારાષ્ટ્રના પ્રાચીન અને મહાન કવિઓ જેમ કે મુકુન્દરાજ, જ્ઞાનેશ્વર અને મુક્તેશ્વર વગેરેની હસ્તલિખિત નકલો જોઈ છે અને ઘણા અસ્પૃશ્યોની પાસે તે છે. એટલું જ નહીં, હું માનું છું કે આજે પણ અસ્પૃશ્યોના ઘરમાં કેટલાક દુર્લભ ગ્રંથો જોવા મળે છે.

જ્ઞાનેશ્વર મહારાજે 'પંચીકરણ' નામનો ગ્રંથ રચ્યો. બહુ ઓછા લોકોને આ ખબર છે, પણ મેં આ પુસ્તક મારા મિત્રના ઘરે જોયું છે. "શ્રી પાંગારકરજી, જો કોઈની પાસે રાઘવચિંતન ધન કવિ દ્વારા થોડા વર્ષો પહેલા લખાયેલ 'જ્ઞાન-સુધા' નામનું પુસ્તક હોય તો, કૃપા કરીને સૂચવો." આવી જ એક જાહેરાત 'કેસરી'માં છપાઈ હતી. જો તેમને આ પુસ્તકની હસ્તલિખિત નકલ ન મળી હોય, તો તે નકલ મારા અસ્પૃશ્ય મિત્રના સંગ્રહમાંથી મળી શકે છે. અસ્પૃશ્ય જાતિના જે લોકોને તે સમયે શિક્ષણની જરૂર હતી તેઓએ ઘણું સહન કરવું પડ્યું હશે અને આવા પુસ્તક એકત્ર કરવામાં કેટલા પૈસા ખર્ચવા પડ્યા હશે તે પણ વિચારવા જેવું છે. જ્ઞાનની આ તરસ તે સમયના સમાજ માટે ગર્વ કરાવે છે.

12.

મહારાજા સયાજીરાવ ગાયકવાડ સાથે મુલાકાત

ગુરુવર્ય કેલુસ્કર ગુરુજી સાથે, હું ઉચ્ચ શિક્ષણ માટે બોમ્બેના રાજમહેલમાં બરોડાના રાજા સયાજીરાવ ગાયકવાડને મળ્યો.

મહારાજ : તમારે કયો વિષય ભણવો છે?

ભીમરાવ : મહારાજ, સમાજશાસ્ત્ર, અર્થશાસ્ત્ર અને જાહેર નાણામાં.

મહારાજ : આ વિષયો વાંચીને તમે આગળ શું કરશો?

ભીમરાવ : આ વિષયો વાંચીને હું મારા સમાજની સ્થિતિ કેવી રીતે સુધારી શકું, તેનો માર્ગ શોધીશ અને તે માર્ગે સમાજ સુધારણા માટે કામ કરીશ.

મહારાજ : પણ તમે અમારું કામ કરવાના છો. તો પછી તમારા માટે ભણવું, નોકરી કરવી અને સમાજ સેવા કરવી કેવી રીતે શક્ય બનશે?

ભીમરાવ : જો મહારાજ મને આવી તક આપશે તો હું આ બધાં કાર્યોનું આયોજન કરીશ.

મહારાજ : ભીમરાવ, હું તમને અમેરિકા મોકલવાનું વિચારી રહ્યો છું, તમે જવા તૈયાર છો?

ભીમરાવ : હા મહારાજ !

મહારાજ : તો પછી એજ્યુકેશન ઓફિસર પાસે જઈને

વિદેશ ભણવા માટે સ્કોલરશીપ માટે અરજી કરો અને મને કહો.

બરોડા સરકાર તરફથી શિષ્યવૃત્તિ મળ્યા બાદ હું અમેરિકા ગયો અને ઉચ્ચ શિક્ષણ મેળવ્યું. ત્યાંથી પાછા આવ્યા પછી, શિષ્યવૃત્તિના કરાર મુજબ, મને બરોડાના રજવાડામાં મોકલવામાં આવ્યો.

મને નોકરી મળી, પણ મને બરોડામાં રહેવા માટે કોઈ ઘર ન મળ્યું. હિંદુ કે મુસલમાન કોઈ સ્થાન આપવા તૈયાર ન હતા. અંતે મેં પારસી ધર્મશાળામાં પારસી તરીકે રહેવાનું નક્કી કર્યું. આખરે, મેં 'એદલજી સોરાબજી'નું પારસી નામ અપનાવ્યું. અહીં લોકોમાં સમાચાર ફેલાઈ ગયા કે મહારાજ એક શિક્ષિત મહાર યુવકને બરોડા લઈ આવ્યા છે. લોકોને શંકા હતી કે હું પારસી તરીકે ધર્મશાળામાં છુપાઈને રહું છું. મારી ગોપનીયતા ખુલ્લી પડી. પારસીઓને ખબર પડી કે હું ધર્મશાળામાં રહેતો મહાર છું. બીજે દિવસે લંચ પછી હું ઓફિસ જવા નીકળ્યો. આ દરમિયાન 15-20 પારસીઓ હાથમાં લાકડીઓ લઈને આવ્યા અને પૂછ્યું કે તમે કોણ છો?

મેં કહ્યું, "હું હિંદુ છું." આ જવાબથી તેને સંતોષ ન થયો. એ વખતે હું ઝડપથી વિચારતો હતો. મેં હિંમતભેર તેને આઠ કલાક આપવા માટે પૂછ્યું. આખો દિવસ બીજે ક્યાંય પ્રયત્ન કર્યો, પણ ક્યાંય જગ્યા મળી નહીં. ઘણા મિત્રો પાસે ગયો, પરંતુ તેઓ વિવિધ કારણો દર્શાવીને પાછા ફર્યા. આખરે હું એટલો અસ્વસ્થ થઈ ગયો કે હું કંઈ સમજી શક્યો નહીં. અંતે હું એક ઝાડ પાસે બેઠો. મારી આંખમાંથી આંસુ વહી ગયા. આખરે, મારે બરોડાની નોકરી છોડીને નાઇટ ટ્રેનમાં બોમ્બે જવું પડે એવી ફરજ પડી.

13.
લો કોલેજમાં પ્રોફેસર

હું 1918 થી 1920 સુધી બોમ્બેની સિડનહોમ કોલેજમાં પ્રોફેસર હતો. હું એક લો કોલેજમાં પ્રોફેસર અને પ્રિન્સિપાલ પણ હતો. 1937 થી મેં વિદ્યાર્થીઓ સાથે મારા સંબંધો તોડી નાખ્યા. પરિણામે મેં પ્રોફેસરનો વ્યવસાય છોડીને રાજકારણમાં પ્રવેશ કર્યો. માત્ર પ્રોફેસર કે વિદ્વાન હોવું પૂરતું નથી, તે બહુપરીમાણીય હોવું જોઈએ. તેની વાણી શુદ્ધ હોવી જોઈએ. તે પોતે ઉત્સાહી હોવો જોઈએ. તેના વિષયને મનોરંજક રીતે રજૂ કરવાની ગુણવત્તા તેનામાં હોવી જોઈએ, તો જ વિદ્યાર્થીઓમાં ઉત્સાહ આવશે. કેટલાક ગુણો તેમનામાં જન્મજાત હોય છે, જ્યારે કેટલાક ગુણો અનુભવ અને અભ્યાસ દ્વારા મેળવવાના હોય છે.

વિદ્યાર્થીઓની ઉત્તરવહીઓ તપાસવા માટે મેં જાતે જ કેટલાક નિયમો બનાવ્યા હતા. મેં જવાબના એકંદર ભાવાર્થ પર 50 ટકા અને શૈલી પર 50 ટકા માર્કસ રાખ્યા હતા, જેમાં ભાષા, જવાબ લખવાની શૈલી વગેરેનો સમાવેશ થતો હતો. મારી ફિલોસોફી દરેક વિદ્યાર્થીને પાસ કરવાની હતી. પહેલા હું 33 ટકા માર્કસ આપતો હતો, પરંતુ જ્યારે મારી પાસે હજારો આન્સરશીટ ચેક કરવા આવતી ત્યારે હું નક્કી કરતો હતો કે કેટલા માર્ક્સ આપવા. આવી સ્થિતિમાં પહેલા હું આખી

બુકલેટ વાંચતો અને પછી માર્ક્સ આપતો. હું 45 થી વધુ માર્ક્સ માટે કોપી કાળજીપૂર્વક તપાસતો હતો.

તો પછી હિન્દુ વિદ્યાર્થીને 45 ટકાથી વધુ માર્ક્સ ન આવ્યા?

મેં કેટલાક વિદ્યાર્થીઓને 60 ટકા માર્ક્સ આપ્યા છે, પરંતુ આવા વિદ્યાર્થીઓ બહુ ઓછા છે. 60 ટકા માર્ક્સ આપતી વખતે હું ઊંડી તપાસ કરતો હતો.

શું કોઈ વિદ્યાર્થીએ 60 ટકાથી વધુ ગુણ મેળવ્યા છે?

મેં તે માર્ક્સ એવા લોકોને આપ્યા છે જેઓ 60 ટકાથી વધુ ગુણ મેળવવા માટે લાયક છે. તેમને તે અધિકાર છે. આવા સમયની એક ઘટના યાદ આવે છે. મેં એક વિદ્યાર્થીને 150 માંથી 144 માર્ક્સ આપ્યા. ખરેખર તેમની ઉત્તર પુસ્તિકા મૂલ્યવાન હતી. તેણે ખૂબ જ સારા અને સમજદાર જવાબો આપ્યા. મને લાગ્યું કે તેને 150 માર્ક્સ આપવા જોઈએ, પરંતુ 6 માર્ક્સ ઓછા આપવામાં આવ્યા કારણ કે તે ગાણિતિક જવાબ ન હતો. જે બાદ મેં તે પુસ્તિકા ડિગ્રી કોલેજના અધિકારીને મોકલી હતી. અધિકારીએ જોયું કે બીજી કોલેજમાંથી એક વિદ્યાર્થી પ્રથમ આવી રહ્યો છે અને તે કોલેજને મેડલ મળશે. તેથી તે અધિકારીએ તે પુસ્તિકા મને રીચેકિંગ માટે મોકલી હતી, પરંતુ મેં કોઈ ફેરફાર કર્યો ન હતો. તે પુસ્તિકા ઘણા પરીક્ષકોને મોકલવામાં આવી હતી. કેટલાકે 144થી ઓછા માર્ક્સ આપ્યા છે તો કેટલાકે 144થી વધુ માર્ક્સ આપ્યા છે. આખરે મારું મૂલ્યાંકન માન્ય રહ્યું હતું.

શું મેં કોઈ વિદ્યાર્થીને નાપાસ કર્યા છે?

મેં કોઈ વિદ્યાર્થીને નુકસાન કર્યું છે કે નહીં તે કહેવું અશક્ય છે. શું મેં કોઈ વિદ્યાર્થીની ભલામણ કરી છે? ત્યારે મારું વર્તન કેવું હતું?

એક વખત એક અસ્પૃશ્ય વિદ્યાર્થીના વાલીને ખબર પડી કે હું બોમ્બે યુનિવર્સિટીનો પરીક્ષક છું. તેથી તે મારી તરફ

આવ્યો અને તે વિદ્યાર્થીની ભલામણ કરવા લાગ્યો. તેણે વિચાર્યું કે અસ્પૃશ્ય હોવાને કારણે હું તે વિદ્યાર્થીને મદદ કરી શકીશ, પરંતુ મારા માટે તે અશક્ય હતું. હું આવી ભલામણોને તિરસ્કારથી જોઉં છું. મેં તેમને કહ્યું, "હું તે કરી શકું છું, પણ તે મને શોભે નહીં. એક શિક્ષિત અસ્પૃશ્ય યુવકે બીજા શિક્ષિત યુવકની સરખામણીમાં પોતાને તુચ્છ, નીચ અને હીન શા માટે ગણવો જોઈએ? હું ઈચ્છું છું કે અસ્પૃશ્ય વિદ્યાર્થીઓએ અન્ય વિદ્યાર્થીઓ સાથે પોતાની તુલના ન કરવી જોઈએ. હું વધુ સારો વિદ્યાર્થી સાબિત થઈશ." મારો જવાબ સાંભળીને સજ્જન ચૂપચાપ ચાલ્યા ગયા.

14.

મમ્મી, હું અહીં આવી ગયો છું!

ડૉ.આંબેડકર સતારા મેદાનમાં રોકાયા હતા. તે જગ્યાએ રોકાઈને તેણે કહ્યું, “મા, હું આવ્યો છું.” અને રડવા લાગ્યા. થોડા સમય પછી, તેણે નજીકમાં ઉભેલા તેના મિત્ર દત્તોબા પવારને કહ્યું, “અહીં મારી માતાની અસ્થિઓ છે. માતાએ અમારા ભાઈઓ અને બહેનો માટે ઘણું સહન કર્યું છે. અમે થોડા દિવસો માટે બીજી બાજુ દેખાતા જર્જરિત મકાનમાં રહ્યા. “મારા બાળપણમાં મારી માતા અને ભાઈ જંગલમાં રમતા હતા. મારા માતા-પિતા મને જોવા માટે હયાત નથી એ મારા માટે ખૂબ જ દુઃખની વાત છે.”

15.
શિક્ષણની ગતિશીલતા

રમાબાઈ : તમને 450 રૂપિયાની નોકરી મળી છે. તે આપણા માટે પૂરતું છે. વધુ અભ્યાસ માટે જીદ છોડો. ઘર-પરિવાર પર ધ્યાન આપો તો સારું રહેશે.

ડૉ. આંબેડકર : જો તમે મારા અભ્યાસમાં અવરોધ ઊભો કરવા લાગશો તો હું ફરીથી લગ્ન કરીશ. તમારા જેવી અભણ સ્ત્રી શિક્ષણનું મહત્વ કેવી રીતે જાણશે?

રમાબાઈ : જાઓ, તમે ઈચ્છો તેટલા લગ્ન કરો, પણ હું કોઈને મારા ઘરમાં પગ મૂકવા નહીં દઉં.

ડો. આંબેડકર અને રમાબાઈ બંને હસવા લાગ્યા.

રમા, આપણા સમુદાયના બાળકો તેમના માતાપિતાને છોડીને હોસ્ટેલમાં રહે છે. તેમને ત્યાં મીઠી વાનગીઓ મળે છે, પરંતુ મટન નથી મળતું. તેથી આપણે શ્રાદ્ધમાં મટન આપીશું. જો તમે રસોઇ નહીં કરો, તો હું બાળકોને હોટેલમાં લઈ જઈશ અને તેમને ખવડાવીશ. મને પુરણપુરી જોઈતી હતી, પરંતુ મારા પતિની જીદને કારણે મેં 50-60 બાળકોને મટન આપ્યું.

16.
કૌટુંબિક પત્ર

હેલો પ્રિય રામુ,

તમારો પત્ર મળ્યો. ગંગાધર બીમાર છે એ વાંચીને ખૂબ દુઃખ થયું. બધું સમયની બાબત છે. ચિંતા કરવાથી કોઈ ફાયદો થશે નહીં.

તારો અભ્યાસ સારો ચાલે છે, તે ખૂબ જ આનંદની વાત છે. હું અહીં મુશ્કેલીમાં છું. તમને મોકલવા માટે કંઈ નથી, છતાં હું તમારા માટે વ્યવસ્થા કરું છું. તેમાં સમય લાગી રહ્યો છે. જો તમારી પાસે પૈસા પૂરા થઈ જાય તો ઘરેણાં વેચી દો. હું આવીશ ત્યારે તમારા દાગીના બનાવી લાવીશ. યશવંત અને મુકુંદનો અભ્યાસ કેવો ચાલે છે? પત્રમાં કંઈ લખાયું નથી. મારી તબિયત સારી છે, ચિંતા કરશો નહીં. મારો અભ્યાસ હજુ ચાલુ છે. હું જૂન સુધી આવી શકીશ નહીં. હું તમને આ વિશે વધુ કહીશ.

સખુ અને મંજુલાના કોઈ સમાચાર નથી. જ્યારે તમને પૈસા મળે, ત્યારે મંજુલા અને લક્ષ્મીની માતા માટે એક-એક સાડી ખરીદજો. શંકરના શું સમાચાર છે? કેવી છે ગજરા?

સૌને શુભકામનાઓ,

-ભીમરાવ

17.

ડૉ. આંબેડકરની ખાનદાની

ડૉ.આંબેડકરને લંડનમાં ડી.એસ.સી. ની પદવી એનાયત થવા જઈ રહી હતી. આ સંદર્ભે, બોમ્બેમાં તેમના સન્માન સમારોહનું આયોજન કરવામાં આવ્યું હતું. સમારંભની હેન્ડબિલ તૈયાર કરવામાં આવી હતી, જેમાં લખ્યું હતું કે, 'સર, વિલાયતથી ડી.એસ.સી.ની ડિગ્રી સાથે આવશે.'

ડૉ.આંબેડકરે તે હેન્ડબિલ તરફ જોયું અને ગુસ્સામાં લોકોને કહ્યું કે મને હજુ સુધી ડિગ્રી નથી મળી, ડિગ્રીનું પરિણામ 2-3 મહિના પછી આવશે. હકીકતો જાણ્યા વગર તમે જે કામ હાથ ધર્યું છે તે યોગ્ય નથી. ખરેખર, પહેલા મારી પાસેથી સંમતિ લેવી જોઈતી હતી. તમે મીટિંગનું આયોજન કર્યું છે અને મારી સંમતિ વિના સ્લિપ પણ આપી છે. તે લોકોને શું સંદેશ આપશે? તેઓ વિચારશે કે મેં તમને આ બધું કરવા કહ્યું છે. હું પ્રમાણપત્ર મેળવવા માટે તલપાપડ છું. ઉચ્ચ વર્ગના લોકો પણ કહેશે, "જુઓ, મહારો ઈંગ્લેન્ડ ગયા છે, ત્યાંથી ઉચ્ચ શિક્ષણ લઈને આવ્યા છે અને પોતાના લોકો પાસે આરતી કરાવે છે!"

મેં શિક્ષણ મેળવ્યું છે. આનો અર્થ એવો નથી કે મેં મહાન કીર્તિ પ્રાપ્ત કરી છે. સમાજ તરફથી સન્માનનું પ્રમાણપત્ર મેળવવા મારા હાથે સમાજ માટે મેં શું કામ કર્યું છે? જ્યારે પણ હું સમાજ માટે કોઈ નક્કર કાર્ય કરું છું, ત્યારે તમે મને સન્માનનું પ્રમાણપત્ર આપજો. હું તેનો આનંદથી સ્વીકાર કરીશ. હાલમાં હું આ અવતરણ સ્વીકારવામાં અસમર્થ છું.

18.
પતિ અને પત્ની વચ્ચે વાતચીત

ડૉ.બાબાસાહેબ આંબેડકરને કેસ જીતવા બદલ ફી મળી હતી. તેણે ઘરે આવીને તે રકમ રમાબાઈની સામે મૂકી અને કહ્યું, "આ પૈસા લો! હું સંસાર સામે જોતો નથી, હું મારી પત્ની તરફ જોતો નથી. તમે હંમેશા મારું નામ જપતા રહો છો. ગણતરી કરો અને મને કહો કે આ રકમ કેટલી છે?"

રમાબાઈએ વીસ રૂપિયાના અગિયાર બંડલ બનાવ્યા અને કહ્યું, "આ અગિયાર છે." બાબાસાહેબ થોડા ગુસ્સે થયા અને બોલ્યા, "કુલ કેટલા પૈસા છે?" રમાબાઈ હસ્યા અને બોલ્યા, "કેટલા છે? તમે આ જાણો છો. તમે હજારો રૂપિયા ગણો છો, પણ મને કેવી રીતે ગણવું તે આવડતું નથી. શું હું શિક્ષિત સ્ત્રી છું?"

બંને હસવા લાગ્યા.

એ પછી બાબાસાહેબે કહ્યું, "તમે આવા અભણ છો એ ઠીક છે, નહીં તો તમે મને ઘણું પરેશાન કરત!"

19.
પુસ્તકો અને ઘર

(ડૉ. આંબેડકરે 'લોસ ઑફ ઇંગ્લેન્ડ' પુસ્તકના પાંચ ભાગ રૂ. 500માં ખરીદ્યા અને ઘરે બેઠાં ખંતપૂર્વક વાંચવાનું શરૂ કર્યું.)

રમાબાઈએ ભોજન પીરસ્યું. સર ભણવામાં મગ્ન હતા. આ જોઈને રમાબાઈએ 6-7 વાર ભોજન માટે ટોક્યા.

બાબાસાહેબઃ આ રટણ શું છે? મેં આ પુસ્તકો 500 રૂપિયામાં ખરીદ્યા છે. મને આ પૃષ્ઠ વાંચવા દો, પછી હું ખાઈશ.

"શું એ પેજ પર લખેલું છે કે પતિએ પોતાની પત્ની, બાળકો અને ઘરના લોકો પર ધ્યાન આપવું જોઈએ? મને આટલું કહો, પછી ખાઓ." સાહેબ હસ્યા અને ફરી જમવા લાગ્યા.

"તમે હંમેશા કહો છો કે મને દુનિયાની પરવા નથી. તો મારે શું કરવું જોઈએ?"

"ઘરમાં શાકભાજી, તેલ, મીઠું વપરાય છે. પતિએ ત્યાં ધ્યાન આપવું જોઈએ. બાળકોને પ્રેમથી સ્વીકારવા જોઈએ. પત્ની સાથે ચાર શબ્દો બોલવા જોઈએ. તમારા પુસ્તકો અને તમે આવો અને જાઓ! પુસ્તકો માટે 500ની શું જરૂર હતી? પૈસા ખર્ચવા માટે થોડા દિવસોમાં તમારા ઘરે એક નવો મહેમાન આવવાનો છે?

બીજા દિવસે બાબાસાહેબ છ-સાત બોરીઓમાં શાકભાજી અને 100-125 સૂકી માછલી (બોમ્બીલ) લાવ્યા. આ જોઈને રમાબાઈએ કહ્યું, "દેવાજી, આ શાક કાલે કે પરમ દિવસે સુકાઈ જશે. આપણે આજે જ તેને પૂરું શકતા નથી."

20.
રાજરત્નનું અવસાન

પ્રિય દત્તોબા,

આજે અચાનક તમારો પત્ર મળ્યો. શિવતરકરે ઘણા સમય પછી મારા પુત્રના મૃત્યુ વિશે લખ્યું હતું, પરંતુ તમારી તરફથી કોઈ જવાબ આવ્યો નથી. મને લાગ્યું કે તમે મારા વિશે વિચારવાનું બંધ કરી દીધું છે, પણ એવું નથી. મારા દુ:ખ અને દર્દમાં તમે મને જે સાંત્વના આપી છે તે એ વાતની સાક્ષી પૂરે છે કે હજુ અજવાળું ઓલવાયુ નથી.

અમારા પુત્રના અવસાનથી મારી પત્નીને અને મને જે આઘાત લાગ્યો છે તેમાંથી અમે બહાર આવીશું એવું કહેવું સાવ દંભ હશે. અત્યાર સુધી મેં આવા ચાર વહાલાં સંતાનોને સમાધિ આપી છે, ત્રણ પુત્રો અને એક પુત્રી. જ્યારે હું તેમને યાદ કરું છું ત્યારે મને દુ:ખ થાય છે. જો તે જીવતા હોત તો તેની દુનિયા અલગ હોત. આપણે જેની કલ્પના કરી હતી તેનો નાશ થયો છે. આપણા જીવનમાં દુ:ખના વાદળો વહી રહ્યા છે. બાળકોના મૃત્યુથી અમારું જીવન હવે બેસ્વાદ બની ગયું છે, જ્યારે જીવનમાં સ્વાદ લાવતું મીઠું જતું રહ્યું છે. બાઇબલમાં કહેવામાં આવ્યું છે કે- “તમે પૃથ્વીનું મીઠું બનો. જો મીઠું તેનો સ્વાદ ગુમાવી બેઠું હોય તો ખારાશ ક્યાંથી આવશે?” આ શબ્દોની સત્યતા મારા ખાલી જીવનમાં દેખાય

છે. મારો છેલ્લો પુત્ર અસામાન્ય હતો. તેના જેવો બાળક મેં ભાગ્યે જ જોયો છે. તેના ગયા પછી, મારું જીવન એક ઉજ્જડ બગીચા જેવું બન્યું છે, આ દુઃખના સમયમાં આનાથી વધુ લખવું શક્ય નથી.

તમારા દુઃખી મિત્ર
બી. આર. આંબેડકર

21.

મહાડના ચાવદર જળાશયનો જળ સત્યાગ્રહ

કોલાબા જિલ્લા બાકાત કાઉન્સિલ
પ્રથમ સત્ર - મહાડ
માર્ચ 19-20, 1927

આ પરિષદ 19 માર્ચ શનિવાર અને 20 માર્ચ રવિવારના રોજ મહાડમાં યોજવામાં આવી હતી. પરિષદમાં ત્રણ હજારથી વધુ અસ્પૃશ્ય લોકોએ ભાગ લીધો હતો, જેમાં ગંગાધર નીલકંઠ સહસ્રબુદ્ધે, અનંત વિનાયક ચિત્રે, સીતારામ નામદેવ શિવતરકર, બલરામ આંબેડકર, પાંડુરંગ રાજભોજ, શાંતારામ ઉપશામ, મોરે, રામચંદ્ર શિંદે, ધોંડીરામ ગાયકવાડ, શિવરામ જાદવ વગેરે હાજર હતા.

19 માર્ચ, 1927 ના રોજ સાંજે 5 વાગ્યે કાર્યવાહી શરૂ થઈ. પ્રારંભમાં પરિષદના સ્વાગત પ્રમુખ સંભાજી તુકારામ ગાયકવાડે મહેમાનોનું સ્વાગત કરી પરિષદનો પરિચય આપ્યો હતો. નિયમો અનુસાર માહિતી અને મંજૂરી મેળવ્યા પછી, કાઉન્સિલના અધ્યક્ષ ડૉ. ભીમરાવ રામજી આંબેડકર, M.A., Ph.D.; ડી.એસ. સી.; બાર એટ લૉએ ભાષણ શરૂ કર્યું-

સજ્જનો, આજે તમે મને જે સન્માન આપ્યું છે તેના માટે હું તમારો આભારી છું. મને આ કાઉન્સિલનું અધ્યક્ષપદ

સ્વીકારવા વિનંતી કરવામાં આવી હતી. મારો સ્વભાવ છે તેમ, હું તે છોડવાની તરફેણમાં હતો, પરંતુ હું તેને ટાળી શક્યો નહીં. કારણ કે જો મેં આમ કર્યું હોત તો અહીં હાજર લોકો ખૂબ જ ગુસ્સે થયા હોત, તેથી મેં આ જવાબદારી કોઈપણ સંકોચ વિના સ્વીકારી અને આજે હું તમારી સામે ઉભો છું.

આજે અહીં આવીને હું ખૂબ જ ખુશ છું. જો કોઈને પોતાની જન્મભૂમિ પર ગર્વ ન હોય તો પણ પ્રેમ ચોક્કસ છે. મારા પિતાને પેન્શન મળ્યા પછી તેઓ કાયમી રહેવા માટે દાપોલી આવ્યા. મારો અભ્યાસ દાપોલી શાળામાંથી જ શરૂ થયો હતો. પાંચ વર્ષથી ગઈકાલ સુધી મારું જીવન પહાડી પ્રદેશમાં વીત્યું. આજે પચ્ચીસ વર્ષ પછી હું પર્વત પરથી નીચે આવ્યો છું. આ વિસ્તાર પ્રાકૃતિક સૌંદર્યની દૃષ્ટિએ અત્યંત સમૃદ્ધ છે. આ સ્થિતિમાં આવ્યા પછી હું તો શું કોઈ પણ ખુશ જ થશે. અહીં આવ્યા પછી મારી ખુશી બમણી થઈ ગઈ છે, પરંતુ આજે આ પ્રસંગે હું દુઃખ અને આનંદ બંને અનુભવું છું. મને આમ કહેવામાં કોઈ સંકોચ નથી. એક સમય હતો જ્યારે આ વિસ્તારના લોકો ખૂબ જ પ્રગતિશીલ હતા. આમ કહેવું અતિશયોક્તિ નહીં ગણાય. તે સમયે આ વિસ્તાર અસ્પૃશ્ય જાતિના અધિકારીઓથી ભરેલો હતો.

થોડા વ્હાઇટ-કોલર લોકોને છોડીને, અસ્પૃશ્ય સમુદાયે શિક્ષણના ક્ષેત્રમાં અન્ય લોકો કરતાં ઘણી પ્રગતિ કરી હતી.

અસ્પૃશ્ય સમાજની પ્રગતિનું મુખ્ય કારણ લશ્કરમાં તેમની નોકરી હતી. ભારતમાં અંગ્રેજોના આગમન પહેલા અસ્પૃશ્યોનું જીવન નરક જેવું હતું, અસ્પૃશ્યતા ચરમસીમાએ હતી. અસ્પૃશ્યોનો પડછાયો ઉચ્ચ જ્ઞાતિઓ પર ન પડે તે માટે તેઓએ દૂર દૂર સુધી મુસાફરી કરવી પડી. થૂંકવાથી રસ્તો દૂષિત થઈ જશે, તેથી માટલાને ગળામાં લટકાવવો પડ્યો.

અસ્પૃશ્યોને તેમની ઓળખ સાબિત કરવા માટે તેમના કાંડા પર કાળો દોરો બાંધવો પડતો હતો.

જ્યારે અંગ્રેજોએ આ દેશની ધરતી પર પગ મૂક્યો ત્યારે તેમને આ રાજ્યના અસ્પૃશ્યોને માથું ઉંચુ રાખીને જોવાનો મોકો મળ્યો. તકનો લાભ લઈને આ પ્રદેશના લોકોએ પોતાની બહાદુરી, કુનેહ અને બુદ્ધિમત્તા પુરવાર કરી. જો કોઈને આનો પુરાવો જોઈતો હોય તો તેણે સેનાના રજિસ્ટર વાંચવા જોઈએ. અસ્પૃશ્ય વર્ગમાંથી ઘણા સુબેદાર, જમાદાર અને હવાલદાર આ રાજ્યમાંથી આવ્યા હતા. ઘણા સામાન્ય શાળાઓમાંથી પાસ આઉટ થઈને મુખ્ય શિક્ષક બન્યા. ઘણાએ એકાઉન્ટ ક્લાર્ક, ક્વાર્ટર માસ્ટર અને ક્લાર્ક બનીને તેમની જવાબદારી સાબિત કરી. જો હું આમ કહેવાનું ચાલુ રાખું તો મારું ભાષણ જરૂર કરતાં વધુ લાંબુ થઈ જશે. મેં તમને જે પણ કહ્યું છે, તેને હમણાં પૂરતું ગણો.

અસ્પૃશ્ય વર્ગ જે એક સમયે માત્ર સમાજનો સેવક ગણાતો હતો તે સૈન્યમાં સેવા આપીને સશક્ત બન્યો અને બાકીના સમાજ પર પોતાનું વર્ચસ્વ સ્થાપ્યું. એમાં કોઈ શંકા નથી કે સૈન્ય સેવાના પરિણામે હિંદુ સામાજિક માળખામાં અભૂતપૂર્વ ક્રાંતિ થઈ. મહાર અને ચમાર જેને ગામડામાં મરાઠાઓએ હાથ પણ લગાડ્યો ન હતો, અસ્પૃશ્યો જેને રામ-રામ કહેતા નહોતા કે તેમની પૂજા કરતા નહોતા, મરાઠાઓ તેને અપમાન માનતા હતા; એ જ મરાઠાઓએ હવાલદાર મહાર અથવા સુબેદાર ચમારને પ્રણામ કર્યા. જો તેણે 'કેમ એય..?' કહ્યું હોત તો પણ કોઈની આંખો ઉંચી કરવાની હિંમત ન થઈ હોત.

દેશના અન્ય રાજ્યોમાં અસ્પૃશ્ય વર્ગને આટલા મોટા અધિકારો નહોતા મળી શક્યા, પરંતુ આ રાજ્યના અસ્પૃશ્યોએ તેમનો દરજ્જો વધાર્યો. આટલું જ નહીં, તેમણે શિક્ષણ ક્ષેત્રે અદ્દભૂત પ્રગતિ કરી.

અસ્પૃશ્ય સમાજમાં ૧૦ ટકા લોકો સાક્ષર હતા, એટલું જ નહીં, 50 ટકા લોકો ઉચ્ચ શિક્ષિત હતા. નોંધનીય છે કે શિક્ષણ માત્ર પુરુષોમાં જ નહીં પરંતુ સ્ત્રીઓમાં પણ ફેલાયું હતું. કેટલીક સ્ત્રીઓએ શિક્ષણમાં એટલી નિપુણતા મેળવી લીધી હતી કે તેઓ સભાઓમાં પુરાણો (ધાર્મિક ગ્રંથો) પર ખૂબ વિદ્વતાથી ભાષ્ય કરતી હતી. તેમણે શિક્ષણ ક્ષેત્રે કરેલી પ્રગતિનો શ્રેય તેમને લશ્કરમાં મળેલી નોકરીને જાય છે.

જે લોકો આટલી પ્રગતિ કરી ચૂક્યા હતા તેઓ આજે કેમ ઘટી રહ્યા છે? જો ઉપરછલ્લી રીતે જોવામાં આવે તો આ વિસ્તારમાં અસ્પૃશ્યોની સ્થિતિ અત્યંત ગંભીર બની ગઈ છે. આવી ગરીબી, નિરક્ષરતા અને મૂર્ખતા અન્ય રાજ્યોના અસ્પૃશ્યોમાં જોવા મળતી નથી. આ રાજ્યના અસ્પૃશ્યો આવા કેવી રીતે બન્યા? આ એક ઊંડો પ્રશ્ન છે. એક જ જવાબ આપવામાં આવ્યો છે કે આ દુર્ઘટના એટલા માટે થઈ છે કારણ કે બ્રિટિશ સરકારે અસ્પૃશ્યોની લશ્કરમાં ભરતી પર પ્રતિબંધ મૂક્યો હતો. આ નિવેદનમાં ઘણું સત્ય છે, તેમાં કોઈ શંકા નથી.

રાજકીય, નૈતિક અથવા આર્થિક દૃષ્ટિકોણથી કોઈપણ વ્યક્તિને સરકારી નોકરી પર પ્રતિબંધ મૂકવો અન્યાયી છે. અસ્પૃશ્ય સમુદાયના લોકોને સૈન્યની નોકરીઓથી બાકાત રાખવા એ માત્ર પક્ષપાતનું પ્રતીક નથી, પરંતુ તે વિશ્વાસઘાત અને દેશદ્રોહનું પણ પ્રતીક છે, એમ કહેવામાં આવશે.

અસ્પૃશ્યોની મદદ વિના અંગ્રેજ સરકાર આ દેશમાં પ્રવેશી પણ શકતી ન હતી. ઈતિહાસકારો અંગ્રેજો દ્વારા મરાઠા સામ્રાજ્યનો કેવી રીતે નાશ થયો તેના ઘણા કારણો આપે છે. કેટલાક કહે છે કે, મરાઠા સામ્રાજ્યમાં જાતિ ભેદભાવ વધુ વધ્યો હતો. કોઈ કહે, મરાઠાઓ અંદરોઅંદર લડતા હતા. પરંતુ આ સાચું નથી. મારા મતે જો મરાઠાઓ જ્ઞાતિના મતભેદો અને

આંતરકલહને કારણે નબળા પડી ગયા હોત તો શું અંગ્રેજો એટલા સક્ષમ હતા? સત્ય તો એ છે કે જે સમયે અંગ્રેજોએ દેશ પર પોતાનું વર્ચસ્વ જમાવ્યું હતું તે સમયે નેપોલિયને ઈંગ્લેન્ડને ચોંકાવી દીધું હતું. પરિસ્થિતિ એટલી ગંભીર બની ગઈ હતી કે બ્રિટિશ સરકારે ભારત પર શાસન કરતી ઈસ્ટ ઈન્ડિયા કંપનીને નાણાકીય સહાય આપવાની સ્થિતિમાં ન હતા; તેનાથી વિપરીત, બ્રિટિશ સરકારે નેપોલિયનની ચુંગાલમાંથી પોતાને મુક્ત કરવા ઈસ્ટ ઈન્ડિયા કંપની પાસેથી આર્થિક અને લશ્કરી મદદ માંગી હતી.

ભારતમાં અંગ્રેજોની આટલી નબળી સ્થિતિ હોવા છતાં, તેઓએ આ દેશ પર પોતાનું વર્ચસ્વ કેવી રીતે સ્થાપિત કર્યું? આનો જવાબ એ ન હોઈ શકે કે મરાઠાઓ પરસ્પર વિખવાદના શિકાર હતા. મારા મતે વાસ્તવિક જવાબ કંઈક બીજો છે. જો અંગ્રેજોએ આ સૈન્ય તૈયાર ન કર્યું હોત તો તેમને આ દેશ પર શાસન કરવાની તક ક્યારેય ન મળી હોત. તેથી, હું દયાળુ અને ન્યાયી બ્રિટિશ સરકારને વિનંતી કરું છું કે તેઓ પોતાને પ્રશ્ન પૂછે કે તેઓએ તે સમયે તેમની સેનાનો જૂનો રેકોર્ડ જોવો જોઈએ. ત્યારે તેમને ખબર પડશે કે તે સમયે સેનામાં અસ્પૃશ્યોની જ ભરતી થતી હતી. આ સિવાય સેનામાં બીજું કોઈ નહોતું. આના પરથી સ્પષ્ટ થાય છે કે જો અસ્પૃશ્યોની શક્તિ અંગ્રેજોની પાછળ ન હોત તો તેઓ ક્યારેય આ દેશના શાસક ન બની શક્યા હોત.

અંગ્રેજો કેટલા તકવાદી છે તેનું બીજું ઉદાહરણ આપી શકાય. 1914માં પ્રથમ વિશ્વયુદ્ધ શરૂ થયું ત્યારે બ્રિટિશ સરકારે અમને યાદ કર્યા. આપણા અસ્પૃશ્ય ભાઈઓમાં સેનામાં જોડાવા માટે ભારે ઉત્સાહ છે. સરકારને સેનામાં ભરતી માટે એક પ્લાટૂનની જરૂર હતી, પરંતુ અહીં બે પ્લાટુનના લોકો સ્વેચ્છાએ તૈયાર થઈ ગયા. સરકારે અસ્પૃશ્યો પર લાદવામાં આવેલ લશ્કરી

ભરતી પરનો પ્રતિબંધ ઉઠાવી લીધો, જેનો બધાએ આનંદ માણ્યો. આ રાજ્યના અસ્પૃશ્યોને લાગવા માંડ્યું હતું કે સારા દિવસો ફરી આવવાના છે, પરંતુ યુદ્ધ સમાપ્ત થયું, પ્લાટુનને કરકસરના નામે ફરીથી બરતરફ કરવામાં આવી. સરકારના આ તુઘલકી વર્તનને શું કહી શકાય?

સજ્જનો, મારો મત છે કે આપણે સરકાર પ્રત્યે મૈત્રીપૂર્ણ રહીએ છીએ, શું તે એટલા માટે કે સરકાર આપણી અવગણના કરે? સરકારે આપણને જે આપ્યું છે તે આપણે લઈએ છીએ; સરકારે જે કહ્યું છે તે કરીએ છીએ; તેમણે કહ્યું છે તેમ બનીએ છીએ; આપણો સ્વભાવ ગુલામો જેવો થઈ ગયો છે. સરકાર દ્વારા આપણી ઉપેક્ષાનું આ મુખ્ય કારણ છે. આપણી સાથે થયેલા અન્યાયને આપણે ચૂપચાપ સહન કરીએ છીએ, પણ બદલો લેવા માટે હાથ ઉપાડતા નથી. આકાશ આપણી ઉપર પડે, તો આપણે તેને ભાગ્ય તરીકે સ્વીકારીશું અને તેને શાંતિથી સહન કરીશું. આપણે આ વૃત્તિને જેટલી જલ્દી છોડી દઈશું એટલું આપણા હિતમાં હશે. તેથી હું તમને શક્ય તેટલી વહેલી તકે કહેવા માંગુ છું કે જો શક્ય હોય તો, આપણે લશ્કરી ભરતી ખોલવાનો પ્રયાસ ચાલુ રાખવો જોઈએ.

પરંતુ હું તમારી સમક્ષ એક પ્રશ્ન મૂકવા માંગુ છું. સેનામાં ભરતી શરૂ થતાં જ શું આપણી બધી સમસ્યાઓ આપોઆપ સમાપ્ત થઈ જશે? ખરેખર આપણા ઘણા લોકો વિચારે છે

અમારું માનવું છે કે એકવાર સેનામાં ભરતી શરૂ થઈ જાય પછી અમારી પાસે કરવાનું કંઈ બાકી રહેતું નથી. મને લાગે છે કે આ સાચું નથી. તે ચોક્કસ છે કે તમામ લોકોને સેનામાં ભરતી કરવી અશક્ય છે. જ્યારે અન્ય વર્ગના લોકો સેનામાં જોડાવા માટે બિલકુલ તૈયાર ન હતા ત્યારે આપણા લોકો માટે ઘણી તકો હતી, પરંતુ આજે પરિસ્થિતિ એવી નથી. હવે આપણને પણ એ જ મળશે જે બીજાને મળશે. હવે આનાથી

વધુ અપેક્ષા રાખવી અર્થહીન છે. આપણે ખરેખર વિચારવું જોઈએ કે સેના સિવાય આપણી પ્રગતિ માટે બીજું શું કરી શકાય.

અસ્પૃશ્ય સમાજમાં બહુ ઓછા લોકો વેપાર કરે છે. મોચી પહેલા ધંધો કરતા હતા, પરંતુ હવે તે ધંધો પણ છોડી રહ્યા છે. જો જોવામાં આવે તો આપણામાંના મોટા ભાગના લોકો ઉદ્યોગ અને વ્યવસાય વગરના છે. આ દેશમાં કોઈ એક ધંધા પર કોઈ ચોક્કસ જાતિનો ઈજારો છે. જો આપણે કહીએ કે તમે એ ધંધો કરો છો તો એમ કહેવાનો અર્થ નથી. જે લોકો કંઈક કરવા માંગે છે તેઓએ એવો વ્યવસાય પસંદ કરવો જોઈએ જે તમામ જાતિઓ માટે ખુલ્લો હોય. મને બે જ વ્યવસાય દેખાય છે, એક નોકરી અને બીજી ખેતી.

ઉચ્ચ જાતિના લોકોને અસ્પૃશ્યોએ નોકરી કરવી જોઈએ તેવું શિક્ષણ પસંદ નથી. હું આ ખૂબ સારી રીતે જાણું છું: તેઓને લાગે છે કે અસ્પૃશ્યોએ સુથાર, લુહાર વગેરે તરીકે કામ કરવું જોઈએ પરંતુ તેઓએ કોઈ સારું કામ ન કરવું જોઈએ. તેમની સલાહ આપણા માટે ફાયદાકારક નથી. હું તમને આ સ્પષ્ટ શબ્દોમાં કહેવા માંગુ છું. હું માનું છું કે અસ્પૃશ્ય સમાજની સુધારણા માટે બે બાબતો ખૂબ જ મહત્વપૂર્ણ છે. સૌથી પહેલા તો મન પર કબજો જમાવતા ખરાબ વિચારોથી છુટકારો મેળવવો ખૂબ જ જરૂરી છે. જ્યાં સુધી વિચાર, વાણી અને આચારમાં શુદ્ધતા નહીં હોય ત્યાં સુધી અસ્પૃશ્ય સમાજમાં જાગૃતિ અને પ્રગતિના બીજ રોપવામાં આવશે નહીં. વર્તમાન પરિસ્થિતિમાં આપણા પથ્થરના મન પર નવો છોડ ઉગાડવો મુશ્કેલ છે. સંસ્કારી બનવા માટે નોકરીની જરૂર છે. અસ્પૃશ્યોએ નોકરી કરવી જોઈએ તેનું બીજું કારણ છે. સરકાર જે વિચારે, તે મુજબ અમલ કરવામાં આવશે, પરંતુ એ ન ભૂલવું જોઈએ કે સરકાર જે પણ કરવા માંગે છે, તે તેના કર્મચારીઓ

દ્વારા જ કરવામાં આવશે. સરકારનો અભિપ્રાય એટલે તેના કર્મચારીઓનો અભિપ્રાય. આનાથી એટલું સ્પષ્ટ થાય છે કે જો આપણે સરકાર પાસેથી આપણા લાભો મેળવવા માંગતા હોય, તો આપણે નોકરી મેળવવી પડશે. બીજું, આજે આપણે જે ઉપેક્ષાનો સામનો કરી રહ્યા છીએ તે હંમેશા એવી જ રહેશે.

જો આપણે આપણું કલ્યાણ સુધારવું હોય તો અસ્પૃશ્ય સમુદાયને વધુમાં વધુ સરકારી નોકરીઓ મળવી જોઈએ. આ નોકરીઓ દ્વારા જ આપણી પ્રગતિ શક્ય બનશે. આનું મહત્વ

આ વાત મુસ્લિમ અને મરાઠા સમુદાય સારી રીતે સમજી ચૂકી છે અને આ દિશામાં તેમના પ્રયાસો ચાલુ છે. આપણે પણ સમયસર જાગવું જોઈએ અને બને તેટલી વધુ નોકરીઓ મેળવવાનો પ્રયાસ કરવો જોઈએ. બ્રાહ્મણો આની નિંદા કરે છે અને કહે છે કે સરકારી નોકરીઓ નકામી છે, પરંતુ તેમના નિવેદનમાં કોઈ સત્ય નથી. આ રાજ્યમાં સરકારી નોકરીઓનો અધિકાર બ્રાહ્મણોના હાથમાં છે. જો આવું ન થયું હોત તો અહીંના બ્રાહ્મણો અન્ય રાજ્યોની જેમ રસોઈયા બની ગયા હોત. જો અહીં બ્રાહ્મણોની સર્વોપરિતા પુરાણો પર આધારિત હોત તો તે ઘણા સમય પહેલા તૂટી ગઈ હોત, પરંતુ તેમને સરકારી નોકરીઓ મળી છે, તેથી તેમનો આધાર મજબૂત છે. બ્રાહ્મણોએ સરકારી નોકરીની ઈચ્છા છોડી નથી, ઉલટું, તેઓ તેની સાથે ખૂબ જોડાયેલા છે. માટે તમે લોકો બ્રાહ્મણોના ખોટા અને અપ્રમાણિત નિવેદનોની જાળમાં ન પડો.

સજ્જનો, આ સમયે મને એક દુઃખદ હકીકત યાદ આવે છે. મેં પહેલેથી જ કહ્યું છે કે એક સમયે આ વિસ્તાર સેનાના સેનાપતિઓથી ભરેલો હતો. આ લોકોએ ઘણી સારી વાતો કરી, પણ એક કામ ન કરી શક્યા. જો તેણે એ કામ કર્યું હોત તો આજે તે કામમાં આવ્યું હોત. ખાસ વાત એ છે કે તેણે પોતાના બાળકોને ભણાવ્યા ન હતા. આ લોકો ગરીબ ન

હતા. તે દિવસોમાં તેને સારું પેન્શન મળતું હતું. જો તે સમયે તેમના મનમાં શિક્ષણનો વિચાર આવ્યો હોત તો તેઓ તેમના બાળકોને B.Sc. બી.એ., એમ.એ. ગમે ત્યાં સુધી ભણાવી શક્યા હોત તો પરિણામ શું આવ્યું હોત? તમે આ વિશે પણ વિચારી શકો છો. આ શિક્ષિત બાળકો આજે તહસીલદાર, કલેક્ટર અને મેજિસ્ટ્રેટ બન્યા હોત અને આ અસ્પૃશ્ય સમાજ આ ખાડામાં ન પડ્યા હોત. આપણે તેમના આશ્રય હેઠળ વિકાસ કર્યો હોત. પરંતુ તેમ ન થવાના કારણે આજે આપણે તડકામાં સુકાઈને કાંટા બની રહ્યા છીએ.

હું દૃઢપણે માનું છું કે આવા પ્રયત્નો વિના આપણો વિકાસ શક્ય નથી. સરકારી નોકરી મળવાથી જ આપણો વિકાસ શક્ય બનશે. તેથી, હું તમને બધાને જાણ કરું છું કે તમે તમારા બાળકોને ઉચ્ચ શિક્ષણ આપો. એક છોકરાના બી.એ.ના કારણે અસ્પૃશ્ય સમુદાયને જે સમર્થન મળશે તે ચોથા ધોરણમાં પાસ થયેલા 1000 છોકરાઓ જેટલું પણ નહીં હોય.

હું ક્યારેય એમ નહીં કહું કે પ્રાથમિક શિક્ષણની ઉપેક્ષા થવી જોઈએ. હું કહું છું કે જે બાળકો ઉચ્ચ શિક્ષણ મેળવે છે તેઓએ વહેલી તકે ઉચ્ચ નોકરીમાં પ્રવેશ મેળવવો જોઈએ, તેથી આ વિસ્તારમાં આપણા છોકરાઓ માટે હોસ્ટેલ હોવી ખૂબ જ જરૂરી છે. હું થાણે અને કોલાબા જિલ્લાના વિદ્યાર્થીઓની સુવિધા માટે પનવેલમાં છાત્રાલય શરૂ કરવા માગું છું. હું ઈચ્છું છું કે તમે બધા આ કાર્યમાં આર્થિક સહયોગ કરશો.

મેં તમને જે બીજો વ્યવસાય સૂચવ્યો છે તે ખેતી છે. આ વ્યવસાય સૂચવવાનો મારો મતલબ એ છે કે આપણા અસ્પૃશ્ય સમુદાયે સ્વતંત્ર રીતે પોતાનું જીવનનિર્વાહ કરવું જોઈએ. આજના અસ્પૃશ્ય સમાજમાં હાજર તમામ જ્ઞાતિઓમાં મહાર જ્ઞાતિની હાલત ભિખારી જેવી છે. મને આ કહેવામાં કોઈ

સંકોચ નથી. આ જ્ઞાતિએ દરરોજ ઘરે-ઘરે ભીખ માંગવાની, વાસી ખોરાક ખાવાની અને તેના પર જીવવાની આદત વિકસાવી છે. જેના કારણે ગામમાં જ્ઞાતિ પ્રત્યે સન્માન નથી. આ પ્રથાના પરિણામે તેમનું સ્વાભિમાન નષ્ટ થયું છે. કંઈપણ કહો, તેને પગરખાં પાસે બેસવા દો, પણ તેને રોટલીના ટુકડા આપો" આ જાતિનો ટ્રેન્ડ બની ગયો છે.

આ પ્રથાને કારણે આ જાતિ માટે સ્વતંત્ર રીતે પોતાની પ્રગતિના સ્ત્રોત શોધવા મુશ્કેલ છે. જો તેઓ આજે મંદિરમાં પ્રવેશવાની કોશિશ કરશે તો તેમને ગામમાંથી વાસી રોટલી મળવાનું પણ બંધ થઈ જશે, તેથી મામૂલી અને વાસી રોટલી માટે કોઈની માનવતા વેચવી એ ખૂબ જ શરમજનક બાબત છે. શું બ્રેડનો ટુકડો માંગવા કરતાં ખેતી કરવી વધુ મુશ્કેલ છે? અસ્પૃશ્યો માટે ખેતીની જમીન ખરીદવી મુશ્કેલ હોઈ શકે છે, પરંતુ વન વિભાગ પાસે ઘણી પડતર જમીન છે. જો અસ્પૃશ્યો તે જમીનની માંગણી કરશે તો તેમને જમીન મેળવવામાં મુશ્કેલી નહીં પડે.

પણ આ બધું કેવી રીતે શક્ય બનશે? હું માનું છું કે જ્યાં સુધી આપણને ખાવા માટે રોટલી મળતી રહેશે ત્યાં સુધી આપણી સ્થિતિ એવી જ રહેશે, જ્યાં સુધી જૂનો રસ્તો ચાલુ રહેશે ત્યાં સુધી કોઈ નવા માર્ગ પર નહીં જાય. જૂના માર્ગને કારણે આજે આપણે માનવતાથી દૂર થઈ ગયા છીએ. ક્યાં સુધી આવું ચાલતું રહેશે? તમારે આ વિશે ચોક્કસપણે વિચારવું જોઈએ.

સજ્જનો, નવા સુધારાઓ હાથ ધરતી વખતે જૂના વંશને બોલાવવામાં આવે છે. નવી વસ્તુ સારી હોય તો જૂની વાત ગમે તેટલી ખરાબ હોય તેના વખાણ કરવા યોગ્ય છે? આનો અર્થ એ થયો કે પૂર્વજોએ અજ્ઞાનતામાં કોઈ પરંપરા સ્થાપી હોય તો તેમના વંશજો ક્યાં સુધી એ ખોટી પરંપરા જાળવી

રાખશે? જૂનું હંમેશા સોનું હોય છે, આ કથનને વળગી રહેવાથી કોઈ નવો સુધારો નહીં આવે.

શું દરેક મા-બાપ એવું નથી ઈચ્છતા કે તેમના બાળકો તેમના કરતા વધુ સારા બને? જો મા-બાપની આ ઈચ્છા ન હોય તો આવા મા-બાપ અને પશુ-પક્ષીની જોડીમાં શું ફરક છે? હું જે કહું છું તેના પર તમારે ધ્યાન આપવું જોઈએ, તમારા માટે નહીં, પરંતુ તમારા બાળકો માટે. આજે આપણને જે રોટલી મળી રહી છે તે પર્યાપ્ત છે, વધુ ચિંતા શા માટે? અડધી રોટલી છોડીને આખી પાછળ કોણ દોડશે? તમે લોકો આવો પ્રશ્ન ચોક્કસ પૂછશો. પરંતુ હું તમને ચેતવણી આપવા માંગુ છું કે જો તમે મારા બતાવેલા માર્ગ પર નહીં ચાલશો તો તમને આજની વાસી રોટલી પણ મળી શકશે નહીં.

મેં તમારી સામે જ કહ્યું છે, એવું નથી. મને જ્યાં પણ બોલવાની તક મળી છે, મેં ત્યાં જ આ વિચારો વ્યક્ત કર્યા છે. મહત્વની વાત એ છે કે તમે બધા જગાડવાનું કામ ઉત્સાહથી કરો.

જ્યારથી આ રાજ્યના લોકોની સેનામાં ભરતી બંધ કરવામાં આવી છે ત્યારથી આ રાજ્યના લોકો જાણે મૃત્યુ પામ્યા છે. તમામ પ્રવૃત્તિઓ ઠપ થઈ ગઈ છે. લાંબા અંતરાલ બાદ આ પરિષદનું આયોજન કરવામાં આવ્યું છે. જાગૃતિની જ્યોત ક્યારેય બુઝવી ન જોઈએ. આ કામ માટે કેટલાક સ્થાનિક નેતાઓની જરૂર પડશે. માર્ગદર્શન વિના કોઈપણ કાર્ય મુશ્કેલ જણાય. અહીંના તમામ પેન્શનરોએ આ તરફ ધ્યાન આપવું જોઈએ, તે તેમની ફરજ છે. સામાજિક ઉત્થાન અને આત્મ-ઉન્નતિના આ મહાન કાર્યનું તેઓ નેતૃત્વ કરશે એવી આશા વ્યક્ત કરીને હું મારું વક્તવ્ય સમાપ્ત કરું છું.

22.

મહાડ સત્યાગ્રહ પરિષદ

25, 26, 27 ડિસેમ્બર, 1927ના રોજ મહાડમાં કાઉન્સિલ યોજાઈ હતી. કાઉન્સિલ માટેની પૂર્વ તૈયારી અનંત વિનાયક ચિત્રે દ્વારા કરવામાં આવી હતી. તેઓ મહાડ સત્યાગ્રહના મુખ્ય નેતા હતા. આ પરિષદની સફળતાનો શ્રેય ચિત્રેને જાય છે. આ કાર્યક્રમ માટે તેઓ પંદર દિવસ અગાઉ જ મહાડ પહોંચી ગયા હતા. કેટલાક યુવાનો સિવાય મહાડના તમામ ઉચ્ચ જાતિના લોકો આ સત્યાગ્રહની વિરુદ્ધ હતા. તેઓએ એવું કાવતરું ઘડ્યું હતું કે કાઉન્સિલના સભ્યોને કોઈપણ પ્રકારની સામગ્રી મળી શકશે નહીં અને કાઉન્સિલની કામગીરી ખોરવાઈ જશે.

આવી સ્થિતિમાં પરિષદના આયોજકોએ કાયસ્થ જ્ઞાતિના કેટલાક યુવાનોની મદદથી પરિષદને સફળ બનાવવાનો સંકલ્પ કર્યો હતો. તેમને શાંતારામ પોટનિસ, કેશવરાવ દેશપાંડે, વામનરાવ પાટકી, કમલાકર ટીપનીસ વગેરે જેવા લોકો પાસેથી ઘણી મદદ મળી. આમાં વામનરાવ પટકીને સંપૂર્ણ સહયોગ મળ્યો. જો તેમની મદદ ન હોત તો કાઉન્સિલ જરૂરી સામગ્રી મેળવી શકી ન હોત. મહાડની પ્રતિકૂળ સ્થિતિને કારણે દરેક ચીજવસ્તુઓ ખરીદવી પડતી હતી, જે કાઉન્સિલને મોંઘી પડી હતી. આવી સ્થિતિમાં પણ ચિત્રે અને

પટકીએ કાઉન્સિલમાં ઉત્તમ વ્યવસ્થા કરી હતી, જેના માટે તેઓ આભારને પાત્ર છે.

તેમને ટેકો આપવા પુણેથી સુબેદાર ઘાટગે, થોરાત અને ભાંગરથી ભાંગરકર જમાદાર 24 ડિસેમ્બરે મહાડ આવ્યા. ઉપસ્થિત પ્રતિનિધિઓને શિસ્તમાં રાખવા અને વિશાળ મેળાવડાના ભોજનની સારી વ્યવસ્થા કરવાની જવાબદારી સુબેદાર ઘાટગેને સોંપવામાં આવી હતી. બીજી તરફ મહાડના ઉચ્ચ જ્ઞાતિના લોકોએ અસ્પૃશ્યોને ચાવદર તળાવમાં જતા રોકવા માટે ડો.આંબેડકર અને ચાર અસ્પૃશ્યો સામે કોર્ટમાં કેસ કર્યો હતો. જો કે, બેઠકના મહત્વને ધ્યાનમાં રાખીને, કલેક્ટર, પોલીસ અધિક્ષક અને અન્ય અધિકારીઓ 19 ડિસેમ્બરથી મહાડ પહોંચી ગયા હતા.

ડૉ. આંબેડકર 24 ડિસેમ્બરે સવારે 9 વાગ્યે પદ્માવતી બોટમાં લગભગ 250 લોકો સાથે બોમ્બેથી નીકળ્યા હતા. તેમની સાથે શિવતરકર, ધોંડી ગાયકવાડ, કાંબલે, ગંગાવાને, વનમાલી, પુણેના રાજભોજ, નાસિકના ભાખરાવ ગાયકવાડ વગેરે હતા. એ જ રીતે, સમાજ સેવા લીગના સહસ્ત્રબુદ્ધે અને સમતા સંઘના પ્રધાન બંધુ ઉચ્ચ જાતિના ગૃહસ્થોમાં હતા. 'બ્રાહ્મણ-બ્રહ્મનેતર'ના તંત્રી દેવરાવ નાઈક નાદુરસ્ત તબિયતને કારણે આવી શક્યા ન હતા. આ બોટ સાંજે 5.30 કલાકે હરેશ્વર બંદરે પહોંચી હતી. સત્યાગ્રહીઓના સ્વાગત માટે જનતા પહેલેથી જ ફૂલોની વર્ષા કરી રહી હતી.

ડૉ. આંબેડકરે ધરમતરને બદલે દાસગાંવ થઈને મહાડ જવાનું નક્કી કર્યું હતું. કોલમંડના લોકોને આ વાતની જાણ થઈ, તેથી તેમણે બોમ્બેથી આવતા સત્યાગ્રહીઓના સ્વાગત માટે એક સમિતિ બનાવી. પાંડુરંગ માંડલેકર સ્વાગત સમિતિના અધ્યક્ષ હતા. ગામના લોકોએ ઉત્તમ વ્યવસ્થા કરી હતી. સત્યાગ્રહીઓએ ત્યાં આરામથી રાત વિતાવી.

બીજા દિવસે આઠ વાગે નાસ્તો કર્યા પછી આંબેડકર હોડીમાં સત્યાગ્રહ સ્થળ દાસગાંવ જવા રવાના થયા. હોડી 12.30 વાગ્યે દાસગાંવ પહોંચી. દાસગાંવથી મહાડ પાંચ માઈલ દૂર હતું. લગભગ ત્રણ હજાર સત્યાગ્રહીઓ ડૉ. આંબેડકરની મહાડ જવાની રાહ જોઈ રહ્યા હતા.

કોલાબા જિલ્લા પોલીસ અધિક્ષક શ્રી ફરાંત, પોલીસ નિરીક્ષક, ફોજદાર વગેરે પોલીસ અધિકારીઓ પહેલેથી જ હાજર હતા. પોલીસ અધિક્ષકે ડૉ. આંબેડકર સાથે ચર્ચા કરી અને તેમને કલેક્ટર શ્રી હુડનો પત્ર આપ્યો. આ પછી ડૉ. આંબેડકર અને સહસ્રબુદ્ધે શ્રી ફરાન્તની મોટરમાં મહાડ પહોંચ્યા. દાસગાંવ છોડતા પહેલા ડૉ. આંબેડકરે તમામ સત્યાગ્રહીઓને શિસ્ત અને શાંતિ સાથે મહાડ આવવાની સૂચના આપી.

સીતારામ નામદેવ શિવતરકર અને પ્રધાન ભાઈઓએ ઉપસ્થિત સત્યાગ્રહીઓને ડો.આંબેડકરના શબ્દો યાદ કરાવ્યા હતા. સત્યાગ્રહીઓ હરોળમાં પગપાળા નીકળ્યા. 'હર હર મહાદેવ' અને 'મહાડ સત્યાગ્રહની જીત'ના નારા લાગ્યા. શોભાયાત્રામાં ધ્વજ હતા અને કેટલાક લોકોએ પ્રેરક શબ્દો સાથેના પ્લેકાર્ડ પકડ્યા હતા. બહિષ્કૃત લોકો હિતકારિણી સભાના સ્વયંસેવક જૂથની બેન્ડ સાથે કૂચ કરી રહ્યા હતા. સત્યાગ્રહના ગીતો ગાતા, 7-8 હજારનું આ સત્યાગ્રહી જૂથ વિશાળ એસેમ્બલી હોલમાં પહોંચ્યું, જે વેલા અને તોરણોથી સુશોભિત હતું.

બોમ્બે સત્યાગ્રહીઓ સમયસર મહાડ ન પહોંચવાના કારણે પરિષદનો કાર્યક્રમ બદલવો પડ્યો. તેથી, કાઉન્સિલનો કાર્યક્રમ સાંજે 4 વાગ્યે શરૂ થયો. સૌ પ્રથમ બાળકોએ ભગવાનનું પૂજન કર્યું હતું. જે બાદ સત્યાગ્રહ સમિતિના સચિવ સી.એન. શિવતરકરને શ્રીધર બળવંત તિલક અને ડૉ. પુરુષોત્તમ સોલંકી અને અન્યોના તાર મળ્યા.

મહાનુભાવોના પત્રો (સત્યાગ્રહ પરિષદની સફળતા માટે સહાનુભૂતિના પત્રો) વાંચ્યા. બાદમાં, તાળીઓના ગડગડાટ વચ્ચે, સત્યાગ્રહ સમિતિના અધ્યક્ષે તેમનું ભાષણ વાંચ્યું -

સજ્જનો,

તમે સત્યાગ્રહ સમિતિના આમંત્રણને માન આપીને અહીં આવ્યા છો, તેથી સત્યાગ્રહ સમિતિના પ્રમુખ તરીકે હું તમારું સ્વાગત કરું છું.

અહીં હાજર રહેલા મોટાભાગના મિત્રોને યાદ હશે કે 19 માર્ચે અમે બધા સાથે ચાવદર તળાવમાં ગયા હતા. મહાડના ચાવદર તળાવમાં ઉચ્ચ જાતિના લોકોએ અમારો વિરોધ કર્યો ન હતો, પરંતુ બાદમાં અમારા પર હુમલો કર્યો હતો. તે સ્પષ્ટ છે કે તેઓ અમારા કામનો વિરોધ કરે છે. આ લડતનું પરિણામ એ આવ્યું કે અસ્પૃશ્યોને ચાર-ચાર મહિના જેલમાં રાખવામાં આવ્યા અને તેઓ આજે જેલમાં છે. જો અમે 19 અને 27 માર્ચે વિરોધ ન કર્યો હોત તો ખબર પડી ગઈ હોત કે તળાવમાં પાણી ભરવાનો અમારો હક્ક ઉચ્ચ જ્ઞાતિઓ સ્વીકારે છે અને આજે અમારે આ કાર્યક્રમ યોજવો ન પડત.

પરંતુ દુઃખ સાથે કહેવું પડે છે કે આવું કંઈ થઈ શક્યું નથી. મહાડના ઉચ્ચ જાતિના લોકો એટલા હોશિયાર છે કે તેઓ પોતે પણ તળાવમાંથી પાણી લઈ જાય છે અને અન્ય ધર્મના લોકોને પણ પાણી ભરવા દે છે. પરિણામે મુસ્લિમ ધર્મના લોકો તળાવમાંથી પાણી લાવે છે. માણસો તો છોડો, તેઓ પ્રાણીઓ અને પક્ષીઓને પણ પાણી પીવાથી રોકતા નથી. એટલું જ નહીં, અસ્પૃશ્યો દ્વારા પાળવામાં આવતા પ્રાણીઓને પણ તળાવનું પાણી પીવા દેવામાં આવે છે.

ઉચ્ચ જાતિના હિંદુઓ દયાળુ છે. તેઓ ક્યારેય કોઈની સાથે હિંસા કરતા નથી કે કોઈને છેતરતા નથી. ઉચ્ચ વર્ગ કંજુસ અને સ્વાર્થી નથી. અસંખ્ય ઋષિ-મુનિઓ તેમની

દાનવીરતાનો આબેહૂબ પુરાવો છે. તેઓ દાનને પુણ્ય અને દુ:ખને પાપ માને છે.

એટલું જ નહીં, બીજાના દુ:ખને પોતાનું માનવું એ તેમનો સ્વભાવ છે. તેઓ નિર્દોષ પ્રાણી સાથે ગાયની જેમ દયાળુ વર્તન કરે છે. તેઓ સાપ જેવા અવિચારી પ્રાણીઓનું પણ રક્ષણ કરે છે, તેથી દરેકમાં એક જ આત્માનો વાસ હોય છે, એવું તેમનું નૈતિક વર્તન છે. આવા દયાળુ ઉચ્ચ જાતિના લોકો તેમના ધર્મના કેટલાક લોકોને ચાવદરના તળાવમાંથી પાણી લેતા કેમ રોકે છે? તેઓ શા માટે ધરપકડ કરે છે? આ પ્રશ્ન કોઈના પણ મનમાં ઉદ્ભવ્યા વિના રહેશે નહીં.

આ પ્રશ્નનો જવાબ શું છે? દરેક વ્યક્તિ આને સારી રીતે સમજે તે ખૂબ જ મહત્વપૂર્ણ છે. ત્યાં સુધી આજની મીટીંગનું મહત્વ આપણા ધ્યાન પર નહીં આવે. શાસ્ત્રો અનુસાર હિંદુઓમાં ચાર વર્ણો છે, પરંતુ રિવાજ અને પરંપરા અનુસાર પાંચ વર્ણો છે. (બ્રાહ્મણ, ક્ષત્રિય, વૈશ્ય, શુદ્ર અને અતિશુદ્ર). હિંદુ ધર્મનો આ પહેલો નિયમ છે. બીજો નિયમ અક્ષરોની અસમાનતા છે. એક અક્ષર બીજા કરતા હળવો છે, જેમ કે ઉતરતા ક્રમનો છે.

જાતિ પ્રણાલીમાં નિયમો અનુસાર શ્રેણીઓ નક્કી કરવામાં આવી છે. આટલું જ નહીં, તો પછી કોણ કઈ સ્થિતિનું છે? તેથી વર્ણની મર્યાદા નક્કી કરવામાં આવી છે. હિન્દુ ધર્મમાં દીકરી આપવા પર પ્રતિબંધ, રોટલી પર પ્રતિબંધ, લોટા પર પ્રતિબંધ અને ભેટ પર પ્રતિબંધની મર્યાદા નક્કી કરવામાં આવી છે, આ સામાન્ય વિચાર છે, પરંતુ આ વિચાર અધૂરો છે. આ ચાર પ્રકારના બંધનો અથવા વર્તનની મર્યાદા છે, પરંતુ તેઓ અસમાન દરજ્જાના લોકોની સ્થિતિ નક્કી કરવા માટે નિર્ધારિત છે, એટલે કે, બિન-સહવાસની આ સરહદ અસમાનતા દર્શાવે છે.

જેમ મસ્તક પર મુગટ ધારણ કરનારને રાજા કહેવામાં આવે છે, તેવી જ રીતે હાથમાં ધનુષ-બાણ ધારણ કરનારને ક્ષત્રિય કહેવાય છે. તેવી જ રીતે ઉપરોક્ત ચાર બંધનોથી મુક્ત હોય તે શ્રેષ્ઠ ગણાય છે. તેનાથી વિપરીત, જેના પર ચારેય પ્રતિબંધો લાદવામાં આવ્યા છે તેનો અર્થ એ છે કે તે નીચામાં સૌથી નીચો હશે. આ ચતુર્ભુજ જાળવવાની ચરમસીમા એટલા માટે કરવામાં આવે છે કે ધર્મ દ્વારા નિર્ધારિત અસમાનતામાં સમાનતા બિલકુલ સ્થાપિત ન થઈ શકે.

મહાડના ઉચ્ચ જ્ઞાતિના લોકો અસ્પૃશ્યોને ચાવદરના તળાવનું પાણી પીવા દેવા માંગતા નથી. આ એટલા માટે નથી કે જો પાણીને અસ્પૃશ્યો દ્વારા સ્પર્શ કરવામાં આવે તો તે પ્રદૂષિત અથવા બાષ્પીભવન થઈ જશે. અસ્પૃશ્યોને પાણી પીવાથી રોકવાનું એકમાત્ર કારણ એ છે કે તેઓ આપણા માટે સમાન છે તે સ્વીકારવાની તેમની અનિચ્છા, શાસ્ત્રોએ જે જાતિઓને હલકી કક્ષાની ગણાવી છે તેમને તળાવનું પાણી પીવાની છૂટ આપવી નહીં.

સજ્જનો, અમે વિવાદ શરૂ કર્યો છે. તમારે જાણવું જ જોઈએ કે તે વિવાદનો અર્થ શું છે. સત્યાગ્રહ સમિતિએ તમને મહાડ બોલાવ્યા છે. તમારે બધાએ ક્યારેય એવું ન વિચારવું જોઈએ કે તમને મહાડ તળાવનું સ્વાદિષ્ટ પાણી પીવા માટે આમંત્રણ આપવામાં આવ્યું છે.

ચાવદરના તળાવનું પાણી પીને આપણે અમર થઈ જઈએ એવી કોઈ વાત નથી.

ચાવદરના તળાવનું પાણી આપણે આજ સુધી પીધું નથી તો શું આપણે મરી ગયા? અમારે ચાવદરના તળાવમાં માત્ર પાણી પીવા જવાનું નથી, પરંતુ અન્યોની જેમ આપણે પણ માણસ છીએ, તેથી તળાવમાં જવું પડે છે. એટલા માટે અમે સમાનતા સ્થાપિત કરવા માટે આ બેઠક બોલાવી છે, આ બહુ સ્પષ્ટ છે.

જો આપણે આ પરિપ્રેક્ષ્યમાં મીટીંગનો વિચાર કરીએ તો આપણને ખ્યાલ આવશે કે આ મીટીંગ ખુબ જ મહત્વની છે. હું માનું છું કે આ બાબતે કોઈને કોઈ શંકા નહીં હોય. આજનો દિવસ અભૂતપૂર્વ દિવસ છે. હું માનું છું કે ભારતના ઈતિહાસમાં આવું ઉદાહરણ જોવા નહીં મળે.

અમારા કેટલાક ભાઈઓ વિચારે કે અમે અસ્પૃશ્ય છીએ. તો અમારી વચ્ચે બેટીબંધી અને લોટાબંધી ખતમ થઈ ગઈ છે, બસ. અને આપણે સિસ્ટમ માટે કેમ ચિંતિત છીએ? એનું અસ્તિત્વ હોય તો પણ આપણને શું વાંધો છે? પણ મારા મત મુજબ આ વિચાર સાવ ખોટો છે.

વર્ણાશ્રમ પ્રથાને અકબંધ રાખીને અસ્પૃશ્યતાનો અંત લાવવાનો વિચાર અવાસ્તવિક છે. કોઈ મોટું કામ થશે કે નહીં તેની શંકા છે. એવી કોઈ કારણ નથી કે આપણે નાની નાની ઈચ્છાઓ રાખવા માટે શરમ અનુભવવી જોઈએ.

જ્યારે અસ્પૃશ્યતા દૂર થશે, ત્યારે આપણે અતિશુદ્રો કરતાં વધુ શુદ્ધ બનીશું, પરંતુ અતિશુદ્રોમાંથી શુદ્રોમાં બદલાવનો અર્થ અસ્પૃશ્યતાની સંપૂર્ણ નાબૂદી નથી. અસ્પૃશ્યતાને ખતમ કરવાની દરખાસ્ત છે - જો હું જાતિ પ્રથાનો અંત લાવવા, એટલે કે અસ્પૃશ્યતાનો અંત લાવવા જેવી નાની ઈચ્છા સાથે મારું કાર્ય પૂર્ણ કરી શકતો હોત, તો હું તમને જાતિ પ્રથાનો અંત લાવવાનું કહેતો ન હોત. તમે જાણો છો કે સાપને મારવા માટે, તેની પૂંછડી મારવાથી કંઈ થશે નહીં, બલ્કે આપણે તેનું મોં કચડી નાખવું પડશે. દુષ્કર્મનો નાશ કરવા માટે તેના મૂળ પર પ્રહાર કરવો જોઈએ. દુષ્ટ વ્યક્તિ ક્યાંથી મૃત્યુ પામે છે તે ઓળખ્યા પછી જ તમારે તે સ્થાન પર હુમલો કરવો પડશે. ભીમે તેની જાંઘ પર ગદા વડે મારતાં દુર્યોધનનું મૃત્યુ થયું હતું. જો ગદા તેના માથામાં વાગી હોત તો તે મૃત્યુ પામ્યો ન હોત. દુર્યોધનના મૃત્યુનું

કારણ માથામાં નહીં પણ જાંઘમાં ગદા લાગવી તે હતું. આ સંદર્ભે એક વાત નોંધવા જેવી છે કે માત્ર પ્રતિબંધો લાદીને અને દર્શન કરવાથી અસ્પૃશ્યતાનો સંપૂર્ણ નાશ થઈ શકતો નથી. આ બંનેના પરિણામે ઘરની બહારની અસ્પૃશ્યતા ભલે ખતમ થઈ જાય, પણ ઘરની અંદરની અસ્પૃશ્યતા એવી જ રહેશે. જો આપણે ઘરની અંદરની અસ્પૃશ્યતાની સાથે ઘરની બહારની અસ્પૃશ્યતાનું ઉત્થાન કરવા માંગતા હોઈએ તો આપણે દીકરી આપવા પર પ્રતિબંધ ખતમ કરવો પડશે. સમાનતા સ્થાપિત કરવાનો આ એકમાત્ર રસ્તો છે. કોઈપણ આ સ્વીકારશે. જો મુખ્ય સ્ટેમ (મૂળ) નાશ પામે તો તાણ આપોઆપ મરી જશે. બેટી પ્રતિબંધને કારણે રોટી પ્રતિબંધ, લોટા પ્રતિબંધ અને ભેટ પ્રતિબંધની આ બધી સમસ્યાઓ ઊભી થઈ છે. દીકરીઓ પરનો પ્રતિબંધ ખતમ થતાંની સાથે જ બીજી સમસ્યાઓ ઉકેલવાની જરૂર નહીં રહે, તે આપોઆપ ખતમ થઈ જશે. મારા દૃષ્ટિકોણથી અસ્પૃશ્યતા દૂર કરવા માટે દીકરી પ્રતિબંધનો બંધ તોડવો એ યોગ્ય બાબત છે અને તેનાથી જ સાચી સમાનતા સ્થાપિત થશે. જો આપણે અસ્પૃશ્યતાનો નાશ કરવો હોય તો આપણે સ્વીકારવું પડશે કે અસ્પૃશ્યતાનું મૂળ પુત્રી પ્રતિબંધ છે. આજે જો આપણો હુમલો લોટાબંધી પર છે તો આપણું અંતિમ લક્ષ્ય બેટીબંધી પર હોવું જોઈએ. આના વિના અસ્પૃશ્યતાનું સંપૂર્ણ ઉત્થાન શક્ય નહીં બને. તે કામ કોણ કરી શકે? આ કામ બ્રાહ્મણ વર્ગ નહીં કરે એ કહેવાની જરૂર નથી. અસ્પૃશ્યતાનું સંપૂર્ણ નિવારણ શક્ય નહીં બને.

જ્યાં સુધી જાતિ વ્યવસ્થા ટકી રહેશે ત્યાં સુધી બ્રાહ્મણ વર્ગનું વર્ચસ્વ અકબંધ રહેશે. સ્વેચ્છાએ સત્તા સોંપવા કોઈ તૈયાર નહીં થાય. બ્રાહ્મણ વર્ગે ઘણી સદીઓથી અન્ય વર્ગો પર પોતાનું સાર્વભૌમત્વ સ્થાપિત કર્યું છે, સિવાય કે તે

અન્ય વર્ગો સાથે સમાન વર્તન કરવા ક્યારેય તૈયાર નહીં થાય. જાપાનના સમુરાઈ વર્ગની દેશભક્તિ બ્રાહ્મણ વર્ગમાં નથી. સમુરાઇ વર્ગે રાષ્ટ્રીય એકતા ખાતર તેમના વિશેષ સામાજિક અધિકારો છોડી દીધા હતા. તેમણે સમાનતાના આધારે રાષ્ટ્રીય એકતા માટે જે આત્મ-બલિદાન આપ્યું છે તે બ્રાહ્મણ વર્ગથી શક્ય નથી અને તેમની પાસેથી એવી અપેક્ષા રાખવી વ્યર્થ છે. બિન-બ્રાહ્મણોનો વર્ગ એટલે કે મરાઠાઓ અને સમાન જાતિઓ, તે અધિકારો ધરાવતા અને અધિકારો વિનાના વર્ગો વચ્ચેનો વર્ગ છે.

શક્તિશાળી વર્ગ થોડો સ્વાર્થ છોડીને ઉદારતા બતાવી શકે છે, પરંતુ અનધિકૃત વર્ગ આદર્શવાદી છે અને તેણે સામાજિક ક્રાંતિ કરવી પડશે. તેથી, સ્વાર્થને બદલે, સિદ્ધાંતોનો ગુણ તેમાં રહેલો છે. આ બંનેની વચ્ચે બ્રાહ્મણ સિવાયના વર્ગને કારણે ઉદારવાદ અને સિદ્ધાંતનો અભાવ છે. આ કારણોસર, આ વર્ગ બ્રાહ્મણોનો સામનો કરવાને બદલે અસ્પૃશ્યોના પોતાના વિશેષ અધિકારો જાળવવા માટે સભાન રહે છે.

આ વર્ગ સામાજિક ક્રાંતિની દૃષ્ટિએ લકવાગ્રસ્ત છે. જો આપણે આ વર્ગ પાસેથી વસ્તુઓની અપેક્ષા રાખીએ તો તે વ્યર્થ સાબિત થશે. અસ્પૃશ્યતા નાબૂદી અને સમાનતા સ્થાપવાની જવાબદારી આપણે જાતે લીધી છે, આપણે તેને નિભાવવી જોઈએ. આ કામ તમારા સિવાય બીજા કોઈના હાથે શક્ય નથી. આ કામ માટે આપણે જન્મ્યા છીએ એમ વિચારીને આ કામ કરવું જોઈએ. આ આપણા જીવનનો અર્થ છે. આપણને જે પુણ્ય મળી રહ્યું છે તેનો સ્વીકાર કરવો જોઈએ.

આ કાર્ય પણ આત્મજ્ઞાનનું છે. આ કાર્ય આપણી પ્રગતિના માર્ગમાં આવતા અવરોધોને દૂર કરશે. આપણે બધાએ સમજવું જોઈએ કે અસ્પૃશ્યતાએ આપણા ખોરાકમાં ગંદકી ઉમેરી છે. બધા જાણે છે કે એક સમયે આપણે સેનામાં ભરપૂર હતા,

સેનાની સેવામાં આપણો ઈજારો હતો, તેથી આપણે આપણી આજીવિકાની ચિંતા કરવાની જરૂર નહોતી. આજે આપણા સમકક્ષ અન્ય લોકો આર્મી, પોલીસ, કોર્ટ વગેરેમાં કામ કરતા જોવા મળે છે, પરંતુ આપણામાંથી એક પણ વ્યક્તિ આજે આ વિભાગોમાં નોકરી કરતો નથી.

આ એટલા માટે નથી કારણ કે તે કાયદા દ્વારા પ્રતિબંધિત છે. કાનૂની દૃષ્ટિકોણથી બધું ખુલ્લું છે. વાસ્તવમાં હિંદુઓ આપણને અસ્પૃશ્ય ગણે છે અને હીન ગણે છે. તેથી સરકાર

સરકાર પણ અમારી અવગણના કરે છે અને તેથી અમને સરકારી નોકરીમાં પ્રવેશ આપવામાં આવતો નથી. માથું ઊંચું રાખીને આપણે કોઈ કામ કરી શકતા નથી. પૈસાના અભાવે અમે બિઝનેસ કરી શકતા નથી. આ વાત અમુક અંશે સાચી પણ છે, પરંતુ અસ્પૃશ્યતાને કારણે લોકો આપણા હાથમાંથી કંઈ લેવા તૈયાર નથી. અમારા વ્યવસાયમાં આ મુખ્ય અવરોધ છે.

એકંદરે, અસ્પૃશ્યતા એ સામાન્ય બાબત નથી, તે ગરીબી અને હીનતાની જનની છે, તેથી આજે આપણે ગંભીર મુશ્કેલીમાં છીએ. જો આપણે આ હીનતાના સંકુલથી ઉપર ઊઠવું હશે, તો આપણે આ કાર્ય આપણા પોતાના હાથમાં લેવું પડશે. આના વિના આપણી પ્રગતિ શક્ય નથી. આ કાર્ય માત્ર પોતાના હિતમાં નથી પરંતુ રાષ્ટ્રીય હિતમાં પણ છે.

હિંદુ સમાજ ચાતુર્વર્ણ્ય વ્યવસ્થામાં અસ્પૃશ્યતાનો નાશ કર્યા વિના સમૃદ્ધ થઈ શકે નહીં. સામાજિક નૈતિકતા એ ખૂબ જ મહત્વપૂર્ણ સાધન છે જેનો ઉપયોગ સમાજ પરસ્પર જીવન સંબંધોમાં વિવાદોને ઉકેલવા માટે કરે છે. આ હકીકત સ્વીકારવી જ રહી. જે વસ્તુઓ સમાજની એકતા માટે હાનિકારક છે તેને યોગ્ય ગણવામાં આવે છે અને જે વસ્તુઓ સમાજને એકીકૃત રાખે છે તેને ધિક્કારવામાં આવે છે. આવા સમાજે આંતરિક

કલહમાં હાર સ્વીકારવી પડે છે. તેનાથી વિપરિત, સમાજની નૈતિકતા એવી છે કે સામાજિક એકતાના વખાણ થાય છે અને સમાજના વિઘટન તરફ દોરી જતા કારણોની નિંદા કરવામાં આવે છે. પછી આવા સમાજમાં જીવનમાં સંઘર્ષો આવે તો પણ વ્યક્તિ પ્રસિદ્ધિ મેળવ્યા વિના રહેતી નથી.

આ જ ન્યાય હિંદુ સમાજ વ્યવસ્થાને પણ લાગુ પડે છે. ચાતુર્વર્ણ્ય પ્રણાલી એ જાહેર વિચલિત કરતી પ્રણાલી છે, જ્યારે એકવર્ણ પ્રણાલી એ જાહેર સંગ્રહ પ્રણાલી છે. નરી આંખે જોયા પછી પણ આપણે વિનાશક વ્યવસ્થાના વખાણ કરતા રહીએ અને હિંદુ સમાજને દરેક પગલે ભોગવવું પડે તો નવાઈ કેમ? જો આ ચિત્ર બદલવું હશે તો ચાર-સ્વર સિસ્ટમ નાબૂદ કરવી પડશે અને એક-સ્વર સિસ્ટમ સ્થાપિત કરવી પડશે.

માત્ર આનાથી જ આ કાર્ય પૂર્ણ નહીં થાય, પરંતુ ચાતુર્વર્ણ્ય પ્રણાલી હેઠળ અસમાનતા પણ દૂર કરવી પડશે. ઘણા લોકો સમાનતાની મજાક ઉડાવે છે. સ્વાભાવિક રીતે જ કોઈ મનુષ્ય સમાન નથી. કેટલાક શારીરિક રીતે મજબૂત હોય છે, જ્યારે કેટલાક નબળા હોય છે. કેટલાક લોકોની બુદ્ધિ તેજ હોય છે અને કેટલાકની નીરસ હોય છે.

સમાનતાવાદી લોકો માટે એવું કહેવું યોગ્ય નથી કે જે લોકો જન્મથી અસમાન છે તેમને સમાન ગણવા જોઈએ. વાસ્તવમાં કહેવું પડે કે આ શેતાનો સમાનતાનો અર્થ સમજી શક્યા નથી.

અધિકારની પ્રાપ્તિ કોઈના જન્મ કે મિલકતના આધારે ન હોવી જોઈએ, પરંતુ તેના ગુણોના આધારે થવી જોઈએ, જો સમાનતાનો આ અર્થ છે તો જે વ્યક્તિ સદાચારી, ગંદો અને ખોટો છે ત્યારે પણ સદાચારી, સ્વચ્છ અને યોગ્ય વ્યક્તિ સમાન રીતે વર્તે છે.

આવી અપેક્ષા કેવી રીતે રાખી શકાય? એવો ઉલટો પ્રશ્ન પૂછાય છે. ગુણોમાં સમાન વ્યક્તિઓ સાથે સમાન વ્યવહાર થવો જોઈએ, આવી સમાનતા સમજાવે છે.

જો કે, વ્યક્તિમાં ગુણો વિકસિત થયા પછી, સત્તાના હોદ્દા પર આવતા પહેલા શા માટે તે આટલા અસમાન હોવા જોઈએ? સમાન સારવાર યોગ્ય છે. સમાજશાસ્ત્ર અનુસાર, વ્યક્તિના ગુણોના સંપૂર્ણ વિકાસમાં સામાજિક વ્યવસ્થા મહત્વપૂર્ણ ભૂમિકા ભજવે છે. જો ગુલામ સાથે હંમેશા અસમાન વર્તન કરવામાં આવે તો તે ગુલામી સિવાય અન્ય કોઈ ગુણ ધરાવી શકશે નહીં. આ ગુલામ અન્ય કોઈપણ લાયકાત અને અધિકારો માટે પાત્ર રહેશે નહીં. તેવી જ રીતે, જો કોઈ શુદ્ધ વ્યક્તિ કોઈ અશુદ્ધ વ્યક્તિને ધિક્કારે અને પરસ્પર વ્યવહાર બંધ થઈ જાય, તો અશુદ્ધ વ્યક્તિને ક્યારેય પવિત્ર બનવાની ઇચ્છા નહીં થાય. અનૈતિક વ્યક્તિમાં નૈતિકતા ક્યારેય વિકસી શકતી નથી, જો નૈતિક મૂલ્યો ધરાવતી વ્યક્તિ અથવા સમાજ તેને આશ્રય ન આપે.

ઉપરોક્ત ઉદાહરણ ચોક્કસપણે સાબિત કરે છે કે ભલે એક વ્યક્તિના ગુણો અન્ય વ્યક્તિ સાથે સમાન વર્તન કરવાથી તેનામાં ઉત્પન્ન ન થાય, પરંતુ તે હજુ પણ સાચું છે કે સમાનતાના વર્તન વિના કુદરતી ગુણો વિકસી શકતા નથી. એ જ રીતે, સમાનતાના વર્તન વિના વ્યક્તિના ગુણોની કદર થતી નથી.

એક તરફ હિંદુ સમાજની અસમાનતા વ્યક્તિના વિકાસને વામણું બનાવે છે, બીજી તરફ આ અસમાનતા વ્યક્તિના સંચિત ગુણો અને શક્તિનો સમાજ માટે ઉપયોગ થવા દેતી નથી. ચાતુર્વર્ણ્ય પ્રણાલી વિભાજિત હિન્દુ સમાજને વધુ નબળી બનાવી રહી છે.

જો હિંદુ સમાજને શક્તિશાળી બનાવવો હોય તો ચાતુર્વર્ણ

અને અસમાનતાને જડમૂળથી ઉખેડી નાખવી પડશે અને હિંદુ સમાજનું નિર્માણ સમાનતા અને એકવર્ણ વ્યવસ્થાના પાયા પર કરવું પડશે. અસ્પૃશ્યતા નાબૂદીનું કાર્ય હિન્દુ સમાજને મજબૂત કરશે. એટલા માટે હું કહું છું કે આપણું કામ માત્ર આપણા પોતાના હિતમાં નથી પણ રાષ્ટ્રીય હિતમાં પણ છે.

અમે આ કાર્ય સામાજિક ક્રાંતિ માટે શરૂ કર્યું છે. કોઈએ એવું ન વિચારવું જોઈએ કે મીઠી વાણી બોલીને મનોરંજન કરવા માટે આવું કરવામાં આવી રહ્યું છે. અમારું કામ લાગણી પર આધારિત છે. આ લાગણી આપણા કાર્યને બળ આપે છે, તેથી આ કાર્યની ગતિને રોકવી ન જોઈએ. આજે અહીં જે સામાજિક ક્રાંતિનું ઉદ્ઘાટન થવા જઈ રહ્યું છે તે ઝડપથી પૂર્ણ થાય એવી મારી ઈચ્છા છે.

અમે અમારા વિરોધીઓને કહેવા માંગીએ છીએ કે અમારો વિરોધ ન કરો. શાસ્ત્રોને બાજુ પર રાખીને ન્યાયનો આદર કરો. અમે તમને ખાતરી આપીએ છીએ કે અમે આ કાર્યક્રમ શાંતિપૂર્ણ રીતે ચલાવીશું.

બાબાસાહેબ આંબેડકરે મહાડ પરિષદમાં મુકેલી દરખાસ્તો

સામાજિક અન્યાય, ધાર્મિક નિંદા, રાજકીય અધોગતિ અને આર્થિક ગુલામી રાષ્ટ્રના પતન તરફ દોરી જાય છે. તેનું જીવતું જાગતું ઉદાહરણ હિંદુ સંસ્કૃતિ છે, આ મારો સ્પષ્ટ અભિપ્રાય છે. હિન્દુ સમાજની દુર્દશાનું મુખ્ય કારણ એ છે કે જન્મસિદ્ધ અધિકારો શું છે? બહુજન સમુદાયને તેની જરૂરિયાત અને જાગૃતિનો અહેસાસ થયો નથી કે તેણે સ્વાર્થી તત્વોની પ્રગતિને રોકી નથી. પોતાના જન્મસિદ્ધ અધિકારને જાણવો, તેનો ઉપયોગ કરવો અને પરસ્પર વ્યવહારમાં તેનો ભંગ ન થવા દેવો એ સમાજના દરેક નાગરિકની અંતિમ ફરજ છે.

હિન્દુ સમાજના જન્મસિદ્ધ અધિકારો શું છે? આ હંમેશા દરેક હિંદુની નજર સમક્ષ હોવા જોઈએ, તેથી આ સભામાં તમામની જાણ માટે નીચેનું જાહેરનામું બહાર પાડવામાં આવી રહ્યું છે-

પ્રથમ દરખાસ્ત

1. બધા મનુષ્ય જન્મથી સમાન છે અને મૃત્યુ સુધી સમાન રહેશે. જાહેર ઉપયોગિતાના દૃષ્ટિકોણથી, તેમનો દરજ્જો અલગ હોઈ શકે છે, તેમ છતાં તેમની સ્થિતિ સમાન હોવી જોઈએ. એસેમ્બલીનો અભિપ્રાય છે કે સમાનતાના સિદ્ધાંતના આચરણમાં કોઈ અડચણ ન હોવી જોઈએ અને આવી કોઈ કાર્યવાહી કરવી જોઈએ નહીં.
2. ઉપરોક્ત જન્મજાત માનવ અધિકારો અકબંધ રહેવા જોઈએ, આ રાજનીતિ અને સામાજિક વ્યવસ્થાનું અંતિમ ધ્યેય હોવું જોઈએ, તેથી સભા હિંદુ સમાજની અસમાન સામાજિક રચના અને તેનું સમર્થન કરતા પ્રાચીન અને આધુનિક શબ્દોની સખત નિંદા કરે છે.
3. અખિલ પ્રજા એ તમામ પ્રકારની સત્તાની જન્મદાતા છે. કોઈપણ વ્યક્તિ, સમુદાય કે વર્ણના વિશેષ અધિકારો, પછી ભલે તે રાજકીય હોય કે ધાર્મિક, જો બહુજનને આવા અધિકારો આપ્યા ન હોય તો તે માન્ય રહેશે નહીં. એ જ રીતે સમાજ વ્યવસ્થાના સંદર્ભમાં સભા શ્રુતિ, સ્મૃતિ, પુરાણ વગેરે ગ્રંથોના પુરાવા સ્વીકારવા તૈયાર નથી.
4. કોઈપણ વ્યક્તિને તેના જન્મસિદ્ધ અધિકાર મુજબ વર્તન કરવાનો અધિકાર છે.

   સ્વતંત્રતા છે. જો તેના પર નિયંત્રણો લાદવામાં આવે તો અન્ય લોકોને પણ તે જ રીતે તેમના જન્મસિદ્ધ અધિકારનો આનંદ માણવાની તક મળવી જોઈએ. પ્રતિબંધો માત્ર આટલા સુધી મર્યાદિત રહેશે. આ બોન્ડ લોકો દ્વારા બનાવવામાં આવેલા નિયમો દ્વારા સંચાલિત

હોવા જોઈએ. આને શાસ્ત્રો કે અન્ય કોઈ આધાર પર નક્કી ન કરવું જોઈએ. સભા અષ્ટાધિકાર જેવી જ્ઞાતિ કે જાતિમાં નિર્ધારિત અસમાન વ્યવસ્થાને પ્રતિબંધિત કરે છે.

5. સમાજ માટે ખતરનાક હોય તેવી બાબતો પર કાયદા દ્વારા પ્રતિબંધ મૂકવો જોઈએ. જો તે કરવામાં આવે તો કાયદા દ્વારા પ્રતિબંધિત સિવાય કોઈ અન્ય વ્યક્તિ ના પાડી શકે નહીં. રસ્તાઓ, જાહેર સ્થળો, સાર્વજનિક કુવાઓ, તળાવો અને મંદિરોનો ઉપયોગ કરવાની કોઈ ના પાડી શકે નહીં. જો કોઈ આવું કરે છે તો આ લોકો સુસંગઠિત સમાજ અને ન્યાયના દુશ્મન છે, આ ગૃહ એવું માને છે.
6. કાયદાનો અર્થ કોઈ એક વર્ગ દ્વારા લાદવામાં આવેલ પ્રતિબંધ નથી. કાયદો શું હોવો જોઈએ તે નક્કી કરવાનો અધિકાર સમગ્ર જનતા અથવા તેના પ્રતિનિધિઓને છે. ભલે આ કાયદો રક્ષણાત્મક હોય કે વહીવટી, તે દરેકને સમાન રીતે લાગુ પડશે. સમાનતા એ સામાજિક રચનાનો આધાર હોવાથી જ્ઞાતિ સન્માન, અધિકાર અને વ્યવસાયમાં અડચણ ન બનવી જોઈએ. ભેદભાવ વ્યક્તિની યોગ્યતા પર આધારિત હોવો જોઈએ અને જન્મના આધારે નહીં, તેથી, વિધાનસભા જાતિ ભેદભાવ અને અસમાનતાની સખત નિંદા કરે.

બીજી દરખાસ્ત

શૂદ્ર જાતિનું અપમાન કરનાર, તેની પ્રગતિમાં અવરોધ ઉભો કરનાર, તેના આત્મવિશ્વાસને નષ્ટ કરનાર અને સામાજિક, રાજકીય અને આર્થિક ગુલામી સર્જનાર મનુસ્મૃતિના શબ્દોને ધ્યાનમાં રાખીને, ઉપરોક્ત શાસ્ત્રોમાંથી હિંદુઓના જન્મસિદ્ધ અધિકારની ઘોષણાના તત્વોની તુલના કરો (મનુસ્મૃતિ). તેઓ કોઈપણ ધર્મગ્રંથનું પવિત્ર નામ ધારણ કરવાને લાયક નથી. આ એસેમ્બલી આવો અભિપ્રાય ધરાવે છે અને પોતાનો

અભિપ્રાય વ્યક્ત કરવા માટે આ લોકવિરોધી પુસ્તકને બાળી નાખે અને માનવતાનો નાશ કરે.

ત્રીજી દરખાસ્ત

હિંદુ ધર્મના તમામ અનુયાયીઓને એક જાતિ તરીકે માનવા જોઈએ, સમગ્ર સમાજની ઓળખ 'હિન્દુ' નામથી થવી જોઈએ. બ્રાહ્મણ, ક્ષત્રિય, વૈશ્ય, શુદ્ર વગેરે જાતિઓને સંબોધવા પર કાનૂની પ્રતિબંધ હોવો જોઈએ. આ ગૃહનો અભિપ્રાય છે. વ્યવસાયના આધારે દરજી, સુવર્ણકાર, માળી અને પ્રાંતના આધારે મરાઠા, કોકણસ્થ, દેશસ્થ વગેરેના નિવેદન સામે કોઈ વાંધો નથી.

ચોથો પ્રસ્તાવ

આ કાઉન્સિલનો અભિપ્રાય છે કે...

1. સંખ્યા અનુસાર, ધાર્મિક નેતાઓ જનતાના અનુયાયીઓ હોવા જોઈએ અને જનતા દ્વારા નિયુક્ત કરવામાં આવે.
2. દરેક હિંદુને ધર્માધિકારી (પુરોહિત)ના વ્યવસાયને સ્વીકારવાનો અને લાયક બનવાનો અધિકાર હોવો જોઈએ.
3. ધર્માધિકારીની પરીક્ષા આપ્યા બાદ તેને પ્રમાણપત્ર આપવું જોઈએ. જ્યાં સુધી પ્રમાણપત્ર ન મળે ત્યાં સુધી, કોઈપણ વ્યક્તિને 'ધર્માધિકારી' કહેવાથી અને કાયદાકીય કાર્યો કરવા માટે કાયદેસર રીતે પ્રતિબંધિત હોવું જોઈએ. આવું આયોજન ગ્રામ ધર્માધિકારી, તહસીલ ધર્માધિકારી અને પ્રાંત ધર્માધિકારીએ કરવું જોઈએ.

ઉપરોક્ત નિયુક્ત ધાર્મિક કાર્યકર્તાઓને ધાર્મિક વિધિઓ કરવા માટે દક્ષિણા, પરિશ્રમ અથવા પુરસ્કાર મેળવવાનો અધિકાર હોવો જોઈએ નહીં. અન્ય વિભાગના અધિકારીઓની જેમ આ વિભાગના નાના-મોટા અધિકારીઓને પણ સરકારી કર્મચારી ગણીને સરકાર દ્વારા તેમને યોગ્ય પગાર મળવો જોઈએ.

23.
રમાબાઈના સ્વાર્થનું બલિદાન

મરાઠાઓએ રાયગઢના કિલ્લામાં સાહેબને મારી નાખ્યા, તેઓ હોસ્પિટલમાં છે, જ્યારે રમાબાઈને આ ખોટા સમાચાર મળ્યા તો તે રડવા લાગી. મહિલાઓએ તેમને સમજાવ્યા. બધાએ બાબાસાહેબને કહ્યું, "તમે ઘરે જાઓ, જેથી રમાબાઈને સારું લાગે."

બાબાસાહેબે ગુસ્સામાં કહ્યું, "આ સ્ત્રીઓ આવી જ હોય છે. જો આપણે તેમની ઈચ્છાઓ અને આકાંક્ષાઓ જોતા રહીશું તો આપણા હાથમાં કંઈ સારું નહીં આવે. કેસ માટે મારે નાઈટ ટ્રેનમાં કોલ્હાપુર જવું પડશે, તો મારે કેસ બરાબર લેવો પડશે હવે." તૈયારીઓ કરવાની છે, તમે બધા જાઓ."

કોલ્હાપુરથી પાછા ફરતી વખતે બાબાસાહેબે રમાબાઈ સાથે વાત કરી, ત્યારબાદ તેઓ ઓફિસ ગયા. ઓફિસમાં સહસ્ત્રબુદ્ધેએ બાબાસાહેબ આંબેડકરને કહ્યું, "સાહેબ, તમે તમારી પત્ની પ્રત્યે બહુ બેદરકાર છો, આ સારું નથી." આના પર બાબા સાહેબ ખૂબ ગંભીર થઈ ગયા અને કહ્યું, "બધા મારા પર દોષારોપણ કરી રહ્યા છે, પરંતુ હું મારી પત્ની, બાળકો અને મારી લાઇબ્રેરીને પણ દિલથી પ્રેમ કરું છું. પ્રેમ વ્યક્ત કરવાની આ રીત તમારા જેવી નથી. તેથી હું તમને કહું છું કે તે ક્રૂર લાગે છે, પરંતુ મારી પત્નીના સ્વાર્થના બલિદાનને કારણે આજે મેં આ પદ પ્રાપ્ત કર્યું છે તે બિલકુલ ખોટું છે."

24.

સત્યાગ્રહ શા માટે?

આજે આપણે મંદિરમાં પ્રવેશવા જઈ રહ્યા છીએ, પરંતુ મંદિરમાં પ્રવેશવાથી તમારા પ્રશ્નોનું નિરાકરણ થાય તેવું બિલકુલ શક્ય નથી આજના કાલારામ મંદિર સત્યાગ્રહ એ ઉચ્ચ જાતિના હિંદુઓ માટે આપણને માનવતાનો અધિકાર આપવાનું આહ્વાન છે. હિંદુ માનસ સાચો માનવી કહેવા તૈયાર નથી આ પ્રશ્ન સત્યાગ્રહ દ્વારા જોવામાં આવશે કે ઉચ્ચ જાતિના હિંદુઓએ આપણને કૂતરા અને બિલાડીઓ કરતા પણ ઓછા ગણ્યા છે, પરંતુ હિંદુઓ માનવતાની કિંમત ચૂકવવા તૈયાર છે કે નહીં પરંતુ આ સત્યાગ્રહનો જવાબ આપણને ઉચ્ચ જાતિના હિંદુઓના હૃદયમાં લાવવાનો છે. તે સફળ થશે કે નહીં તે હિંદુઓની માનસિકતા પર નિર્ભર છે.

એવું બિલકુલ નથી કે રામ મંદિરમાં પ્રવેશ મળતાં જ અમારા પ્રશ્નોનો તરત ઉકેલ આવી જશે. એવું નથી કે મંદિરમાં પ્રવેશ્યા પછી આપણી સમસ્યાઓ દૂર થઈ જશે અને આપણી કાયાપલટ થઈ જશે. અમે ઉચ્ચ જાતિના હિંદુઓના મનની પરીક્ષા કરી રહ્યા છીએ. માનવી સાથે માણસની જેમ વ્યવહાર થવો જોઈએ, માનવીને માનવતાનો અધિકાર મળવો જોઈએ, માનવતા પ્રસ્થાપિત થવી જોઈએ. શું હિંદુ મન આ નવા યુગમાં આ ઉચ્ચ પ્રેરણા સ્વીકારવા તૈયાર છે કે નહીં? તેનું

પરીક્ષણ કરવામાં આવનાર છે. આ હાંસલ કરવા માટે અમે સત્યાગ્રહનો નિર્ણય લીધો છે. ઉચ્ચ જાતિના હિંદુઓ આ વિશે વિચારશે કે નહીં? તેઓ શું કામ કરવા જઈ રહ્યા છે? આ મુખ્ય પ્રશ્ન છે. આપણે જાણીએ છીએ, મંદિરમાં પથ્થરની મૂર્તિ છે. તેમની મુલાકાત લેવાથી અને તેમની પૂજા કરવાથી આપણી સમસ્યાઓ હલ થશે નહીં. આજ સુધીમાં કરોડો લોકો આ મંદિરે આવ્યા છે અને દેવીના દર્શન કરી ચૂક્યા છે, પરંતુ તેમના મૂળભૂત પ્રશ્નોનું નિરાકરણ તત્વજ્ઞાનથી થયું નથી. આ આપણે જાણીએ છીએ, પરંતુ આજનો સત્યાગ્રહ હિંદુઓના મનમાં પરિવર્તન લાવવાનો છે. આજે આપણે એક વિશેષ ભૂમિકા સાથે સત્યાગ્રહનું પગલું ભરવા જઈ રહ્યા છીએ.

25.
સત્યાગ્રહ થવો જોઈએ

શું રામ નવમી પર નાશિકના કાલારામ મંદિરમાં સત્યાગ્રહ થવો જોઈએ? આ અંગે મારી સલાહ લેવા બદલ હું તમારો આભારી છું, પણ હવે સત્યાગ્રહ સલાહભર્યો નથી એમ જણાવવામાં મને કંઈ લાગતું નથી. મંદિર પ્રવેશ ચળવળને આગળ ન લઈ સદંતર બંધ કરી દેવામાં આવે તો નવાઈ લાગે, સત્યાગ્રહ શરૂ કરવાની વાત કરનાર હવે સત્યાગ્રહ બંધ કરવાની સલાહ આપે છે.

મને આ કહેતા થોડો ડર લાગે છે. મેં મંદિર પ્રવેશ આંદોલન શરૂ કર્યું, તેનો ઉદ્દેશ્ય એ હતો કે અસ્પૃશ્યોએ મંદિરમાં પ્રવેશ્યા પછી દેવતાની પૂજા કરતા રહેવું જોઈએ, જેથી તેઓ મોક્ષ મેળવી શકે. આવી વિચારસરણી સાથે જીવન જીવવું બિલકુલ યોગ્ય ન હતું. મેં તે વિશે ક્યારેય વિચાર્યું નથી. મંદિર પ્રવેશ અસ્પૃશ્યોને ભારતીય સમાજમાં આદરનું સ્થાન આપશે એવો મારો અભિપ્રાય ન હતો કે નથી. તેનો ઉદ્દેશ્ય અસ્પૃશ્યોને તેમના માનવ અધિકારોથી વાકેફ કરવાનો અને તેમના અધિકારો મેળવવા માટે વિરોધી લોકો સામે લડવાની ચેતના પેદા કરવાનો હતો, જે મેં પૂરો કર્યો છે. આ સત્યાગ્રહ મહારાષ્ટ્ર અને ભારતના અસ્પૃશ્યોના શિક્ષણ અને રાજકીય અધિકારોના પ્રસાર માટેના સંઘર્ષમાં પરિણમવો જોઈએ. જો

અસ્પૃશ્ય સમુદાય શિક્ષણ દ્વારા સમૃદ્ધ બને અને રાજકીય અધિકારોથી પ્રભાવશાળી અને શક્તિશાળી બને તો તે હિંદુ સમાજનો ઉત્તમ ઘટક બની રહેશે, પરંતુ આ પ્રાપ્ત કરવા માટે હિંદુ સમાજ, ધર્મ અને ધર્મશાસ્ત્રમાં જરૂરી ફેરફારો કરવા પડશે. આ માટે અસ્પૃશ્યોએ ઉચ્ચ જાતિના હિંદુઓને આ કાર્ય માટે પ્રેરિત કરવા માટે સતત સંઘર્ષ કરવો પડશે. ધર્મ અને ધાર્મિક ગ્રંથોમાં જરૂરી ફેરફારો થવા જોઈએ. આ માટે અસ્પૃશ્યોએ ઉચ્ચ જાતિના હિંદુઓને આ માટે પ્રેરિત કરવા માટે સતત સંઘર્ષ કરવો પડશે.

26.
થેલામાં પથ્થર

ભાઉરાવ ગાયકવાડ, રણખંબે, દાણી વગેરે કાર્યકરોને કોઈપણ કારણ વગર જેલની હવા ખાવી પડી હતી. એ જ તુલસીરામજી કાળેની વૃદ્ધ માતા, એ જ રીતે અમૃતરાવ રણખંભેની માતાને બંદી બનાવવામાં આવી, આ સમાચાર સાંભળીને મને ખૂબ દુઃખ થયું. ત્યાં જ મેં એક રીતે ધન્યતા અનુભવી. નાસિક જિલ્લાના મારા અસ્પૃશ્ય ભાઈઓ પર મને ખૂબ ગર્વ છે. છેલ્લા ત્રણ-ચાર વર્ષમાં મારી બહેનોએ પ્રતિકૂળ અને મુશ્કેલ સંજોગોમાં જે આત્મનિર્ભરતા અને સંગઠનાત્મક કૌશલ્ય સાથે પોતાનું કાર્ય રજૂ કર્યું છે તે અભૂતપૂર્વ છે. કોઈની પાસેથી મદદ કે સહાનુભૂતિ આવતી નથી. તેનાથી વિપરિત, દરેક વ્યક્તિ કોઈને કોઈ કારણસર ગુસ્સે છે અને પ્રતિકૂળ બની ગયો છે. આવી પરિસ્થિતિમાં અસ્પૃશ્યોએ 3-4 વર્ષ સુધી નાસિક સત્યાગ્રહ ચળવળ ખૂબ જ ઉત્સાહથી અસ્પૃશ્યો માટે અને અસ્પૃશ્યોની મદદથી ચલાવી. આ ઘટના માત્ર ભારત માટે જ નહીં પરંતુ વિશ્વના તમામ દલિતો માટે ગર્વની વાત છે. આમ કહેવામાં અતિશયોક્તિ નથી, પણ બ્રાહ્મણ ધર્મે જે હિંદુ સમાજને મૂર્ખ, અસહિષ્ણુ અને ઉદાર બનાવી દીધો છે તેને આ બાબતો સાથે શું લેવાદેવા છે? આ સત્યાગ્રહ દ્વારા અસ્પૃશ્ય મહિલાઓએ અસ્પૃશ્ય હિંદુઓ સાથે કમસેકમ

સમાનતાની માંગ કરી. તેણે તેના હિંદુ ભાઈઓ પાસેથી સમાનતા અને પ્રેમની રોટલી માંગી, પરંતુ બ્રાહ્મણવાદી અસ્પૃશ્ય હિંદુઓએ અસ્પૃશ્યો પર પથ્થરમારો કર્યો. આમ કહેવામાં કોઈ અતિશયોક્તિ નથી, પણ બ્રાહ્મણ ધર્મે જે હિંદુ સમાજને મૂર્ખ, અસહિષ્ણુ અને ઉદાર બનાવી દીધો છે તેને આ બાબતો સાથે શું લેવાદેવા છે? પરંતુ બ્રાહ્મણવાદી અસ્પૃશ્ય હિંદુઓએ અસ્પૃશ્યો પર પથ્થરમારો કર્યો.

27.
ગોળમેજી પરિષદ

હવે એ વિચારીને મારું દિલ ભરાઈ જાય છે કે તું અને હું 5-6 મહિના સુધી નહીં મળીએ. છેલ્લા બે વર્ષમાં મારી બાજુથી ઘણું થયું છે, જો હજારો સજ્જનોએ મદદ ન કરી હોત તો મારા એકલા હાથે કંઈ ન થયું હોત. લો કાઉન્સિલમાં મારા કામ દરમિયાન મારા મિત્ર ડો.સોલંકીએ મને ઘણી મદદ કરી છે. 1926 માં ગવર્નરે મને બોલાવ્યો અને પૂછ્યું, “જો ડો. સોલંકી અસ્પૃશ્યો વતી બોમ્બે લો કાઉન્સિલમાં ચૂંટાય છે, તો શું તમે અને તેઓ કાઉન્સિલમાં જોડાશો કે નહીં?” આના પર મેં જવાબ આપ્યો, “ડો. સોલંકી સારી રીતે ભણેલા હોવાથી, હું સ્પષ્ટવક્તા અને થોડો સ્વભાવ ધરાવતો હતો પરંતુ તેમણે કોઈ પણ હેતુ વિના મને મદદ કરી, તેથી કાઉન્સિલના તમામ કામનો શ્રેય સોલંકીને જાય છે.

સમતા સંઘે પરિષદની બહારની બાબતોમાં ઘણી મદદ કરી છે. શ્રી દેવરાવ નાઈકે આજ સુધી મને મદદ કરી છે, જેના કારણે હું તેમને મારો જમણો હાથ માનું છું. હું માનું છું કે ભલે હું 5-6 મહિના વિદેશમાં રહ્યા પણ અમે બંને એકબીજાને સારી રીતે સમજી શક્યા. પરિણામે શ્રી નાઈક મારા પછી તે કામ કરી શકશે. સમતા સંઘના મારા અન્ય મિત્રો શ્રી પ્રધાન, કાદરેકર, કાવડી વગેરેએ ખૂબ મદદ કરી છે. એ જ

રીતે શ્રી શંકરરાવ પરશાએ પૈસા બાબતે ઘણી મદદ કરી. શ્રી શંકરરાવ જેવો આધાર સ્તંભ બીજો કોઈ ન હતો. જાહેર કાર્યોમાં ધન ખર્ચ થાય. જ્યારે મેં સોલાપુરમાં બોર્ડિંગ શરૂ કર્યું ત્યારે મારી પાસે માત્ર 500 રૂપિયા હતા. પ્રોમિસરી નોટ લખ્યા પછી, તેણે એક યહૂદી મિત્ર પાસેથી 1000 રૂપિયા લીધા અને સોલાપુર જવા માટે બોર્ડિંગ શરૂ કર્યું. શ્રી શંકરરાવે આમાં ઘણી મદદ કરી. 1800ની કિંમતનું પ્રેસ ખરીદવામાં મદદ કરી. ઘણા લોકો ઘણા કાર્યોમાં ભાગીદાર હોય છે.

મારા મિત્રો અને સહકાર્યકરોને લાગે છે કે હું સ્વભાવે કાવ્યાત્મક નથી. મને પણ એવું લાગે છે. ભલે મારો સ્વભાવ કે વૃત્તિ કાવ્યાત્મક ન હોય તો પણ શું મારું જીવન અદ્વિતીય અને ગહન કાવ્ય નથી બની રહ્યું? ભારતમાં, એક અસ્પૃશ્ય મહાર છોકરો આગળ આવશે અને ગોળમેજી પરિષદમાં બેસશે અને રાષ્ટ્રના ભવિષ્યના નિર્માણ અંગેની ચર્ચામાં મુખ્ય ભાગ લેશે. શું ક્યારેય કોઈએ આ વિશે વિચાર્યું છે? કલ્પનાની ઉડાન પણ પાંગળી બની જાય છે, આપણે તેનું મૂલ્યાંકન પણ નથી કરતા, તો શું આ ઘટના કવિતા અને ચમત્કારથી ભરેલી નથી? જેને અદ્ભૂત સુંદર કવિતા એટલે કે પ્રેમ કહેવામાં આવે છે. તેમના માટે મારા જીવનથી વધુ અભૂતપૂર્વ શું હોઈ શકે?

અન્ય લોકો માટે આ શક્ય નથી, પરંતુ બરોડાના રાજાની ઉદારતાને કારણે જ્યારે હું ઉચ્ચ શિક્ષણ માટે ન્યુયોર્ક ગયો ત્યારે મારા જીવનની શરૂઆત અભ્યાસ દ્વારા મારી રુચિ કેળવવાના ઉદ્દેશ્યથી થઈ, આટલા ટૂંકા ગાળામાં મારો મૂંગો દલિત સમુદાય, તેમના સુખ અને દુઃખ, તેમાં એક થવાથી, તે જાહેર અને મહત્વપૂર્ણ બનશે. મેં પોતે પણ તેની કલ્પના કરી ન હતી. મારા લોકો મને ખૂબ પ્રેમ કરે છે. શું હું પાત્ર છું? આને ભવિષ્યની રમત ગણો. વાસ્તવમાં મારા અંગત તુચ્છ અને કાવ્યવિહીન જીવનને મહત્વ મળ્યું છે. કુદરતે મને આ

કામ મારા લોકોના ઉદ્ધારનું સાધન માનીને આપ્યું છે. આ અનુભૂતિથી જે સંતોષ મળે છે તે દુર્લભ છે. આ બહુ ઓછા લોકોના હાથમાં આવે છે.

હું આ થેલો અને તમારા દ્વારા આપવામાં આવેલ સન્માનનું પ્રમાણપત્ર સ્વીકારું છું, પરંતુ હું આ થેલાનો ઉપયોગ મારા અંગત કામ માટે નથી કરતો, તેનો ઉપયોગ ફક્ત ગરીબ લોકો માટે જ થશે. હું અખિલ ભારતીય દલિત કોંગ્રેસના કેન્દ્રીય સંગઠનના ખર્ચ માટે બોમ્બે રાજ્ય વતી ભંડોળ જમા કરાવવા સંમત છું. આથી આ રકમનો અમુક હિસ્સો હું ડૉ. સોલંકી પાસે રાખવાનો છું. તેમણે આ ફંડનો ઉપયોગ દલિત કોંગ્રેસ માટે કરવો જોઈએ. બાકીની રકમનો ઉપયોગ અન્ય રીતે કરવામાં આવશે. હું ઈચ્છું છું કે આપણું બંધ થયેલું પાક્ષિક 'બહિષ્કૃત ભારત' ફરી શરૂ થાય. વર્તમાન પરિસ્થિતિનું નિરીક્ષણ કર્યા પછી આ અખબારમાં લેખો દેખાશે. મેં પાક્ષિકનું નામ બદલવાનું નક્કી કર્યું છે. તે નામને કારણે ઘણા લોકો તેમનું અખબાર ખરીદતા નથી. તમારો શું અભિપ્રાય છે? દરેક વ્યક્તિએ આ સમજવું જોઈએ. અગાઉ અમારો આ ઉદ્દેશ્ય પ્રાપ્ય ન હતો, તેથી અમે નામ બદલવાનું નક્કી કર્યું. પાક્ષિકનું નામ 'જનતા' હશે અને તેના સંપાદક શ્રી દેવરાવ નાઈક હશે. તેથી, મહેરબાની કરીને આ અખબારમાં સભ્યો અને વાચકોનો સમાવેશ કરો. ભંડોળનો એક ભાગ બોર્ડિંગમાં મદદ કરવા માટે આપવામાં આવશે. આ રીતે થેલાની રકમનો ઉપયોગ કરવામાં આવશે.

વિદેશમાં જતી ગોળમેજી પરિષદનો ખર્ચ બ્રિટિશ સરકાર ઉઠાવશે. તો પછી આ થેલો શા માટે? પણ જ્યારે મને તમારી મદદની જરૂર હતી, ત્યારે પણ મેં તમારી મદદની અપેક્ષા નહોતી રાખી. આજે મને મારા અંગત ખર્ચ માટે તમારી મદદની જરૂર નથી. જ્યારે મને તેની જરૂર પડશે, હું ચોક્કસપણે તમને

પૂછીશ. ગોળમેજી પરિષદમાં હાજરી આપીને અસ્પૃશ્ય વર્ગને ચોક્કસ ફાયદો થશે. પરંતુ લોકોએ આ પરિષદનો બહિષ્કાર કર્યો છે. હું તેમને પૂછવા માંગુ છું કે આવા સમયે બે પક્ષો વચ્ચે ઝઘડો થાય તો સમજૂતીની ભાષા બોલવામાં નુકસાન શું છે? આજે સરકાર અને કોંગ્રેસ વચ્ચે આંતરિક સંઘર્ષ ચાલી રહ્યો છે. કોંગ્રેસના આંદોલનને કારણે સરકારને નુકસાન થઈ રહ્યું છે. બંને પક્ષો પોતાના મત પર અડગ છે. આવા સમયે ગોળમેજી પરિષદમાં કોઈની મધ્યસ્થી દ્વારા સમાધાન થઈ શકે છે. એવું કહેવાય છે કે આ કાઉન્સિલમાં કંઈ થવાનું નથી, પણ મને એવું નથી લાગતું. જેઓ વિચારે છે કે આ પરિષદ નિષ્ફળ જશે તો પછી પૂછવામાં આવે છે કે કાઉન્સિલ કેવી રીતે અને શા માટે નિષ્ફળ જશે?

અત્યારે હિંદુ, મુસ્લિમ, અસ્પૃશ્ય સૌ સ્વરાજ ઈચ્છે છે. અગાઉ નાગપુરમાં અખિલ દલિત કોંગ્રેસે પણ આવો જ ઠરાવ પસાર કર્યો હતો. બધા એકમત છે. ફરક એટલો જ છે કે સ્વરાજ કઈ પદ્ધતિથી આપવું જોઈએ? લઘુમતીઓને સામાજિક, ધાર્મિક અને રાજકીય સમાનતા કેવી રીતે મળશે? અમે સ્વરાજ ઈચ્છીએ છીએ જ્યાં તમામ હિંદુ લોકો આઝાદ હોય. પરંતુ વિવાદ એ છે કે સ્વરાજમાંથી જે સત્તા આવે છે તે સમગ્ર સમાજમાં યોગ્ય રીતે વહેંચાવી જોઈએ કે કોઈ ચોક્કસ વર્ગના હાથમાં હોવી જોઈએ. જો પ્રગતિશીલ વર્ગ અને બહુમતી સમાજ દલિત સમાજ, પછાત વર્ગ અને લઘુમતી વર્ગના ઉકેલ માટે મનની ઉદારતા દાખવે તો વિવાદનો અંત અસંભવ નથી.

તેઓ જે માંગે તે ભલે માંગે પણ સાથે સાથે આ દેશને સ્વરાજ આપે, જો આવો પ્રસ્તાવ આવશે તો હું તેને સમર્થન આપીશ. કોંગ્રેસની જેમ અમને પણ લાગે છે કે આ દેશ દરેક રીતે પ્રગતિ કરે અને મહાનતાના શિખરે પહોંચે. અંતે, ગોળમેજી પરિષદ પૂરી થયા પછી, હું વધુ એક વસ્તુ કરવા

માંગુ છું અને તે છે જનમતને જાગૃત કરવાનો. આ કાર્ય ખૂબ જ મહત્વપૂર્ણ છે. અમેરિકા, જર્મની વગેરે દેશોમાં કોંગ્રેસની ચળવળો થઈ રહી છે. આપણે (આપણા) દલિતોની વેદના અન્ય લોકો સુધી પણ પહોંચાડવી પડશે. હું અગ્રણી નેતાઓને મળીશ અને તેમની સમક્ષ મારું દુઃખ વ્યક્ત કરીશ. એટલું જ નહીં, જો શક્ય હોય તો, હું લીગ ઑફ નેશન્સ સમક્ષ અસ્પૃશ્યોનો પ્રશ્ન મૂકીશ. હાલમાં અસ્પૃશ્યોને પોલીસ અને આર્મીની નોકરીઓ બંધ છે. તે કેદીને દૂર કરવા માટે હું ખાસ પ્રયત્નો કરીશ. આખરે મારી દરેકને એક જ વિનંતી છે કે દરેક એકસમાન વર્તે. અમારી વચ્ચે ઘણા જૂથો છે. છેલ્લાં ત્રણ-ચાર વર્ષમાં મારી આંખો સમક્ષ એક અલગ જ નજારો દેખાયો. દરેક માણસ પોતાને નેતા કહે છે. આ બહુ ખરાબ છે. ભવિષ્યમાં આવી વસ્તુઓ બંધ થવી જોઈએ, આ મારી વિનંતી છે.

આપણી સામે ઘણા અવરોધો અને કામનો પહાડ છે, જેના માટે કોઈ જિલ્લો કે પ્રાંત કંઈ કરી શકે તેમ નથી. તેના બદલે તમામ દલિત ભાઈઓએ પરસ્પર મતભેદો ભૂલીને ખભે ખભા મિલાવીને કામ કરવું પડશે. આપણા સૌનું હિત આમાં જ છે. મારી ગેરહાજરીમાં ડો.સોલંકી અને શ્રી નાઈકના વિચારો પ્રમાણે વર્તન કરીને સમાજમાં જે જાગૃતિ આવી છે તેને આગળ ધપાવવાનું કામ હું આપ સૌને સોંપું છું. અસ્પૃશ્ય અને મુસ્લિમ લઘુમતી સમાજ અને હિંદુ કોંગ્રેસ વગેરે જેવા બહુમતી સમાજ વચ્ચેનો તફાવત હજુ પણ યથાવત છે. પાંચ અલગ-અલગ લઘુમતી સમાજોએ મળીને ડ્રાફ્ટ તૈયાર કર્યો હતો. સમાધાનના તેમના પ્રયાસોને નકારીને, તેને અમારા માટે ચેતવણી તરીકે લેતા, કોંગ્રેસ અને હિંદુ મહાસભા જેવા બહુમતી વર્ગના પ્રતિનિધિઓએ વિરોધ કર્યો, જેનાથી મતભેદો વધુ ઘેરા બન્યા.

આ અગમ્ય છે, પણ હવે ગાંધીજીના વિરોધની તીવ્રતા

(મારા દ્વારા કરાયેલી અસ્પૃશ્ય માંગણીઓ સંદર્ભે) ઓછી થઈ ગઈ છે. એવું લાગે છે કે જો આપણે મક્કમ પગલાં લઈશું, તો ગાંધીજી જ્યાં સુધી બોમ્બે નહીં જાય ત્યાં સુધી અસ્પૃશ્યોની માંગનો વિરોધ કરવાના તેમના સંકલ્પને પૂર્ણ કરવામાં લડાયક વલણ બતાવશે નહીં. કાલે રાત્રે ગાંધીજી અને હું ફરી મળ્યા. આ બેઠકનો શ્રેય મૈસુરના દીવાન સર મિર્ઝા ઈસ્માઈલને જાય છે. નિષ્પક્ષ મનના લોકોને લાગે છે કે ગાંધીજીનું મારા પ્રત્યેનું વર્તન અયોગ્ય હતું. મહાત્માના આવા અંધ ભક્તો, જેમને ગાંધીજીની વર્તણૂકમાં કોઈ ખામી જણાતી નથી, તેઓને લાગે છે કે એકવાર અસ્પૃશ્યોને આત્મનિર્ણયનો અધિકાર મળી જશે પછી બહુમતી તેમના હાથમાં રહેશે નહીં. તેમનો ડર સ્વાર્થી છે. હિંદુ પ્રતિનિધિઓને બાજુએ મૂકીએ તો ગાંધીજીની મારા પ્રત્યેની નીતિ યોગ્ય નથી.

ગાંધીજીએ મને પૂછ્યું, “શું તમે અસ્પૃશ્યોના રક્ષણ માટેની માંગણીઓમાં થોડો ફેરફાર કરવા તૈયાર છો?” પછી મેં કહ્યું, “હું અને મારા સાથીઓ, મિત્રો અને અસ્પૃશ્ય સમાજના આગેવાનો કોઈપણ યોગ્ય પરિવર્તન માટે હંમેશા તૈયાર છીએ.” આ સાંભળીને તેણે પોતાનો નવો પ્લાન મારી સામે મૂક્યો. આ યોજના મુજબ, જો સંયુક્ત મતવિસ્તાર મુજબ ચૂંટણીમાં ઊભો રહેલો અસ્પૃશ્ય ઉમેદવાર ચૂંટાયો ન હોય તો તેણે કોર્ટમાં ફરિયાદ દાખલ કરવી જોઈએ અને ત્યાં સાબિત કરવું જોઈએ કે હું અને મારી વિરુદ્ધ ચૂંટાયેલા અસ્પૃશ્ય ઉમેદવાર બંને, અમારી પાસે સમાન લાયકાત છે. અસ્પૃશ્ય હોવાને કારણે, હું મારી સ્વતંત્ર ઇચ્છાથી આવ્યો નથી, જ્યારે તે પોતાની સ્વતંત્ર ઇચ્છાથી આવ્યો હતો. આ બાબતની કોર્ટને જાણ થતાં અને કોર્ટનો નિર્ણય આપતાં, તે હિંદુ પ્રતિનિધિનું સભ્યપદ રદ ગણવામાં આવશે અને અસ્પૃશ્ય ઉમેદવારની નિમણૂક કરવામાં આવશે.

આ યોજના એટલી અવ્યવહારુ હતી કે માત્ર ગાંધીજીમાં જ તેને દર્શાવવાની હિંમત હતી. હું એક ક્ષણ માટે હસ્યો. મેં વિચાર્યું, કદાચ આ ગાંધીજીની રમૂજ હતી, પરંતુ તેમના ચહેરા પર હાસ્ય અને આનંદના ભાવો નહોતા. તેણે મને ગંભીરતાથી પૂછ્યું, "તને મારો પ્લાન કેવો લાગ્યો?" મેં શાંતિથી કહ્યું, "બિલકુલ નહીં." તેણે પૂછ્યું, "કેમ?" પછી મેં કહ્યું, "તમારી આ યોજના સંપૂર્ણપણે અવ્યવહારુ છે." આ રીતે અમારી મીટિંગ સમાપ્ત થઈ. ગાંધીજીને વિદાય આપીને હું પાછો આવ્યો, પણ આ અસફળ સભામાં મને ગાંધીજી તરફ આશાનું કિરણ દેખાયું - હું આપું, એટલાથી અસ્પૃશ્ય સમાજ કૃતજ્ઞ અને સંતુષ્ટ બને. તે મરી જાય તો ઠીક છે, પણ તેને કશું જ આપવાનું નથી. સામાન્ય મતદાન અધિકારો સિવાય, અસ્પૃશ્યોને અનામત બેઠકો વગેરે જેવી કોઈ વિશેષ સુવિધાઓ મળશે નહીં. ઓછામાં ઓછું ગાંધીજીએ આમરણાંત ઉપવાસની પ્રતિજ્ઞા લીધી ન હોવી જોઈએ.

બીજો વિષય જે અમારી સમક્ષ ચર્ચા માટે આવ્યો તે હતો - 'ભારતની રાજકીય પ્રગતિ હિંદુ પ્રતિનિધિઓ અને સરકારની કઈ વ્યવસ્થા પ્રમાણે થવી જોઈએ?' તે એક સંઘર્ષ હતો. હાલમાં સરકાર માત્ર પ્રાંતીય સ્વાયત્તતા આપવાનું વિચારી રહી છે. કેન્દ્ર સરકાર ભારતને સ્વતંત્ર બનાવવા માટે તૈયાર નથી, પરંતુ આ જવાબદાર સ્વ-સરકારની અંતિમ મર્યાદા શું છે અને વાલી બંધનનું નિશ્ચિત સ્વરૂપ શું છે જે આ વિવાદ તરફ દોરી જાય છે? આ મહત્વનો મુખ્ય પ્રશ્ન હતો, કારણ કે તે બાજુ પર પડેલો હતો. અમે લઘુમતીઓએ એવી નીતિ સ્વીકારી છે કે અમને જવાબદાર સ્વ-શાસન (પ્રાંતીય અને કેન્દ્રીય) પણ જોઈએ છે.

રાજાએ તમામ પ્રતિનિધિઓને 5 નવેમ્બરે બપોરે ચા માટે આમંત્રણ આપ્યું.

ગાંધીજી સહિત તમામ હિંદુ રજવાડાઓ અને યુરોપિયન પ્રતિનિધિઓ હાજર હતા. રાજાએ સૌજન્ય તરીકે કંઈક કહેવા માટે દસ લોકોને પહેલેથી જ પસંદ કર્યા હતા અને હું પણ તેમાંથી એક હતો. રાજા સાથે વાત કરવાનો વારો આવ્યો ત્યારે મને મારું બાળપણ યાદ આવ્યું. આ રીતે મને શાળામાં મારા પ્રથમ દિવસે ગુરુજીની સામે ઊભો રહેવાનો અનુભવ થયો. મહારાજને મારે શું કહેવું, શું કહું? હું સમજી શકતો ન હતો. પછી તેમણે મારી ચિંતાઓ દૂર કરી અને પૂછ્યું કે ભારતમાં અસ્પૃશ્ય સમાજની સ્થિતિ શું છે? મેં થોડા શબ્દોમાં અસ્પૃશ્યોની માહિતી આપી છે. મેં શેર કરેલી માહિતી પરથી મને ખબર પડી કે રાજા સાહેબ ઘણી બધી બાબતોથી પહેલાથી જ વાકેફ હતા. તેમણે બહિષ્કૃત વર્ગની દુર્દશા પર ખેદ વ્યક્ત કર્યો.

સત્ય કહેતાં મારા હોઠ અને પગ ધ્રૂજતા હતા. મારું શિક્ષણ શું હતું અને મારા પિતાએ શું કર્યું? તેણે સ્નેહથી આ બધી ચર્ચા કરી.

આગલા દિવસે મેં મુખ્ય પ્રધાન સાથે લાંબી વાત કરી હતી. અસ્પૃશ્ય સમાજ માટે કઈ વસ્તુઓ ફાયદાકારક છે? આ વિષય પર ચર્ચા કરવામાં આવી હતી. ગત 10મી તારીખે મેં 'ઇન્સ્ટિટ્યૂટ ઑફ ઇન્ટરનેશનલ અફેર્સ' નામની સંસ્થામાં ભાષણ આપ્યું હતું. લઘુમતી સમુદાયના પ્રતિનિધિઓને બ્રિટિશ જનતા સમક્ષ તેમના વિચારો રજૂ કરવાની તક મળે તે હેતુથી આ કાર્યક્રમનું આયોજન કરવામાં આવ્યું હતું. મારા ભાષણમાં મેં અસ્પૃશ્યોની માંગણીઓની આવશ્યકતાનો ઉલ્લેખ કર્યો અને આજે તેની ઉપયોગીતા કેટલી મહત્વપૂર્ણ છે તેની ચર્ચા કરી. સર મોહમ્મદ શફીએ મુસ્લિમોનો પક્ષ લીધો. સરદાર ઉજ્જવલ સિંહે શીખોના વિચારો વ્યક્ત કર્યા. સર હર્બર્ટ કારે યુરોપિયન સમાજની માંગને ટેકો આપ્યો. આ કાર્યક્રમ ખૂબ જ સફળ રહ્યો. કોંગ્રેસ અને બહુજન હિંદુ સમાજ

વતી ગાંધીજી અને અન્ય પ્રતિનિધિઓએ અંગ્રેજ લોકો સમક્ષ પોતાનો પક્ષ રજૂ કર્યો અને બીજી બાજુ પણ રજૂ કરવી ખૂબ જ જરૂરી હતી.

ચોક્કસ જાતિના પ્રશ્ન પર ગાંધીજીનું વલણ અને નીતિ શું છે? આનો સ્પષ્ટ પુરાવો તેમણે બંધારણ સમિતિ અને ફેડરલ સ્ટ્રક્ચર કમિટીમાં આપેલા ભાષણોમાંથી મળે છે. ફેડરલ લેજિસ્લેચરની રચના શું હોવી જોઈએ? તે પુરાવાના આધારે સભ્યની પસંદગી કયા આધારે કરવામાં આવશે? અમે આ પ્રશ્નની ચર્ચા કરી રહ્યા હતા. તે સમયે જ્ઞાતિ (વિશેષ) ના પ્રશ્ન પર ગાંધીજીની નીતિ સ્પષ્ટ થઈ ગઈ. કોંગ્રેસના પ્રતિનિધિ તરીકે હું માત્ર મુસ્લિમ અને શીખ સમુદાયને જ સ્વતંત્ર પ્રતિનિધિત્વ આપવા તૈયાર છું. અસ્પૃશ્યો અને લઘુમતી સમુદાયોને માત્ર મતદાન પ્રણાલીની ખાતરીથી જ સંતોષ માનવો જોઈએ. તેમને અન્ય કોઈ સુવિધા નહીં મળે. ગાંધીજીએ તેમના ભાષણમાં આવો ખુલાસો કર્યો હતો. તેમની નીતિ કેવી ખોટી છે કારણ કે ગાંધીજીનું ભાષણ મારી પાછળ આવ્યું? મને તેનો ખુલાસો કરવાનો મોકો ન મળ્યો અને પ્રશ્ન એ જ રહ્યો.\

લઘુમતી ઉપસમિતિની બેઠક 26 સપ્ટેમ્બરે મળવાની હતી. આ દિવસ પૂરો થવા આવ્યો હતો. એક દિવસ શ્રી દેવદાસ ગાંધી (ગાંધીજીના પુત્ર) આવ્યા અને મને કહ્યું, “મારા પિતા તમને મળવા માંગે છે.” મેં કહ્યું, “ઠીક છે.”

પૂર્વ નિર્ધારિત સમય અને સંકેત મુજબ સરોજિની નાયડુના નિવાસસ્થાને ગાંધીજીને મળ્યા. હંમેશની જેમ તેણે મને પૂછ્યું, “મને કહે, તારે શું જોઈએ છે?”

“અમારે શું જોઈએ છે? તે પહેલાથી જ સ્પષ્ટપણે કહેવામાં આવ્યું છે. એક જ પ્રશ્ન વારંવાર પૂછવો અને ફરી ફરીને જવાબ આપવો, તે સંતોષકારક અને આશાસ્પદ ન હતું.”

છતાં અસ્પૃશ્યો વતી હું તેમની પાસેથી શું પૂછું અને શા માટે પૂછું? જો ગાંધીજીને સાચો વિચાર ન હોય (કદાચ) તો તેઓ ફરીથી જવાબ આપે તો તેમને કંઈ નુકસાન નહીં થાય. આ અંગેના વિચારો દ્વારા મેં માંગણીઓ વિગતવાર અને પુરાવા સાથે સમજાવી. બેઠક રાત્રે આઠથી અગિયાર એમ ત્રણ કલાક ચાલી. ગાંધીજી સૂતર કાંતતા હતા અને મારી વાત ધ્યાનથી સાંભળતા હતા. તેઓ મને વચ્ચે વચ્ચે પ્રશ્નો પૂછતા હતા પરંતુ તેણે મને તેના વિચારોનો સહેજ પણ ખ્યાલ આવવા દીધો ન હતો, તેણે ખુલ્લેઆમ તેના વિચારો વ્યક્ત કરવા જોઈતા હતા. પોતાની સામે વિપક્ષના વિચારો જાણી લેવા પરંતુ પોતાના વિચારોને વ્યક્ત ન થવા દેવા તેને ચાણક્ય નીતિ કહે છે. પરંતુ આ સંદર્ભમાં તે અપ્રસ્તુત અને બિનજરૂરી હતું.

જો મારા મગજમાં હોત, તો હું પણ આ યુક્તિ રમી શક્યો હોત, પણ તેનાથી શું ફાયદો થયો હોત? કોંગ્રેસના આદેશ મુજબ ગાંધીજીએ મારી માંગણીઓનો વિરોધ કરવો જરૂરી હતો. જો જરૂરી માનવામાં આવે તો પણ ખુલ્લા મન અને વિશ્વાસ સાથે ચર્ચા કરીને જ કરી શકાય. હું તેનો વિરોધ નથી કરતો. હું તેના વિરોધને સહાનુભૂતિપૂર્વક સમજી શક્યો હોત. પરંતુ દુઃખની વાત એ છે કે મેં જે નિખાલસતા દેખાડી તે ગાંધીજી બતાવી શક્યા નથી. મારી વાત પૂરી રીતે સાંભળ્યા પછી ગાંધીજી ખુલ્લેઆમ બોલ્યા નહિ. મને આવું કરવાની ફરજ પડી હશે. પરંતુ સરોજિની નાયડુએ મને કંઈ ન બોલવાનો ઈશારો કર્યો. તેણે કહ્યું, “બધું તમારી ઈચ્છા મુજબ થશે, બસ ધીરજ રાખો.”

મેં ગાંધીજીને પૂછવાનો વિચાર પણ છોડી દીધો. તેને ઘણો સમય થઈ ગયો હતો. નાયડુ ભૂખ્યા હતા. અગિયાર વાગ્યા હતા. હું ગાંધીજી પાસેથી રજા લઈને બહાર ગયો. તે મારી પહેલાં જિન્નાહને મળ્યા હતા. ગાંધીજી અને જિન્નાએ

મુસ્લિમોના અધિકારો અંગે જે કરાર કર્યો હતો તેની મને પાછળથી ખબર પડી.

લઘુમતી પ્રશ્નો પર વિચારણા કરવા માટે નિમાયેલી સમિતિએ રામસે મેકડોનાલ્ડની અધ્યક્ષતામાં બેઠક શરૂ કરી. મુસ્લિમ પ્રતિનિધિઓ સાથે ગાંધીજીની વ્યૂહરચના મુજબ આજની બેઠક મુલતવી રાખવી જોઈએ અને લઘુમતી મુદ્દાઓ પર પરસ્પર સમજૂતી માટે વધુ સમય આપવો જોઈએ. ગાંધીજીએ આ માટે પ્રસ્તાવ મૂક્યો હતો. આગા ખાને તેને ટેકો આપ્યો. વાસ્તવમાં આ પ્રસ્તાવ આવતા પહેલા જ તેમણે મુસ્લિમ અને શીખ પ્રતિનિધિઓ પાસેથી સહમતિ લઈને તેમને વિશ્વાસમાં લીધા હતા. તેઓએ અમારી સાથે પણ એવું જ વર્તન કરવું જોઈએ. હું લાંબા સમય સુધી તે પ્રસ્તાવનો વિરોધ નથી કરતો, પરંતુ નિયુક્ત કમિટી સમક્ષ લઘુમતીઓના પ્રશ્નો પર વિચાર કરવા માટે, પરંતુ પહેલા મુસ્લિમ અને શીખ પ્રતિનિધિઓ સાથે તેની ચર્ચા કરવી. પરંતુ હિન્દુ પ્રતિનિધિઓ અને અન્ય પ્રતિનિધિઓ સાથે ચર્ચા ન કરવી એ શું સૂચવે છે? મને બોલાવો અને ત્રણ કલાક સુધી મારી માંગણીઓ સાંભળો, પણ જાતે કંઈ ન બોલો અને સભા મુલતવી રાખવાની દરખાસ્ત મૂકી અને મારા વાંધાઓ લઈ ડો. આંબેડકરનો વિરોધ કરે છે તેવું કહો. તેમણે તેમના અનુયાયીઓ અને ભક્તોને મારા વિરુદ્ધ ખોટો પ્રચાર કરવાની આઝાદી આપી અને મારી પ્રતિક્રિયા પર ઉતાવળ અને ઘમંડનો આરોપ લગાવ્યો, શું આ ગાંધીની નીતિ છે?

પરંતુ ગમે તેટલા આક્ષેપો કરવામાં આવે, ગાંધીની આ નીતિનો જવાબ આપવો પડશે. હું ગાંધીજીની દરખાસ્તનો વિરોધ કરવા ઊભો થયો (ગાંધીજીએ અસ્પૃશ્યોને મુક્ત મતદાર અને અનામત બેઠકો આપવાનો સ્પષ્ટ ઇનકાર કર્યો હતો) અને મેં કહ્યું, હવે અસ્પૃશ્યો સાથે વાટાઘાટો કરવા

માટે કંઈ બાકી નથી. તેથી સમિતિએ અમારી માંગણીઓ પર વિચાર કરવો જોઈએ અને અમને ન્યાય આપવો જોઈએ. મારો વિરોધ જોઈને બધાને નવાઈ લાગી. સમિતિના અધ્યક્ષ અને મુખ્ય વડા, મેકડોનાલ્ડે ગાંધીજી તરફ જોયું અને તેમને ગાંધીજીને જવાબ આપવા કહ્યું, પરંતુ તેમણે મારા વાંધાને જવાબ આપવાને બદલે કહ્યું, "હું કોંગ્રેસના નિર્ણયથી બંધાયેલો છું, કોંગ્રેસે અસ્પૃશ્યો માટે શું કર્યું? શું તમે કર્યું છે અને તમે શું કરવાનું નક્કી કર્યું છે?" આટલું લાંબુ ભાષણ આપ્યું, પણ તેનો કોઈ ઉકેલ ન આવ્યો. આખરે, ગાંધીજીએ કહ્યું કે કોંગ્રેસ ફક્ત મુસ્લિમ અને શીખ સમુદાયોને પ્રતિનિધિત્વ આપવા તૈયાર છે. કોંગ્રેસ અસ્પૃશ્યોને સ્વતંત્ર મતદાર મંડળ અથવા અનામત બેઠકો જેવી જ્ઞાતિ વિશિષ્ટ સુવિધાઓ આપવા તૈયાર નથી. જો મુસ્લિમ લઘુમતી સમુદાયના પ્રતિનિધિઓ તમારી માંગણીઓ સ્વીકારે તો કોંગ્રેસ વતી માન્યતા આપવાનો અધિકાર મારા હાથમાં છે. "ગાંધીજી દ્વારા આપવામાં આવેલી ખાતરી પછી, પ્રસ્તાવને મુલતવી રાખવાનો વિરોધ કરવાનું કોઈ કારણ ન હતું. તેથી મેં મારો વિરોધ પાછો ખેંચી લીધો."

આ પછી કંઈ ખાસ જોવા મળ્યું નથી. ગાંધીજી મુસ્લિમ પ્રતિનિધિઓને બે-ત્રણ વાર મળ્યા. તેણે અન્ય લઘુમતી સમુદાયો સાથે કોઈ ચર્ચા કરી ન હતી, પરંતુ એક દિવસ તેણે અચાનક મને, ખ્રિસ્તીઓ અને એંગ્લો ઈન્ડિયન સમુદાયના પ્રતિનિધિઓને આમંત્રણ આપ્યું. આ ક્રમમાં જ અમે તેમને મળ્યા. પછી તેણે પૂછ્યું, "તમે શું ઈચ્છો છો?" બધાની સાથે મેં પણ અસ્પૃશ્યોની માંગનો પહાડ વાંચ્યો. આ વખતે પંડિત મદનમોહન માલવીયા પણ ત્યાં હાજર હતા. અમારી વાત સાંભળીને ગાંધીજીએ ગુસ્સામાં કહ્યું, "તમે સમજી શકતા નથી કે તમારી માંગણીઓ કેવી રીતે પૂરી થશે?" અમે લાલચની પરવા કર્યા વિના અમારી માંગણી પાછી ખેંચવાનો ઇનકાર

કર્યો. જ્યારે અમે તેમની પાસેથી રજા લીધી અને પાછા ફરવા લાગ્યા ત્યારે તેમણે કહ્યું, "હવે હું મુખ્ય પ્રધાનજી છું.

હું કહેવા માંગુ છું કે અમારા મતભેદો ખતમ થવાના નથી અને સમાધાનના પ્રયાસો નિષ્ફળ ગયા છે. હવે મને સ્થગિત કરવા માટે વધુ સમયની જરૂર નથી." પરંતુ ગાંધીજીની ધમકીથી ડરવાનું કોઈ કારણ ન હતું. અમે નક્કી કર્યું કે હવે અમે અમારી વાત સીધી સમિતિ સમક્ષ રજૂ કરીશું.

જ્યારે સમિતિની બેઠક ફરી શરૂ થઈ, ત્યારે ગાંધીજીએ પોતે સ્થગિત દરખાસ્ત મૂકીને તેમને આશ્ચર્યચકિત કર્યા. ગાંધીજી કહે છે એક અને કરે છે બીજું. તેની સાચી આગાહી કરી શકાતી નથી, પરંતુ આ વખતે મેં તેમના પ્રસ્તાવનો વિરોધ કર્યો નથી. આ વખતે જાતિ-વિશિષ્ટ પ્રશ્નોના નિરાકરણ માટે ત્રિ-સ્તરીય સમિતિની રચના કરવામાં આવી હતી અને ગાંધીજીને તેના અધ્યક્ષ તરીકે પસંદ કરવામાં આવ્યા હતા. ગાંધીજીએ ત્રણ મહત્વના પ્રશ્નો પૂછ્યા-

1. સિસ્ટમમાં કયા સમાજ અથવા જાતિને પ્રતિનિધિત્વની જરૂર છે?
2. શું આ પ્રતિનિધિત્વ સંયુક્ત અથવા સ્વતંત્ર ચૂંટણી પ્રણાલી દ્વારા આવશે?
3. સ્વતંત્ર પ્રતિનિધિત્વ આપવા આવનાર સમાજને કેટલી બેઠકો આપવામાં આવશે?

આ યોજના અનુસાર ગાંધીજીએ અસ્પૃશ્ય, મુસ્લિમ, શીખ, હિંદુ, ખ્રિસ્તી, એંગ્લો-ઈન્ડિયન અને યુરોપિયનોના પ્રતિનિધિઓને તેમના વિચારો વ્યક્ત કરવા કહ્યું. અમે તમામ જનપ્રતિનિધિઓએ અમારી બાજુ રજુ કરી હતી. પાછળથી ગાંધીજીએ અલગ વલણ અપનાવ્યું અને કહ્યું, "આ બધું અશક્ય છે." તેણે આ પ્રશ્નનો ઉકેલ લાવવાનો પ્રયાસ પણ કર્યો ન હતો. લઘુમતીઓનો પ્રશ્ન અઘરો હતો, પણ અશક્ય

નહોતો. આ પછી, ગાંધીજીની અધ્યક્ષતામાં બે બેઠકો યોજાઈ, પરંતુ તેમના વલણને કારણે કોઈએ ઉત્સાહપૂર્વક ચર્ચામાં ભાગ લીધો નહીં.

આખરે આ સમયગાળો પણ પૂરો થયો. અમે એક કરાર સુધી પહોંચી શક્યા નથી. આવતીકાલે ફરી એ જ વાત લઘુમતી સમિતિ અને મેકડોનાલ્ડ સામે બોલવી પડશે. આ શરમજનક પરિસ્થિતિને ટાળવા માટે, સરોજિની નાયડુએ એક વ્યૂહરચના સૂચવી, "આપણે બધાએ પંજાબનો પ્રશ્ન મધ્યસ્થી સમિતિને સોંપવા માટે તૈયાર રહેવું જોઈએ. અન્ય પ્રશ્નો ઉકેલવાના માર્ગ પર છે. આ જાહેર કરીને શરમજનક પરિસ્થિતિ ટાળવી જોઈએ." પરંતુ શીખો અને મુસ્લિમો વચ્ચે મડાગાંઠ ઊભી થઈ. તેઓએ કહ્યું, "અમે વિચારીને કહીશું." આ ચર્ચા દરમિયાન રાત્રિના 8 વાગ્યા હતા, તેથી ત્રણ કલાક પછી સરોજિની નાયડુની માહિતી મુજબ રાત્રે 11 વાગ્યે બધાએ અહીં ભેગા થવાનું છે અને મુસ્લિમોએ શીખોને તેમનો નિર્ણય જણાવવાનો છે.

અમે રાત્રે અગિયાર વાગ્યે ફરી ભેગા થયા. મેં પંજાબને લગતી માહિતી આપી હતી. અસ્પૃશ્યોની સમસ્યાને ધ્યાનમાં રાખીને પંજાબના સંદર્ભમાં નિર્ણય આપવા જે

જ્યારે ટ્રિબ્યુનલની રચના કરવામાં આવશે, ત્યારે હિંદુ, મુસ્લિમ અને શીખ અંગેના નિર્ણયો આપવા અંગે સ્પષ્ટ માહિતી આપો. નહીં તો મારે ટ્રિબ્યુનલના નિર્ણયનો વિરોધ કરવો પડ્યો હોત, પરંતુ અન્ય જનપ્રતિનિધિઓએ એવો સમય આવવા દીધો ન હતો. પંજાબના પ્રશ્ન પર નાયડુની મૂળ યોજના અટકી ગઈ. શીખોના પ્રતિનિધિઓ અને હિંદુ મહાસભાના પ્રતિનિધિઓ, ડૉ. મુંજે, પંડિત માલવિયા વગેરેએ ટ્રિબ્યુનલના સૂચનને સ્વીકાર્યું, પરંતુ આ લવાદ બોર્ડના સભ્યોની પસંદગી ગોળમેજી પરિષદ દ્વારા થવી જોઈએ -

શીખો અને હિન્દુઓએ આ સ્વીકાર્યું. સૂચન (ગાંધીજી અને નાયડુનો) મુસ્લિમોએ કહ્યું કે ટ્રિબ્યુનલના સભ્યો ગોળમેજી પરિષદના સભ્યોમાંથી હોવા જોઈએ બહારના લોકોમાંથી નહીં. શીખો, મુંજે અને માલવિયાને ડર હતો કે જો ગોળમેજી પરિષદના સભ્યોની પસંદગી માટે ગાંધી અને સપ્રુના નામ આગળ આવશે તો તેઓ મુસ્લિમોની મધ્યસ્થતાને માન્યતા આપશે. ગાંધી અને સપ્રુ મુસ્લિમો તરફ ઝોક ધરાવે છે. તેમનો નિર્ણય શીખો અને હિન્દુઓ માટે ફાયદાકારક નથી. આ ડરને કારણે શીખો અને હિંદુઓએ આ યોજના સ્વીકારી ન હતી.

આ વિચારથી ગાંધી ભક્તો અને કોંગ્રેસ તરફી હિંદુ પ્રતિનિધિઓમાં હલચલ મચી ગઈ, પરંતુ રાત્રે 1:30 વાગ્યે અમે નિરાશ થઈને પાછા ફર્યા. અમે નક્કી કર્યું કે જો કોઈ સમજૂતી નહીં થાય તો અમારે આવતીકાલે સમિતિ સમક્ષ જવું પડશે, જે શરમજનક છે. પરંતુ ગાંધીજીએ આ પરસ્પરનો કરાર તોડી નાખ્યો. બીજે દિવસે, મેકડોનાલ્ડની અધ્યક્ષતામાં લઘુમતી પેટા સમિતિમાં, ગાંધીજીએ અપ્રસ્તુત રીતે અપ્રસ્તુત અને બિનજરૂરી ભાષણ આપ્યું. તેણે કહ્યું, "મારો પ્રયાસ નિષ્ફળ ગયો, હું ફરીથી પ્રયાસ કરીશ નહીં. ચોક્કસ જાતિના પ્રશ્નમાં સમાધાન ન કરવું એ ખાસ વાત નથી." તેમણે વધુમાં કહ્યું કે તેઓ ગોળમેજી પરિષદમાં આવ્યા હતા, તેથી તેમની સાથે સમાધાન કરી શક્યા નથી. એકંદરે ગાંધીજીનું નિવેદન બેજવાબદાર હતું.

સર શફી, સર પેટ્રો જેવા પ્રતિનિધિઓએ ગાંધીજીની ટીકા કરી. પણ મારી આકરી ટીકાથી દુઃખ થયું. હું એટલી કઠોર ટીકા કરતો નથી, પરંતુ તેમનું વર્તન નિંદનીય હતું. તેથી હું તેને કડક શબ્દોમાં જવાબ આપવાથી મારી જાતને રોકી શક્યો નહીં. હું જાણું છું કે ભારતમાં મારી કડક ટિપ્પણીનું ખોટું અર્થઘટન કરવામાં આવશે. ગાંધીજી, સર શફી અને મારી

વાત સાંભળીને ડોનાલ્ડે ગાંધીજીનો સારો વર્ગ લીધો. આ પછી તેમણે સમિતિનું કામ હાલ પૂરતું સ્થગિત કરી દીધું હતું. આ પછી ભારતના સચિવે મને બોલાવ્યો. તેમણે મને કહ્યું કે જ્યાં સુધી અસ્પૃશ્યોને જરૂરી અધિકારો આપવામાં નહીં આવે ત્યાં સુધી બંધારણને માન્યતા આપવામાં આવશે નહીં.

હું ગાંધીજીનો વિરોધી છું, તેમ છતાં હું તેમના સરળ અને પ્રામાણિક અભિગમને માન આપું છું, પરંતુ તેમણે મુસ્લિમો સાથે સાંઠગાંઠ કરવાનો પ્રયાસ કર્યો, જે કોઈ સારા માણસને લાયક નથી. જ્યારે મને આ વિશે ખબર પડી ત્યારે મને તેમના પ્રત્યે અપમાન લાગ્યું અને ગુસ્સો આવ્યો. જો ગાંધીજીએ મારો સીધો વિરોધ કર્યો હોત તો મને એટલું ખરાબ ન લાગ્યું હોત, પણ તેમની ક્ષુદ્ર નીતિ જોઈને મને ખૂબ ગુસ્સો આવ્યો. તેથી જ મેં તેમની આકરી ટીકા કરી. મેં અંગ્રેજી અખબાર ‘લંડન ટાઈમ્સ’માં ગાંધીજીના તુચ્છ કાર્યને વખોડવા એક લેખ લખ્યો હતો. મેં આ કડવું સત્ય ભારતના અગ્રણી અખબારોને મોકલ્યું. જોકે, આ કામ સફળ થયું ન હતું. શ્રીનિવાસને અને મેં અસ્પૃશ્ય સમુદાય વતી મુસ્લિમ પ્રતિનિધિઓનો વિરોધ કરવાનો ઇનકાર કરવા બદલ આભાર માન્યો.

ગાંધીજીએ એક સભામાં કહ્યું, “મેં અસ્પૃશ્યોની વિરુદ્ધ મુસ્લિમો સાથે જોડાણ કર્યું નથી.”

ગાંધીજી મુસ્લિમોની માગણીઓ સ્વીકારે તે પહેલાં મુસ્લિમોએ ગાંધીજીની કઈ શરતો સ્વીકારવી જોઈએ? તેની યાદી જાહેર કરવામાં આવી છે. આમાં પણ આ એક મુખ્ય સ્થિતિ છે. એક રીતે ગાંધીજીએ મને આશ્વાસન આપ્યું હતું કે લઘુમતી સમુદાય તમારી માંગનો વિરોધ નહીં કરે, પણ કોંગ્રેસ વિરોધ કરશે તો પણ હું તમારી માગણીઓ પર વિચાર કરીશ અને સાથે જ મુસલમાનોને અમારો વિરોધ કરવા મજબૂર કરવા, તેને કારસ્તાન કહે છે. એટલું જ નહીં, ગાંધીજીના પોતાના

કેટલાક અનુયાયીઓ અસ્પૃશ્યો પ્રત્યેની તેમની અન્યાયી અને પક્ષપાતી નીતિ જોઈને આઘાત પામે છે.

દેશમાં આટલી અશાંતિ સર્જનાર ગાંધી વિરુદ્ધ ભારતના જુદા જુદા ભાગોમાંથી મને દરરોજ અસ્પૃશ્ય સમુદાય તરફથી ઘણા ટેલિગ્રામ મળે છે. આની કલ્પના કરી શકાય છે. મારા પ્રતિબંધની કેટલીક પંક્તિઓ પણ છે, પરંતુ તે પ્રતિબંધ ઉચ્ચ જાતિના હિંદુઓનો છે, જેમણે તેને 'રાષ્ટ્રીય પ્રતિબંધ' કહીને અસ્પૃશ્યોના નામે સિક્કા બનાવીને મોકલ્યા છે. આ તો રાજાઓ અને બાદશાહો કહે છે. આનો અર્થ એ છે કે ફેડરેશનનું બંધારણ મનસ્વી અને અનિશ્ચિત સમયગાળા માટે સ્થગિત રહેશે. આ કારણસર સર તેજ બહાદુર સપ્રુ પણ રાજાઓ અને બાદશાહોથી નારાજ જણાય છે.

રજવાડાઓનું એક પ્રતિનિધિમંડળ મને મળ્યું. તેઓને ખબર પડી કે હું રજવાડાના લોકો વતી ગોળમેજી પરિષદમાં મારો કેસ રજૂ કરી રહ્યો છું. તેણે પોતાની સમસ્યા જણાવી. તે કહે તે પહેલા જ મને તેની પરિસ્થિતિ વિશે પૂરતી માહિતી હતી. આ કારણથી, પ્રજાના કલ્યાણ માટે, મેં દેશી રાજ્યોની સાથે વિવાદ કરીને તેમનો ક્રોધ પોતાના પર લીધો. જ્યારે સમય આવશે ત્યારે હું જનહિત માટે ચોક્કસ લડીશ, પરંતુ મને કોઈનો ટેકો નથી. મને આશા હતી કે કમસેકમ ગાંધીજીનું સંઘીય માળખું

સમિતિમાં ભાષણ આપતી વખતે અને મૂળ રાજ્યોના લોકોની રક્ષા કરતી વખતે તેનું સમર્થન કરશે. પણ બીજા દિવસે ગાંધીજીનું ભાષણ સાંભળીને હું ખૂબ જ નિરાશ થયો. ગાંધીજીનું કથન 'કોઈનું અપમાન ન કરો' રાજાઓ અને સમ્રાટો વિશે બિલકુલ સાચું સાબિત થયું, પરંતુ અસ્પૃશ્યો પ્રત્યે તેમનું વર્તન અલગ હતું, કારણ કે આ લોકો મુસ્લિમો જેટલા મજબૂત નહોતા, કારણ કે રાજાઓની જેમ તેઓ

અમીર નહોતા. કોઈ પણ ડૉક્ટર કોઈ પણ ગરીબ લાચાર વ્યક્તિના મૃત શરીર પર પ્રયોગ કરે, તે જે ઈચ્છે તે કરે છે. ગાંધીજી પણ તેમના સત્ય અને સિદ્ધાંતોને ગરીબ અસ્પૃશ્યોના જીવન પર લાગુ કરતા જોવા મળે છે. તેમને અનામત જગ્યા ન મળવી જોઈએ, તેથી ગાંધીજીએ પોતાનો જીવ જોખમમાં મૂક્યો જ્યારે તેઓ રાજાઓ સામે મીણની પ્રતિમા બની ગયા.

ગાંધીજી એક ભ્રષ્ટ યોગી છે, જે મૂર્ખતાના સામ્રાજ્યમાં ભટકે છે. તેઓ સમજે છે કે રાજા-મહારાજાનું શાસન રામરાજ્ય જેવું હશે, પરંતુ એ સમજવું જોઈએ કે તમામ રજવાડાઓ આ સુરક્ષા બંધન અને અનામત અધિકારોના કટ્ટર સમર્થક છે. બ્રિટિશ સામ્રાજ્ય સાથેનો તેમનો સંબંધ અતૂટ છે. બ્રિટિશ સામ્રાજ્યથી અલગ થઈને સંપૂર્ણ આઝાદીનો ઠરાવ પસાર કરનાર કોંગ્રેસને આટલું સમજાતું નથી, પણ આ અસ્પૃશ્યોને લગતા ગાંધીજીના સિદ્ધાંતોની ધાર હોવી જોઈએ. આનાથી મોટો દંભ શું હોઈ શકે? તેમના શ્રદ્ધાળુ અનુયાયીઓ અને દેશભક્તો ભલે ગમે તે કહે; ગોળમેજી પરિષદ માટે ગાંધીજીનો લિટમસ ટેસ્ટ હતો. મારા જેવા અન્ય અવાજવાળા લોકોએ પણ આ જ વાત વ્યક્ત કરી. એક સજ્જને અફસોસભર્યા કટાક્ષમાં કહ્યું, "મહાત્માજીને અહીંથી લઈ જવા જોઈએ, નહીં તો તેઓ પોતે જ નહીં, પરંતુ તેઓ જે દેશના નેતા ગણાય છે તે દેશના લોકો પણ પાતાળમાં જશે." શ્રી વિઠ્ઠલભાઈ પટેલ અને હું ગઈ કાલના આગલા દિવસે મળ્યા હતા. તેમણે ગાંધીજીની નીતિઓ પ્રત્યે પોતાની નારાજગી વ્યક્ત કરી. તેમણે કહ્યું, "ગાંધીજીએ આખું બ્રહ્મ કૌભાંડ રચ્યું છે."

એવું લાગે છે કે ગોળમેજી પરિષદ 10 નવેમ્બર અથવા 20 નવેમ્બર સુધીમાં સમાપ્ત થશે. શું આ પરિષદ કંઈક પ્રાપ્ત કર્યા પછી સમાપ્ત થઈ ગઈ છે અથવા આ પરિષદમાંથી કંઈક બહાર આવ્યું છે? એવો પ્રશ્ન દરેક જગ્યાએ પૂછવામાં આવશે.

મને ડર છે કે ગોળમેજી પરિષદ ખૂબ જ ખેદજનક સ્થિતિમાં સમાપ્ત થશે. જો આમ થશે તો સમગ્ર જવાબદારી ગાંધીજીની રહેશે.પરિષદનું બંધ થવું એ ભારત માટે ફાયદાકારક રહેશે, પરંતુ ગાંધીજી દ્વારા આવો પ્રયાસ કરવામાં આવ્યો ન હતો, આ તેમની અર્ધાંગિની નીતિનું પરિણામ હતું. અસ્પૃશ્ય લઘુમતીના પ્રતિનિધિઓ દ્વારા રજૂ કરવામાં આવેલી માંગણીઓ કેટલી વાસ્તવિક છે, તેની પાછળની લાગણી કેટલી તીવ્ર છે? ગાંધીજીને આ વાતનો ખ્યાલ નહોતો. આ કારણે ગાંધીજી દ્વારા તે માંગણીઓની અવગણના કરવામાં આવી હતી. પરિણામ એ આવ્યું કે લઘુમતીઓના પ્રશ્નનો સમજદારીપૂર્વક ઉકેલ લાવવાને બદલે તેની ઉપેક્ષા કરવામાં આવી.

મહાત્માની વાત તો છોડો, ગાંધીજીએ વાપરેલી યુક્તિઓ સામાન્ય માણસને પણ ગમતી નથી. અલ્પસંખ્યકોની સમસ્યાઓ હલ કરવાના બહાને તેમણે ચાણક્ય નીતિનો ઉપયોગ કર્યો, પરંતુ તેઓ પોતે આ યુક્તિમાં ફસાઈ ગયા. રાષ્ટ્રીય હિત અને રાષ્ટ્રીય ગૌરવમાં ગાંધીજીએ કોંગ્રેસના નામે જે કંઈ કહ્યું તેને હું માન આપું છું. જો હું કોંગ્રેસ કે ગાંધીજીનો અનુયાયી ન હોત તો પણ મેં એ માંગણીઓને પૂરા દિલથી ટેકો આપ્યો હોત, પરંતુ તેઓએ મને આ તક આપી નહીં. “કોઈ જીવ ગુમાવે તો પણ ઠીક છે, પણ અસ્પૃશ્યોને આઝાદી ન મળવા દો.”

ગાંધીજીએ આ કટ્ટરતાને એટલી હદે લઈ લીધી કે મારે તેને રોકવા માટે આકાશ પાતાળ એક કરવા પડ્યા.

પ્રાંતીય સરકારે કેન્દ્ર સરકારને જવાબ આપવો જોઈએ, કારણ કે હું કોંગ્રેસનો છું, પરંતુ ગાંધીજીની વિચિત્ર નીતિને કારણે તેમણે મને આ તક આપી નહીં. પરિણામ એ આવ્યું કે પ્રશ્નનો ઉકેલ ન આવે ત્યાં સુધી મુસ્લિમો, ખ્રિસ્તીઓ અને અસ્પૃશ્યોના પ્રતિનિધિઓએ ચર્ચામાં ભાગ લીધો. પરંતુ ભગવાન માંકેને લાગ્યું કે તેને વધારવાનો કોઈ અર્થ નથી.

તેથી, તેણે ફેડરલ સ્ટ્રક્ચર કમિટીના કામને મુલતવી રાખ્યું.

તેની જવાબદારી કેન્દ્ર સરકારની છે કે નહીં? આ મહત્વના પ્રશ્નની આજે ચર્ચા થવી જોઈતી હતી, પરંતુ તેમ થયું નથી. આ પ્રશ્નનો ઉકેલ ન મળ્યો, પરંતુ ગાંધીજીએ આ વિષય પર ચર્ચા પણ કરી ન હતી. આમ ગાંધીજીની મુલાકાત વ્યર્થ ગઈ. ઇતિહાસકારે વિશ્વ વિજેતા જુલિયસ સીઝર દ્વારા ગૌડ પ્રાંત પરના હુમલાનું વર્ણન કર્યું છે, "સીઝર આવ્યો, તેણે જોયું અને તેણે જીતી લીધું." પણ ગાંધીજી જીત્યા એવું કોઈ ઈતિહાસકાર ન લખી શકે. ગાંધીજીની નિષ્ફળતાથી ઘણા લોકો નિરાશ થયા છે. જો ગાંધીજી ન આવ્યા હોત તો કોંગ્રેસ બંધમાં જ રહી ગઈ હોત. હવે તેના મિત્રો અને અનુયાયીઓને પણ આવુ લાગે છે, કેટલાક લોકો ખુલીને બોલી રહ્યા છે.

કેટલાક બ્રિટિશ ગાંધી ભક્તો, જેમ કે સમર્થક હેરોલ્ડ લાસ્કી, ગાંધીના લોકશાહીના અપમાનજનક સ્વભાવથી આઘાત પામે છે. જો ગોળમેજી પરિષદ નિષ્ફળ જાય તો તેનું પરિણામ શું આવશે? આ અંગે સવાલો ઉઠી રહ્યા છે. મારા મતે, આ પ્રશ્ન ગાંધીજીના ધ્યાન પર આવ્યો હોવો જોઈએ. ગાંધીજીએ સ્પષ્ટ કહ્યું કે "હું અસહકાર આંદોલન ફરી શરૂ કરીશ." પરંતુ અહીં તેઓએ કંઈ પણ કરતા પહેલા બે બાબતો ધ્યાનમાં રાખવાની છે. પ્રથમ, વર્તમાન સરકાર કન્ઝર્વેટિવ પાર્ટીની છે. જો ગાંધીજી દ્વારા આવી પહેલ કરવામાં આવી હોત તો તે તેના હૃદય પર હુમલો કરી શક્યો હોત. આમ કરીને ગાંધીજીએ ભારતના લઘુમતી સમાજ વિશે વિચારવું પડત. ગત વખતે કોંગ્રેસના અસહકાર આંદોલનનો લઘુમતી સમાજ દ્વારા વિરોધ કરવામાં આવ્યો ન હતો. કોંગ્રેસની ગોળમેજી પરિષદમાં ભાગ લઈને લઘુમતી સમુદાયને આશા હતી કે કોંગ્રેસ તેમની વાજબી માંગણીઓને સમર્થન આપશે, પરંતુ આ આશા વ્યર્થ સાબિત થઈ. બીજી તરફ કોંગ્રેસે અન્યાયી,

જાતિ આધારિત અને અતાર્કિક નીતિનો આશરો લીધો છે અને હવે અસ્પૃશ્ય સમાજ પ્રત્યે કોંગ્રેસનું વલણ બદલાયું છે.

કોંગ્રેસ-ગાંધી વિરુદ્ધના તાર મારી પાસે ભારતના તમામ ભાગોમાંથી આવી રહ્યા છે, માત્ર બોમ્બે પ્રાંતમાંથી જ નહીં પણ પંજાબ, બંગાળ, મદ્રાસ વગેરેમાંથી પણ. હકીકતમાં ગાંધીજી બહુ મૂંઝવણમાં છે. હું આટલા બધા અસ્પૃશ્યોનો રક્ષક હોવા છતાં તમે મારો વિરોધ કેમ કરો છો? ગાંધીજી માટે આ જીવનમાં આ કોયડો ઉકેલવો શક્ય નથી. પરિણામે, ગાંધી પક્ષ અને અસ્પૃશ્ય સમુદાય એકબીજાના વિરોધી થશે, આ બહુ સ્પષ્ટ છે. મારા અને ગાંધીજી વચ્ચે આજે પણ પહેલા જેવો તફાવત છે. ગાંધીજીના મિત્રોની ફરિયાદ છે કે હું તેમની સાથે આદરપૂર્વક વર્ત્યો નથી. તેમને મારો જવાબ એ છે કે હું ગાંધીજીનો ભક્ત કે અનુયાયી નથી. તેથી મારી પાસેથી ભક્તિની અપેક્ષા રાખવી વ્યર્થ છે. સત્ય એ છે કે ગાંધીજી સાથે મારું વર્તન નમ્ર છે. હું એ જ રીતે વર્તું છું જે રીતે તેમના સ્પર્ધકો વર્તે છે.

હું જે રીતે ગાંધીજી તરફ જોઉં છું તેના કારણે મારો વિરોધ તેમના માટે અયોગ્ય લાગે છે, ખાસ કરીને તેમના પ્રત્યે અપાર ભક્તિ ધરાવતા ભક્તોને. મેં ગાંધીજીને અસ્પૃશ્ય સમુદાયની લાગણીઓ વિશે સ્પષ્ટપણે જાણ કરી છે, પરંતુ તેમની મૂંઝવણ અને પૂર્વગ્રહ દૂર થતો નથી. તેઓ કહે છે કે હું અસ્પૃશ્યોનો સાચો પ્રતિનિધિ છું અને અસ્પૃશ્યોને સ્વતંત્ર ચૂંટણી મહાવિદ્યાલયની કોઈ જરૂર નથી. જ્યારે તમે શીખો અને મુસ્લિમોને મફત મતદારક્ષેત્રો આપવા તૈયાર છો, તો તમે કેવી રીતે કહો છો કે અસ્પૃશ્યોને તે મળશે નહીં. જ્યારે તેઓ આ પ્રશ્નનો બોમ્બમારો કરે છે, ત્યારે તેઓ ચિડાઈ જાય છે. કારણ એ છે કે તેઓ આ પ્રશ્નનો યોગ્ય જવાબ આપી શકતા નથી. હું મુરીએલ નામની એક ફ્રેન્ચ મહિલાને મળ્યો. તેમને સંસ્કૃત ભાષા પ્રત્યે ભારે આકર્ષણ છે. ગાંધીજીની ખ્યાતિ સાંભળીને સ્ત્રીને તેમના માટે

ખૂબ જ આદર થયો. મહિલાએ કહ્યું, "આજે સવારે હું ગાંધીજીને મળી અને તેમને પૂછ્યું કે તમે અસ્પૃશ્યોને લઈને અસંગત નીતિ કેમ અપનાવી છે?" ગાંધીજીએ કહ્યું, "જો અસ્પૃશ્યોને મુક્ત ચૂંટણીઓ આપવામાં આવશે તો તેઓ અસ્પૃશ્ય જ રહેશે, તેથી હું અસ્પૃશ્યોને મુક્ત ચૂંટણીઓ આપવાની વિરુદ્ધ છું." આના પર ફ્રેન્ચ મહિલાએ કહ્યું, "જો એવું હોત

તો ડો. આંબેડકર અને અસ્પૃશ્યોના પ્રતિનિધિઓ આ વાત કેમ સ્વીકારતા નથી?" ગાંધીજી આનો શું પ્રતિભાવ આપશે? મહિલાએ આગળ કહ્યું, "તે થોડા ગુસ્સે થયા. તેની વર્તણૂક સૂચવે છે કે મારે ત્યાંથી જવું જોઈએ."

ગઈ કાલે ગાંધીજીએ 'ઈન્સ્ટિટ્યૂટ ઑફ નેશનલ અફેર્સ' નામની સંસ્થામાં ભાષણ આપ્યું હતું. તેમણે અસ્પૃશ્યોને લઈને ત્યાં અપનાવેલી નીતિને પણ સમર્થન આપ્યું હતું. 10મી નવેમ્બરે આ સંસ્થામાં મારું ભાષણ હતું. તેમના વિચારોથી એક વાત સ્પષ્ટ થઈ ગઈ કે લઘુમતી સમુદાયને અલગ પાડવાની તેમની ભેદભાવપૂર્ણ નીતિ હતી. પરિણામ તેની ઈચ્છા વિરુદ્ધ હતું. ગાંધીજીની ચાણક્ય નીતિનો પરાજય થયો. હું અસ્પૃશ્ય સમુદાયને ખાતરી આપવા માંગુ છું કે સ્વરાજ એટલે કે રાજ્ય સત્તામાં તેમનો વાજબી હિસ્સો અસ્પૃશ્યો પર ઉપકારનું સ્વરૂપ નથી, તેથી જ્યાં સુધી આપણને સત્તાનું સ્વરૂપ નહીં મળે ત્યાં સુધી ગાંધીજીને પણ સ્વરાજ નહીં મળે.

ભારતના રાષ્ટ્રીય અખબારોએ મારા વિરુદ્ધ દુરુપયોગ અને ખોટી માહિતી ફેલાવવાનું અભિયાન શરૂ કર્યું છે. તે સંદર્ભમાં મારી પાસે ઘણા સમાચાર આવ્યા છે, જેમાંથી કેટલાક મેં વાંચ્યા અને જોયા છે. મને આ સમાચારોથી આશ્ચર્ય થયું નથી. અસ્પૃશ્ય સમુદાય કોંગ્રેસના વિરોધથી અજાણ રહ્યો તે સંતોષની વાત છે. તેમનામાં જાગૃતિ આજ સુધી આવી ન હતી, આ સમયે જ આવી છે. ગાંધીજીની ન્યાયી નીતિના વિરોધમાં

ભારતના દલિત સમુદાયમાં સ્વાભિમાનની જાગૃતિ આવી છે. મારી માંગણીઓના સમર્થનમાં મને માત્ર મહારાષ્ટ્રમાંથી જ નહીં પરંતુ ભારતના વિવિધ ભાગોમાંથી ઘણા સંદેશાઓ આવ્યા છે. કોંગ્રેસે કેટલાક અસ્પૃશ્યોને સાથે લીધા છે અને અમારી માંગણીઓ સામે વિરોધ દર્શાવતા ચાર ટેલિગ્રામ મોકલ્યા છે, પરંતુ તેઓ અમારા આંદોલનને ખોટી દિશામાં લઈ જઈ શકતા નથી.

ભારતના ઘણા અખબારોમાંથી મને અવતરણો મોકલવામાં આવ્યા છે, 'જ્ઞાન પ્રકાશ' અખબારના અવતરણો પણ છે. ગોળમેજી પરિષદના સંદર્ભમાં પુણેમાં અસ્પૃશ્ય સમુદાયની બેઠકની વાસ્તવિકતા તે પત્રમાં આપવામાં આવી છે. આ બેઠકના સંદર્ભમાં 'જ્ઞાન પ્રકાશ'માં એક તંત્રીલેખ લખવામાં આવ્યો છે. 'જ્ઞાન પ્રકાશ' અખબાર એ કોંગ્રેસ કે અન્ય હિંદુ અખબારો જેવું એકતરફી અખબાર નથી, પણ મને નવાઈ લાગે છે કે 'જ્ઞાન પ્રકાશ' જેવા અખબારે આ અખબારનો તંત્રીલેખ વાંચીને ગાંધીજી અને મારી વચ્ચે જે વિવાદ ઊભો થયો તેનું મૂલ્યાંકન કર્યું નથી. કર્યું. "ગાંધીજી સંયુક્ત ચૂંટણી પ્રણાલી અને અસ્પૃશ્યોને અનામત બેઠકો દાનમાં આપવા તૈયાર છે, પરંતુ હું તે સ્વીકારવા તૈયાર નથી, બલ્કે હું સ્વતંત્ર ચૂંટણી પ્રણાલી માટે અડગ છું." આજે કેટલાક બે-ચાર અસ્પૃશ્ય નેતાઓ મારી વિરુદ્ધ છે. ગાંધીજી શું વિચારે છે તે આપણે સમજવું જોઈએ. પણ અસ્પૃશ્યોને શું ફાયદો, મારા જેવો અસ્પૃશ્ય તેમના જેવા ઉચ્ચ જ્ઞાતિ કરતાં આ વધારે સમજે છે. જો ગાંધીજી ન આવ્યા હોત તો તે સારું હતું, પરંતુ તેમના આગમનથી તેમની પક્ષપાતની નીતિ છતી થઈ છે. ગઈ કાલના આગલા દિવસે, હિન્દીના કેટલાક પ્રતિનિધિઓએ શ્રી રેમ્સ મેકડોનાલ્ડને પત્ર મોકલ્યો. લોકોને અખબારોમાંથી આ માહિતી મળી હતી. તેમાં લખ્યું હતું કે

"બ્રિટિશ સરકાર ભારતને માત્ર પ્રાંતીય સ્વરાજ્યનો અધિકાર આપવા તૈયાર છે, પરંતુ હિંદુ પ્રજા માત્ર પ્રાંતીય સ્વરાજ્યનો અધિકાર આપવા જરા પણ તૈયાર નથી." આ પત્ર પર પ્રથમ હસ્તાક્ષર ગાંધીજીના છે. પત્રની સત્યતા એ છે કે સોમવારે 2 નવેમ્બરે શ્રી ગાંધીજી મુખ્ય પ્રધાનને મળ્યા હતા. ત્યાં પૂછવામાં આવ્યું કે પ્રાંતીય સ્વાયત્તતા આપવાથી કામ થશે કે નહીં? ગાંધીજીએ તેનો સ્વીકાર કર્યો. બે દિવસ સુધી આ વાતની કોઈને જાણ થઈ નહીં. ગુરુવારે આ રહસ્ય ખુલ્યું. હિન્દુ પ્રતિનિધિઓ ગભરાઈ ગયા. શુક્રવારે ગાંધીજીની ઘણી પૂછપરછ કરવામાં આવી, આખરે પત્ર લખ્યા બાદ સૌથી પહેલા ગાંધીજીની સહી લેવામાં આવી.

લઘુમતીઓ વચ્ચે શાંતિ સ્થપાઈ. ગાંધીજીએ તેની સામે જોરદાર ભાષણ આપ્યું. તેમણે કહ્યું, "અસ્પૃશ્ય સમુદાય હિંદુ સમાજનો એક ભાગ છે. તેથી, તે લઘુમતી નથી." હંમેશની જેમ વિરોધ કરીને, તેમણે અસ્પૃશ્યોની માંગનો સખત વિરોધ કર્યો. હવે ગાંધીજીએ જડબાતોડ જવાબ આપવો પડશે. ગોળમેજી પરિષદમાં મેં જે ભૂમિકા ભજવી તે મારા અંતરાત્મા મુજબની હતી. અસ્પૃશ્યો હિંદુ ભાઈઓ છે, તેથી તેમની વચ્ચે સમાધાન થવું જોઈએ. આ ગાંધીજીનો દાવો હતો. તે જ સમયે તેમણે મુસ્લિમો વચ્ચે એક ગુપ્ત સમજૂતી કરી અને મુસ્લિમોને કહ્યું, "કોંગ્રેસ તમારી ચૌદ માંગણીઓ સ્વીકારે છે, પરંતુ તમારે આ ભૂમિકા ભજવવી જોઈએ કે લઘુમતીઓ અને અસ્પૃશ્યોએ સ્વતંત્ર મતદારોની માંગ ન કરવી જોઈએ." મારી પાસે આનો પુરાવો છે. ગાંધીજીના કોઈ શિષ્યને આ જોવું હોય તો તેણે મારી ઓફિસમાં આવવું જોઈએ. મુસ્લિમોનું સમર્થન મેળવવા ગાંધીજી હોટલમાં આગા ખાનને મળ્યા. તેણે બજારમાંથી કુરાનનું પુસ્તક ખરીદ્યું અને આગા ખાનને સમજાવવાનું શરૂ કર્યું. પછી આગા ખાને ગાંધીજીને કહ્યું, "અસ્પૃશ્ય સમાજ ખૂબ જ

નબળો છે. તેમને તમામ મદદ અને અધિકારો મળવા જોઈએ. તેમને મુસ્લિમો કરતાં તેની વધુ જરૂર છે. મને લાગે છે કે હું એવું જ વર્તન કરીશ." ગાંધીજી નિરાશ થઈને પાછા ફર્યા.

દરેકનો સહકાર અને સમર્થન મને અસ્પૃશ્યોના રાજકીય અધિકારો માટે લડવાની શક્તિ આપે છે. મારું આંદોલન અને મારું કામ માત્ર મહાર પૂરતું મર્યાદિત નથી. રાષ્ટ્રીય હિતમાં હોવાનો દાવો કરતા અખબારો દેશદ્રોહી તરીકે કામ કરે છે અને અન્ય સાથે દુર્વ્યવહાર કરે છે. અસ્પૃશ્યોએ મને આ અખબારોમાંથી કોઈ પણ જાતના ડર વિના સૌથી વધુ ટેકો આપ્યો છે, તેથી જ હું લંડનમાં થોડું કામ કરી રહ્યો છું. તમે સંગઠનને મજબૂત કરો, અમે હિંમત અને અનુશાસનના બળ પર આગળ વધીશું.

આજે ભારતમાં જો કોઈને દેશદ્રોહી, દેશનો નાશ કરનાર, હિંદુ ધર્મનો નાશ કરનાર અને હિંદુઓ વચ્ચે વિભાજન કરનાર કહેવામાં આવે તો તે હું છું. ગોળમેજી પરિષદ ઊંડાણપૂર્વક વિચારશે, પછી તેઓએ સ્વીકારવું પડશે કે ડૉ. આંબેડકરે દેશ માટે કંઈક કર્યું છે. જો તેઓ તેને સ્વીકારશે નહીં તો હું તેમને કોઈ લાગણી નહીં આપું. મારા કામમાં મારા સમુદાયનો વિશ્વાસ મારા માટે મહત્વપૂર્ણ છે. હું એ જ સમાજમાં મૃત્યુ પામીશ જેમાં હું જન્મ્યો હતો અને જે સમાજમાં હું જીવી રહ્યો છું. હું એ જ સમાજ માટે કામ કરવાનું ચાલુ રાખીશ. મને ટીકાકારોની પરવા નથી.

મારા પર દેશ માટે કામ ન કરવાનો આરોપ છે. છેલ્લા સો વર્ષથી સુધારકો, બુદ્ધિશાળી અને શાંત લોકો દેશને નામે પોતપોતાની જ્ઞાતિના લોકોને ખવડાવવાનું કામ કરે છે. આ લોકોએ મારા સમાજ માટે કંઈ કર્યું નથી. તો પછી આ લોકો મારી પાસેથી રાષ્ટ્રીય કાર્યની અપેક્ષા શા માટે રાખે? મહાડ, નાસિક અને અન્ય સ્થળોના સત્યાગ્રહોએ મને ખાતરી આપી

છે કે ભારતીય લોકોનું હૃદય ઈંટની દીવાલ જેવું નિર્જીવ છે. દરેક માનવીને માણસ કહેવાની અને બીજાને સમાન અધિકારો આપવાની તેમની ઈચ્છા નથી. પથ્થરની દિવાલ પર તમારું માથું અથડાવો, આખરે તમને લોહી નીકળશે, પરંતુ દિવાલની કઠિનતા ઓછી થશે નહીં. આજ સુધી આપણે હિંદુ દેવી-દેવતાઓ જોયા નથી તો આપણે મૃત્યુ પામ્યા નથી, કે હિંદુ મંદિરોમાં આવતા કૂતરા, બિલાડી કે ગધેડા માનવ બન્યા નથી. જો તેઓ અમને સ્પર્શ ન કરી શકે તો અમે તેમને પણ સ્પર્શ કરીશું નહીં.

આ હિંદુ ધર્મ જેટલું નુકસાન આપણને કોઈ રોગચાળાએ કર્યું નથી. આપણે 2000 વર્ષથી હિન્દુ ધર્મમાં છીએ. તેની રક્ષા માટે આપણે સર્વસ્વ બલિદાન આપ્યું છે, પરંતુ હિંદુ ધર્મમાં આપણી કિંમત એક પૈસાની પણ નથી. અમે જે સંઘર્ષ શરૂ કર્યો છે તે માત્ર મંદિર ખોલવા કે તળાવનું ગંદુ પાણી પીવા માટે નથી. અમારે બ્રાહ્મણના ઘરે જવાની જરૂર નથી, અમારે એકબીજા સાથે ભોજન વહેંચવાની જરૂર નથી. અમને બ્રાહ્મણ છોકરીઓ જોઈતી નથી. શું આપણા સમાજમાં છોકરીઓ નથી? શા માટે આપણે બ્રાહ્મણ કન્યાઓની અપેક્ષા રાખવી જોઈએ? શું આપણી સ્ત્રીઓને બાળકો નથી? વાસ્તવમાં આજે આપણો સંઘર્ષ રાજકીય સત્તા માટે છે. મને હવે હિન્દુત્વ ગમતું નથી. મને ધર્મ પરિવર્તન કરવાનું મન થાય છે. હું જ્યાં પણ જાઉં ત્યાં મારી હિંમતના જોરે જઈ શકું. પણ હું તારામાં જ કેમ રહું? કારણ કે હું તને છોડીને ક્યાંય જવા માંગતો નથી. હું તમને કહેવા માંગુ છું કે મેં જે કામ હાથમાં લીધું છે તે મારે પૂર્ણ કરવાનું છે.

28.
ગાંધી-આંબેડકર ચર્ચા

14 ઓગસ્ટ, 1931 ના રોજ, બપોરના સમયે, મણિ ભવનના ત્રીજા માળે બંને વચ્ચે નીચેની ચર્ચા થઈ:

ગાંધીજી : ડોક્ટર સાહેબ, તમે શું કહેવા માગો છો?

બાબાસાહેબ : તમે મને તમારા મંતવ્યો સાંભળવા બોલાવ્યો છે. તમે કંઈક બોલો, નહીંતર પ્રશ્નો પૂછો, હું જવાબ આપીશ.

ગાંધીજી : મને ખબર પડી છે કે તમને મારા અને કોંગ્રેસ પ્રત્યે થોડો ધિક્કાર છે. હું મારા શાળાના સમયથી અસ્પૃશ્યોના પ્રશ્નો વિશે વિચારતો આવ્યો છું. કદાચ એ સમયે તમારો જન્મ પણ ન થયો હોય. કોંગ્રેસના કાર્યક્રમમાં આ પ્રશ્નોનો સમાવેશ કરવા માટે મારે પ્રયત્નો કરવાના હતા. તમારે આ જાણવું જ જોઈએ. આ ધાર્મિક અને સામાજિક પ્રશ્નોને રાજકીય કાર્યક્રમમાં ભેળવવો જોઈએ નહીં. તેવા સવાલો કોંગ્રેસના નેતાઓ ઉઠાવે છે. મેં આ પ્રશ્ન ઉઠાવ્યો છે. એટલું જ નહીં કોંગ્રેસે અસ્પૃશ્યો માટે વીસ લાખ રૂપિયા ખર્ચ્યા છે. આમ છતાં તમે મારો અને કોંગ્રેસનો વિરોધ કેમ કરો છો? આ ખૂબ જ આશ્ચર્યજનક છે. આ સંદર્ભે તમારે કંઈ કહેવું હોય તો કહો.

બાબાસાહેબ : એ વાત સાચી છે કે તમે મારા જન્મ પહેલાથી અસ્પૃશ્યોના મુદ્દાઓ પર વિચાર કરતા હતા. ઉંમરના મુદ્દા પર ભાર મૂકવો એ બધા વડીલોની આદત છે. તમારા કારણે જ

કોંગ્રેસે ખાસ કંઈ કર્યું નથી. તમે કહો છો કે કોંગ્રેસે અસ્પૃશ્યો માટે વીસ લાખ રૂપિયા ખર્ચ્યા, પણ એ બધું વેડફાઈ ગયું. જો મને આટલા પૈસા મળ્યા હોત તો હું મારા સમાજની આર્થિક અને સામાજિક સ્થિતિમાં અદ્ભુત પરિવર્તન લાવી શક્યો હોત. મને લાગે છે કે કોંગ્રેસને પોતાના કાર્યક્રમ પ્રત્યે કોઈ વફાદારી નથી. જો આમ થયું હોત તો અસ્પૃશ્યતા દૂર કરવા માટે કોંગ્રેસના સભ્યપદ માટે ખાદી પહેરવાની શરત મૂકવામાં આવી હોત.

એક એવું ઘર કે જેમાં કોઈ અસ્પૃશ્ય સ્ત્રી કે પુરુષ નોકરી કરતો નથી, જે કોઈ અસ્પૃશ્ય વિદ્યાર્થીની દેખરેખ રાખતો નથી અથવા કોઈ અસ્પૃશ્ય વિદ્યાર્થીને અઠવાડિયામાં એક વાર ખોરાક આપતો નથી. જો કોંગ્રેસે આવા લોકોના સભ્યપદ પર પ્રતિબંધ મૂક્યો હોત તો આજે આવા હાસ્યાસ્પદ દ્રશ્યો જોવા ન મળ્યા હોત. તેમજ જિલ્લા પ્રમુખ પણ મંદિરમાં અસ્પૃશ્યોના પ્રવેશનો વિરોધ કરવા આગળ આવ્યા ન હોત. તમે પણ કહેશો કે કોંગ્રેસે પોતાની સંખ્યા વધારવી પડશે, આ માટે આવી સ્થિતિ યોગ્ય નથી. ત્યારે મારા માટે એ કહેવું યોગ્ય રહેશે કે કોંગ્રેસને સંખ્યા પહેલા નૈતિકતાની જરૂર નથી, આ મારો આક્ષેપ તમારા અને કોંગ્રેસ પર છે. અમારો વિશ્વાસ ન તો હિંદુઓમાં છે કે ન તો કોંગ્રેસમાં. આપણે આપણા અને આપણા સમાજના સ્વાભિમાન પર મક્કમ છીએ. અમે મહાત્મામાં માનતા નથી. કોંગ્રેસીઓએ મને દેશદ્રોહી કહીને મારા આંદોલનનો વિરોધ કેમ કરવો? (આ સમયે બાબાસાહેબનો ચહેરો ગંભીર બની ગયો) તેમણે થોડીવાર થોભીને કહ્યું- ગાંધીજી, મારી કોઈ માતૃભૂમિ નથી.

ગાંધીજી: તે તમારી માતૃભૂમિ છે. ગોળમેજી પરિષદનો અહેવાલ મારા હાથમાં છે. એ અહેવાલ પરથી મને તમારા કામનું મહત્ત્વ સમજાયું. તમે દેશભક્ત છો. હું આ જાણું છું.

બાબાસાહેબ: તમે કહો છો કે મારી માતૃભૂમિ છે, પણ હું ફરીથી કહેવા માંગુ છું કે મારી કોઈ માતૃભૂમિ નથી. જ્યાં આપણને પીવાનું પાણી નથી મળતું અને જ્યાં આપણને કૂતરા-બિલાડી કરતાં પણ ખરાબ ગણવામાં આવે છે, તેને મારો દેશ અને મારો ધર્મ હું કેવી રીતે કહી શકું? અસ્પૃશ્ય આ દેશનું ગર્વ કેવી રીતે કરી શકે? જો આપણે અન્યાય અને અત્યાચારના કારણે રાજદ્રોહનો ભોગ બનીશું તો તેની સંપૂર્ણ જવાબદારી આ દેશની રહેશે. તમે કહો છો કે મારા હાથે દેશની કેટલીક સેવા કરી છે, જે દેશના કામમાં મદદરૂપ થાય છે. જો એવું થયું હોય, તો મેં દેશભક્તિથી નથી કર્યું, પરંતુ મારા ભગવાને મને કહ્યું, તેથી મેં કર્યું. હજારો વર્ષોથી આ દેશમાં મારા લોકોને પગ તળે કચડી નાખવામાં આવ્યા હતા. એ લોકોને માનવતાના હક્કો અપાવવાની કોશિશ કરતી વખતે જો મારા હાથે દેશને થોડું નુકસાન થયું હોય તો એ કોઈ પાપ નથી. મારા હાથે દેશને નુકસાન થયું હોય તેવું એક પણ કાર્ય થયું નથી અને તેનું કારણ મારી પોતાની નિષ્ઠા છે. મારા ભાઈઓને માનવતાનો અધિકાર આપતી વખતે સપનામાં પણ આ વસ્તુને નુકસાન ન થવું જોઈએ. તો પછી રાષ્ટ્રહિતના બલિદાનની વાત કેવી રીતે થઈ શકે?

ગાંધીજી: હું અસ્પૃશ્યોના હિંદુઓથી રાજકીય અલગ થવાને સ્વીકારતો નથી. તમારી સ્પષ્ટ રજૂઆત બદલ આભાર. તે તારણ આપે છે કે આપણે ક્યાં ઊભા છીએ, જે સારું છે.

29.

પૂના કરાર

બ્રિટિશ સરકાર દ્વારા જાહેર કરાયેલા કોમ્યુનલ એવોર્ડમાં અસ્પૃશ્ય વર્ગને સ્વતંત્ર મતદારનો અધિકાર આપવામાં આવ્યો હતો. મહાત્મા ગાંધી આના વિરોધમાં આમરણાંત ઉપવાસ કરવા જઈ રહ્યા હતા તે જોઈને મને ખૂબ જ આશ્ચર્ય થયું. ગાંધીજીએ ગોળમેજી પરિષદમાં કહ્યું હતું કે સ્વતંત્ર મતદારો ભારતની આઝાદીમાં અવરોધરૂપ બનશે. તેમણે સ્વતંત્ર મતવિસ્તાર માટે ઉપવાસ કરવાને બદલે સ્વતંત્રતા માટે આમરણાંત ઉપવાસ કેમ ન કર્યો? આ આમરણાંત ઉપવાસ માત્ર સ્વતંત્ર મતવિસ્તાર એટલે કે અસ્પૃશ્યોની વિરુદ્ધ જ શા માટે છે? મુસ્લિમ, શીખ વગેરે વિશે કેમ નહીં?

અસ્પૃશ્યોએ તેમની સ્થિતિ સુધારવા માટે તેમના હાથ-પગ ખસેડ્યા અને બધા હિંદુઓ તૂટી પડ્યા. અસ્પૃશ્યો માટે તેમની સ્થિતિ સુધારવા માટે કોઈ ખુલ્લો માર્ગ નથી, કારણ કે હિંદુઓએ તેને અવરોધિત કરી દીધો છે. આવી સ્થિતિમાં, અસ્પૃશ્યોને વિશેષ રાજકીય અધિકારો આપવા પડશે, તો જ તેઓ તેમની સ્થિતિ સુધારવાનો માર્ગ શોધી શકશે. મહાત્માએ અધિકારો આપવા માટે કંઈ કર્યું નથી, ઊલટું તે અધિકારોનો વિરોધ કરે છે અને કહે છે કે તે સમજવું તેમના નિયંત્રણની બહાર છે.

હું અસ્પૃશ્યોનો સાચો શુભચિંતક છું. તેમના મંતવ્યો

મુજબ, હિંદુઓ અસ્પૃશ્યોને ગુલામોની જેમ વર્તે છે, તેથી તેઓ ક્યારેય અસ્પૃશ્યોને તેમના અધિકારોમાં ભાગ લેવા દેશે નહીં. મેં ગોળમેજી પરિષદમાં અસ્પૃશ્યોને વિશેષ રાજકીય અધિકારો મળવા જોઈએ એવી માગણી કરી. ગાંધીજીએ આ માંગનો વિરોધ કર્યો. હવે જ્યારે અસ્પૃશ્યોને કોમ્યુનલ એવોર્ડ હેઠળ તે રાજકીય અધિકારો મળ્યા છે, ત્યારે ગાંધી આમરણાંત ઉપવાસ કરીને તે અધિકારોનો વિરોધ કરી રહ્યા છે. તેમનું કાર્ય અસ્પૃશ્યોના હિતમાં અવરોધરૂપ છે.

મહાત્મા ગાંધીએ લંડનમાં મારી સમક્ષ એક યોજના રજૂ કરી હતી, તે સમયે મેં તેમની યોજના સ્વીકારી ન હતી. કારણ એ છે કે મહાત્મા ગાંધી કે કોંગ્રેસ અમર નથી, જે તેમને ભવિષ્યમાં અસ્પૃશ્યોના રાજકીય અધિકારોનું રક્ષણ કરવા સક્ષમ બનાવે. તેથી, મહાત્મામાં શ્રદ્ધા હોવા છતાં, હું મારા સમાજના જીવન-મરણનો પ્રશ્ન તેમને સોંપી શકતો નથી. તેનું કારણ એ છે કે આજે ભારતમાં ઘણા મહાત્માઓ થયા છે, પરંતુ તેમણે અસ્પૃશ્યોની હાલતમાં એક અંશ પણ સુધારો કર્યો નથી. મારા લોકો હજારો વર્ષોથી અસ્પૃશ્ય હતા અને આજે પણ છે.

હિંદુ સમાજમાં કેટલાક સુધારકો છે, પરંતુ ઉચ્ચ જાતિના હિંદુઓ તરફથી તેમના પર થોડું દબાણ હતું કે આ સુધારકો તેમના વિચારો અને સિદ્ધાંતોને તેમના પગ નીચે કચડી નાખે છે અને ઉચ્ચ જાતિના હિંદુઓના અનુયાયીઓ બની જાય છે. અમને મહાડ અને નાશિક સત્યાગ્રહમાં આનો કડવો અનુભવ થયો છે. મહાત્માનું આ કૃત્ય, ઉપવાસ કરીને લોકોને ડરાવીને તેઓ સાચા છે એવો અહેસાસ કરાવે છે, તે ધમકી સમાન છે. જો કોઈ અસ્પૃશ્યોને ધમકાવીને ચૂપ કરાવવાનો પ્રયત્ન કરે અથવા કોઈ તેમને પોતાની તરફ વાળવાનો પ્રયત્ન કરે તો તે ક્યારેય સફળ થશે નહીં. હિંદુ-મુસ્લિમ એકતા, અસ્પૃશ્યતા એકતા જેવા રાષ્ટ્રીય હેતુઓ માટે ઉપવાસના શસ્ત્રનો ઉપયોગ કરવો જોઈએ. હું આશા રાખું છું કે તેઓ તેનો ઉપયોગ

અસ્પૃશ્યોના રાજકીય અધિકારો વિરુદ્ધ નહીં કરે. અસ્પૃશ્યોને હિંદુ સમાજથી અલગ કરવાનો અમારો હેતુ નથી. અમારી ઈચ્છા છે કે તેઓ હિંદુઓની ગુલામીમાંથી મુક્ત થાય. તેઓએ કોમ્યુનલ એવોર્ડ સ્કીમ કરતાં અસ્પૃશ્યો માટે વધુ લાભદાયી યોજના સૂચવવી જોઈએ.

હું અસ્પૃશ્યોના રાજકીય ભાવિને હિંદુઓથી સ્વતંત્ર બનાવીશ, જો ગાંધીજીના ઉપવાસનો આ ઉદ્દેશ્ય હશે તો હું તેનો સખત વિરોધ કરીશ. હું ક્યારેય મારા લોકો સાથે દગો નહીં કરી શકું. હું આશા રાખું છું કે એક તરફ મહાત્માનું જીવન અને બીજી તરફ મારા લોકોના રાજકીય અધિકારો ગાંધીજી મારા પર ધાર્મિક સંકટની પરિસ્થિતિ ન લાવે કે મારે કોની પસંદગી કરવી?

ભારતના મહાન વ્યક્તિત્વ મહાત્મા ગાંધી! તેમનો જીવ મને વહાલો હોવા છતાં 6-7 કરોડ અસ્પૃશ્યોના હક્કો મને ઓછા વહાલા નથી! મારે પહેલા તેમની રક્ષા કરવી પડશે. તેમને બચાવવાના પ્રયાસમાં, તમે બધા મને શેરીના થાંભલા પર લટકાવી દો તો પણ મને વાંધો નથી. અસ્પૃશ્યોનો મુખ્ય પ્રશ્ન મુખ્ય પ્રધાનના નિર્ણયથી ઉકેલાઈ ગયો છે. આ તમને કે ગાંધીજીને સ્વીકાર્ય નહીં હોય, પછી તમારે શું જોઈએ છે? ગાંધીજીએ પહેલા આ કહેવું જોઈએ. આમાં અસ્પૃશ્યોના હિતની કેટલી હદે રક્ષા છે તે ધ્યાનમાં લેવું? જોયા પછી જ હું તમને જવાબ આપીશ.

આ કોંગ્રેસીઓ મારી રાજકીય કારકિર્દીને બરબાદ કરવાનો કેટલો પ્રયાસ કરી રહ્યા છે? મને ખતમ કરી નાખ્યા પછી આ લોકો તમારા નેતા બનશે, તો પછી મારા સમાજનું શું થશે? આમ રડવાથી શું થશે? અમારા વંશજો યોદ્ધા હતા. અમે લડતા મરી જઈશું, પણ લડાઈમાંથી પાછળ હટીશું નહીં. આવો, કાલથી બોમ્બે અને ગામડાઓમાં જઈને તમારા લોકોને આ પરિસ્થિતિ સમજાવો અને કોંગ્રેસીઓને હરાવો.

ચાર-પાંચ દિવસ પહેલા હું ભયંકર ચક્રવ્યૂહમાં ફસાઈ ગયો હતો. એક તરફ અસ્પૃશ્યોનું રાજકીય ભવિષ્ય અને બીજી તરફ મહાત્મા ગાંધીજીના જીવનનું રક્ષણ. પણ હવે હું એ ચક્રવ્યૂહમાંથી બહાર આવ્યો છું. આનો ઘણો શ્રેય ગાંધીજીને આપવો પડે. જ્યારે હું ગોળમેજી પરિષદમાં કામ કરતો હતો, ત્યારે ગાંધીજીએ મને અન્ય કોઈ કરતાં વધુ મદદ કરી હતી, પરંતુ જો તેમણે તે સમયે યોગ્ય રીતે વિચારધારા પર ધ્યાન કેન્દ્રિત કર્યું હોત, તો તેમને આમરણાંત ઉપવાસ ન કરવા પડ્યા હોત. પણ હવે તેમનું શું? આપણા અસ્પૃશ્યો સમક્ષ પ્રશ્ન એ છે કે જો તમે હિંદુ સમાધાન કરી રહ્યા છો, તો શું તમે તેનું યોગ્ય રીતે પાલન કરશો? હું આશા રાખું છું કે તમે (બધા હિંદુઓ) આ કરારને પવિત્ર કરાર માનશો અને તે મુજબ કાર્ય કરશો.

સર તેજ બહાદુર સપ્રૂ અને શ્રી રાજગોપાલાચારીએ આ કરારને આકાર આપવા માટે સખત મહેનત કરી. અન્ય લોકોએ પણ ખૂબ પ્રયાસ કર્યો. હું દરેકનો આભાર વ્યક્ત કરું છું, પરંતુ સ્વતંત્ર ઇલેક્ટોરલ કૉલેજ દેશ અને હિંદુ સમાજને નુકસાન કરે અને સંયુક્ત ચૂંટણીમાં ફાયદો થાય તે સમાધાન હું સ્વીકારતો નથી. અસ્પૃશ્યોની સમસ્યા કોઈ રાજકીય વ્યવસ્થા દ્વારા ઉકેલી શકાતી નથી. આ સમજૂતી તે સમસ્યાને હલ કરી શકતી નથી. જ્યાં સુધી અસ્પૃશ્ય વર્ગ અજ્ઞાન હતો અને શૂન્ય સ્વાભિમાન ધરાવતો હતો ત્યાં સુધી તે તમારા કહ્યા પ્રમાણે ચાલશે અને તેને આપેલી જમીન પર કાયમ રહેશે. હવે તે સુશિક્ષિત છે અને તેનામાં સ્વાભિમાનનો પ્રકાશ જાગ્યો છે. હવે તેઓ તમારી ગુલામીમાં રહેશે નહિ. એટલું જ નહીં, જો તમે તમારી ધાર્મિક અને સામાજિક શ્રેષ્ઠતાની કલ્પના ન છોડો અને અસ્પૃશ્યો સાથે અહંકારી વર્તન કરવાનું શરૂ કરો, તો અસ્પૃશ્ય તમારાથી દૂર રહેશે. આ વાત ધ્યાનમાં રાખો. આ ભયંકર સમસ્યાને તમારી નજર સમક્ષ રાખીને તમે અસ્પૃશ્યો માટે જે ઈચ્છો તે કરશો. તે જ હું આશા રાખું છું.

30.
આંખો આંસુઓથી ભરાઈ ગઈ

સાહેબ જ્યારે બેરિસ્ટર તરીકે આવ્યા હતા ત્યારે રમાબાઈની તબિયત ખૂબ જ ખરાબ હતી. ડી.એન. પગારે રમાબાઈને મળ્યા. તો તેણીએ કહ્યું - "પગારે દાદા, તમારા સાહેબ શું કરે છે? મારી આ હાલત છે અને તે મારી સ્થિતિ વિશે પૂછતા પણ નથી. દાદરા ઉતરતી વખતે પણ તેમની પાસે મારી સામે જોવાનો સમય નથી." આ સાંભળીને પગારે બાબા સાહેબ આંબેડકર પાસે ગયા અને કહ્યું, "સાહેબ, તમારી સાથે શું થઈ રહ્યું છે? આઈ સાહેબની તબિયત બહુ ખરાબ છે, તમે તેમની જરાય પૂછપરછ કરતા નથી, તમે નીચે ઊતરતી વખતે તેમની સામે જોતા પણ નથી. પછી શું? મારે તમને કહેવું જોઈએ?"

આ સાંભળીને બાબા સાહેબ હસી પડ્યા અને બોલ્યા, "શું થયું કે નાશિકના આ મહાર ગુસ્સે થઈ ગયા? આવો બેસો, શાંત થાઓ. તમે જે પણ બોલો છો, 12

શું તમે મને નહીં સમજો? ખરેખર, હું એકલો પડી ગયો છું. મારે શું કરવું જોઈએ? મારે કાયદાની પ્રેક્ટિસ કરવી જોઈએ કે સામાજિક કાર્ય? હું ઘરને જોઉં કે પરિવારને? આ બધું કરતી વખતે એને જોવાનો સમય ક્યાં છે? પૂછવાની વાત તો દૂર રહી, કાયદાની પ્રેક્ટિસથી મને થોડા પૈસા મળે, એ બધા

હું તેને આપી દઉં છું. મને ખર્ચા માટે જોઈએ એ તેની પાસે માંગી લઉં છું. તેની પાસે પૈસા છે. શું તેણે ડૉક્ટર પાસે ન જવું જોઈએ? કઈ દવા ન લેવી જોઈએ? પોતાની તબિયત પર ધ્યાન આપવાને બદલે સાહેબ જમ્યા કે નહીં તેના પર તે વધુ ધ્યાન આપે છે. હવે તમે જ કહો, હું તેના માટે શું કરું?"

આ વાત પૂરી થાય એ પહેલાં જ સાહેબની આંખમાં આંસુ આવી ગયા.

31.
મારું મિશન

મારો જન્મ બહિષ્કૃત સમાજમાં થયો હતો. હું મારું જીવન અસ્પૃશ્ય સમાજની પ્રગતિ માટે સમર્પિત કરીશ. મેં બાળપણમાં જ આવું વ્રત લીધું છે. આ વ્રત રાખવાની તકો મારા જીવનમાં આવી અને ગઈ.

જો મેં મારા માટે સારું કરવાનું વિચાર્યું હોત તો મને ઘણા પ્રતિષ્ઠિત હોદ્દા પર રહેવાની તક મળી હોત. જો હું કોંગ્રેસમાં ગયો હોત તો મને ત્યાં શ્રેષ્ઠ પદ મળ્યું હોત, પરંતુ મેં અસ્પૃશ્ય સમુદાયની પ્રગતિ માટે મારું જીવન બલિદાન કરવાનો સંકલ્પ કર્યો છે. હું માત્ર એક જ ધ્યેયને ધ્યાનમાં રાખીને આગળ વધી રહ્યો છું. કોઈપણ કાર્યને સફળ બનાવવા માટે ઉત્સાહથી કામ કરવું પડે છે. હું પણ મારું લક્ષ્ય હાંસલ કરવા માટે મક્કમ છું. જો હું તે કાર્ય પૂર્ણ કરવા માટે સંકુચિત વિચારો અને કાર્યોનો આશરો લઉં તો તે અન્યાયી હશે. સરકારે લાંબા સમયથી દલિતોના કલ્યાણના કાર્યોને અવઢવમાં રાખ્યા છે. આ જોઈને મારા હૃદયમાં ઘણું દુઃખ થયું હશે. તમે તેની કલ્પના કરી હશે.

32.

દયાળુ સ્વભાવ

સવારનો સમય હતો. પાંચ વાગ્યા હતા. પરેલની અમારી શાળાના દરવાજામાંથી કોઈ 'આહો દોંદે, આહો દોંદે' બૂમો પાડી રહ્યું હતું. મેં બહાર આવીને પૂછ્યું, "ડૉક્ટર સાહેબ, અહીં કેવી રીતે?" ડો.આંબેડકરે કહ્યું, "હે મિત્રો, હું ચા પીવા આવ્યો છું." અને તેઓ ઉપર આવવા માટે ઘાટ ચઢવા લાગ્યા. ડૉક્ટર અંદર બેઠા, પછી મેં પૂછ્યું, "આજે કેવી રીતે આવ્યા?" ડૉક્ટરે કહ્યું, "અમારી હિંદુ વસ્તી બીમાં કામ કરતી નોકરાણી રાત્રે ૨ વાગ્યે મને લેવા આવી હતી. તેણે કહ્યું કે તેના પતિને સાંજથી ઝાડા અને ઉલ્ટીની તકલીફ હતી. તે તેને હૉસ્પિટલ લઈ ગઈ, પરંતુ હૉસ્પિટલમાં બીમારની કોઈ કાળજી ન હતી અને તે મને હૉસ્પિટલ લઈ જવા માટે કહેતી હતી કે મારે આચાર્ય દોદેને મળવું જોઈએ તેથી જ મેં તમને બોલાવ્યા છે.

33.

મહારાજા સયાજીરાવનું મૃત્યુ: વ્યક્તિગત ઈજા

મહારાજા સયાજીરાવ ગાયકવાડનું નિધન મારા માટે એક મોટી અંગત ખોટ છે. તેમનો ઉપકાર હું ક્યારેય ભૂલી શકતો નથી. તેમણે મને ઉચ્ચ શિક્ષણ માટે અમેરિકા મોકલ્યો, તેથી આજે હું ઉચ્ચ શિક્ષિત છું. તેઓ અસ્પૃશ્ય સમુદાયના ઘણા ઋણી છે. અસ્પૃશ્ય જાતિ માટે તેમણે જેટલું કામ કર્યું તેટલું અન્ય કોઈએ કર્યું નથી. તેઓ એક મહાન સમાજ સુધારક હતા. તેમણે બરોડા રજવાડામાં સામાજિક સુધારણા માટે જે કાયદાઓ બનાવ્યા તે યુરોપ અને અમેરિકા જેવા પ્રગતિશીલ દેશોના કાયદાઓ કરતાં ઘણા આગળ હતા. તેમણે સામાજિક રિવાજોનો અભ્યાસ કર્યો અને તેમની ખામીઓ દૂર કરવાનું કામ કર્યું. તેઓ હંમેશા લોકોના કલ્યાણ માટે પ્રયત્નશીલ રહ્યા. ઘણી રીતે તેઓ અંગ્રેજો માટે એક ઉદાહરણ બન્યા. તેઓ જન્મથી મહારાષ્ટ્રીયન હતા, પરંતુ તેઓ હંમેશા તેમના ગુજરાતી વિષયોનું ધ્યાન રાખતા હતા. દરેક વ્યક્તિ આ સ્વીકારે છે.

સયાજીરાવ મહારાજના નિધનથી ભારતે એક મહાન વ્યક્તિત્વ ગુમાવ્યું છે. તે જ સમયે, બરોડા રજવાડાની પ્રજા એક મહાન શાસકથી વંચિત રહી છે. મહારાષ્ટ્રે પણ એક મહાન વ્યક્તિત્વ અને પુત્ર ગુમાવ્યો છે. સમાજ સુધારણાના પ્રણેતા એવા નેતા રહ્યા નથી, અને અસ્પૃશ્યોના એક માત્ર શુભેચ્છક હતા.

34.

બીજા લગ્ન માટે 'ના'

બાબાસાહેબ ઓફિસમાં અસ્વસ્થ થઈને બેઠા હતા. પગારેએ ઉદાસીનતાનું કારણ પૂછ્યું. પછી તેણે કહ્યું, "પગારે, શું કરવું? બાળકોને દુઃખી, બીમાર માતા હતી, તે પણ ગુજરી ગઈ." પગારેએ પૂછ્યું, "હવે બીજું કોણ મરી ગયું છે?" સાહેબે કહ્યું, "મુકુંદની મા! હવે ઘરમાં કોઈ બચ્યું નથી એ વૃદ્ધને બોલાવવા."

"તમારી બહેનો છે, તમે તેમાંથી એક લાવી શકો છો."

બાબાસાહેબ - "હવે તેઓ ક્યાં છે? બધા ગુજરી ગયા છે."

"તો પછી બંને છોકરાઓને પરણાવી દો."

સાહેબે કહ્યું, "ઠીક છે, પણ સાસુ ક્યાં છે જે તેમની સંભાળ રાખે? સાસુ-વહુની ગેરહાજરીને કારણે બંને ઘરમાં ઝઘડતા રહેશે.

"તમે તેની સાથે લગ્ન કરો તો સારું રહેશે. તે ઘર સંભાળશે અને તમને પણ."

બાબાસાહેબ હસ્યા અને બોલ્યા, "શું કહો છો પગારે! તમે મારા સ્વભાવને સારી રીતે જાણો છો. નવી આવનાર પત્ની સારી શિક્ષિત અને સુધારક હશે. હાથમાં પુસ્તકો લઈને તે સીડીઓ પર ચઢશે અને કહેશે - આવો, ચાલો આપણે ત્યાં જઈએ. ડૉક્ટર, ચાલો સિનેમા જઈએ, તે ગુસ્સે થઈ જશે અને કહેશે કે તે કેવા પતિ છે, તે પુસ્તકમાં માથું રાખે છે, તો પછી હું શા માટે ફરીથી લગ્ન કરું. "ઘરમાં જે થાય તે થવા દો, પણ હું ફરી લગ્ન નહિ કરું."

35.
શ્રમ મંત્રી

દલિત વર્ગ નીચી સ્થિતિમાં રહેશે, આવી રાજકીય સ્થિતિ દલિત વર્ગને સ્વીકાર્ય નહીં હોય. હિંદુઓના સામાજિક, આર્થિક અને ધાર્મિક વર્ચસ્વની સાથે અસ્પૃશ્યો પર રાજકીય વર્ચસ્વનો ભાર પણ વધશે. હું તેને સહન નહીં કરું. મોટાભાગના લોકો અસ્પૃશ્યોના ઉત્થાન અને સ્વતંત્રતા, સમાનતા અને બંધુત્વને નકારે છે. એવા પુરાવા છે કે 100 તહસીલદારમાંથી એક દલિત તહસીલદાર છે અને ચોત્રીસ પટવારીઓમાંથી એક દલિત પટવારી નથી, જ્યારે તેત્રીસ સબ-જિલ્લા મેજિસ્ટ્રેટમાંથી એક દલિત છે.

મારી ભૂમિકા શું છે? તે ખરેખર આ દેશને સમજી શક્યો નથી. ચાલો હું આ તક લઈ તેને મારી ભૂમિકા સમજાવું. સ્પીકર સાહેબ, હું નિષ્ઠાપૂર્વક કહું છું કે જ્યારે પણ મારા અંગત હિત અને દેશના હિત વચ્ચે સંઘર્ષ થશે ત્યારે હું દેશના હિતને પ્રાધાન્ય આપીશ. મેં મારા પોતાના હિતોને ગૌણ ગણ્યા છે. જો મેં મારી શક્તિ અને પદનો ઉપયોગ મારા માટે કર્યો હોત તો હું બીજે ક્યાંક હોત. જ્યારે પણ દેશની માંગનો પ્રશ્ન ઊભો થયો ત્યારે હું બીજાની પાછળ ઊભો રહ્યો નહીં. ગોળમેજી પરિષદ દરમિયાન મારા સાથીદારો આની સાક્ષી આપશે. હું તેમાં માનું છું. ગોળમેજી પરિષદમાં મારી

ભૂમિકા જોઈને બ્રિટિશ રાજદ્વારીઓ દંગ રહી ગયા. તેમના મતે, ગોળમેજી પરિષદમાં કોઈએ પૂછ્યા ન હોય તેવા પ્રશ્નો પૂછનાર હું એકમાત્ર હતો.

પણ હું બંધાયેલો છું. 'હું આ દેશના લોકોના મનમાં કોઈ શંકા છોડીશ નહીં', હું તેમાં કોઈ ભેદભાવ નહીં થવા દઉં. તે વફાદારીનો અર્થ છે કે જ્યાં સુધી હું જીવતો છું ત્યાં સુધી હું તેનાથી કોઈ ફરક પડવા નહીં દઉં. હું ધારાસભાને નિશ્ચિતપણે કહેવા માંગુ છું કે જ્યારે અસ્પૃશ્યોના હિત અને દેશના હિત વચ્ચે સંઘર્ષ થશે ત્યારે હું અસ્પૃશ્યોના હિતને મહત્વ આપીશ. હું બહુમતી જાતિઓને છેતરવાનું સમર્થન નહીં કરું.

દરેક વ્યક્તિએ આ ભૂમિકા સમજવી જોઈએ. દેશનું હિત કે મારું હિત એવો પ્રશ્ન ઊભો થાય ત્યારે હું સૌ પ્રથમ દેશનું હિત જોઈશ. સમાજનું હિત પ્રથમ કે દેશનું હિત? આવા સમયે હું અસ્પૃશ્ય વર્ગના હિતમાં ઉભો રહીશ.

હું આવતી કાલથી મારી નવી ઓફિસનો ચાર્જ સંભાળવાનો છું, તેથી મેં મારા છેલ્લા વીસ વર્ષનો હિસાબ રજૂ કર્યો છે. મુસ્લિમો અને અસ્પૃશ્યોને લઘુમતી ગણવામાં આવે છે, તેમ છતાં તેમની અને આપણી પરિસ્થિતિમાં ઘણો તફાવત છે. આ અંગે સ્પષ્ટતા કરવાની જરૂર છે. મુસ્લિમ જ્ઞાતિ આપણી જ્ઞાતિ કરતાં વધુ સમૃદ્ધ છે. અંગ્રેજોના આગમન પહેલા તેઓ આ દેશના શાસક હતા. તેઓ અમારા કરતાં વધુ આગળ વધ્યા છે. આપણું સેંકડો વર્ષોથી શોષણ થાય છે. આપણા સમાજની હાલત અત્યંત દયનીય છે. માત્ર વસ્તીના આધારે આપણે મુસ્લિમો સાથે આપણી સરખામણી ન કરી શકીએ. આપણે આપણી જાત પર ભરોસો રાખીને આપણું કામ કરવું જોઈએ. આપણે આપણી જાતિ બચાવવાની છે. આ મારી નવી નિમણૂક છે, તેથી હું મારી જવાબદારી અન્યને સોંપી રહ્યો છું. હું અધિકારો (ઓફિસ) નો શોખીન નથી. હું સાચો

હતો, મારી નિમણૂક કરતાં વધુ મહત્ત્વનું એ છે કે ગવર્નર જનરલની એક્ઝિક્યુટિવ કાઉન્સિલમાં હતાશ વર્ગના પ્રતિનિધિ માટે સ્થાન હોવું જોઈએ. આ હવે પરંપરા બની ગઈ છે. બ્રાહ્મણશાહી માટે આ જોરદાર ફટકો છે. મારી એપોઇન્ટમેન્ટ મહત્વની છે. આ પરંપરા બ્રાહ્મણવાદ સાથે સુસંગત નથી. મને લાગે છે કે આ અસ્પૃશ્યોની મોટી જીત છે.

એવા ઘણા લોકો છે જેમનો મારા વિશે અભિપ્રાય સારો નથી. એકલવાયું જીવન જીવવું અને અભ્યાસમાં સમય પસાર કરવો એ મારો સ્વભાવ છે. ઘણા લોકો મારા સ્વભાવ વિશે વિચારે છે કે હું લોકો સાથે સારો વ્યવહાર નથી કરતો, હું તેમની સાથે વ્યાજબી વર્તન કરું છું, પરંતુ હું તમને વિશ્વાસ સાથે કહેવા માંગુ છું કે મારો કોઈનો અનાદર કરવાનો ઈરાદો નથી. મારો સમય મર્યાદિત છે અને મારે ઘણું કામ કરવાનું છે, જ્યારે મારી પાસે કોઈ મદદગાર નથી.

ઘણા હિંદુ લોકો મારી તરફ દુશ્મનાવટથી જુએ છે. તેઓ ફરિયાદ કરે છે કે હું તેમની ભાવનાઓને ઠેસ પહોંચે તેવી ભાષા બોલું છું, પરંતુ મારું હૃદય ખૂબ નરમ છે. મારા ઘણા બ્રાહ્મણ મિત્રો છે. મુદ્દો એ છે કે હું સાચું બોલું છું. અમારી સાથે કૂતરા કરતા પણ ખરાબ વર્તન કરવામાં આવે છે, અમારી પ્રગતિના તમામ રસ્તાઓ બંધ કરી દેવામાં આવ્યા છે. તો પછી મારી પાસેથી શા માટે હિંદુઓ સાથે ઉદારતાથી વર્તવાની અપેક્ષા રાખવામાં આવે છે?

મને એમ પણ લાગે છે કે હાલની હિંદુ પેઢીએ આ બાબતે કંઈ કર્યું નથી. તેથી હું મારી લાગણીઓને કાબૂમાં રાખું છું અને મારા વિરોધીઓ સાથે આદરપૂર્વક વર્તું છું.

હું સારું વર્તન કરવાનો પ્રયાસ કરું છું. મારા વિરોધીઓ સાથેનો મારો વ્યવહાર બેવડો નથી, પરંતુ તેમનું અપરાધી માનસ તેમને ખાતું રહે છે.

વાઈસરોયની એક્ઝિક્યુટિવ કાઉન્સિલના સભ્ય તરીકે હું સત્તાવાર કામે કલકત્તા ગયો હતો. મારો મિત્ર જાધવ ત્યાં અપર સેક્યુલર રોડ પર રહેતો હતો. હું ત્યાં તેમનો મહેમાન હતો. કામ પતાવીને અને મિત્રના ઘરે રાત્રિભોજન કરીને હું પાછો રેલવે સલૂનમાં આવ્યો. સલૂન બીજા દિવસે દિલ્હી જવા રવાના થવાનું હતું. બીજા દિવસે સવારે, મિત્ર જાધવ, તેમની પત્ની અને બાળકો તેમના સામાન સાથે સલૂનની સામે ઉભા જોવા મળ્યા, જેનાથી મને ઘણું આશ્ચર્ય થયું. તેઓએ રાત્રે જ મને વિદાય આપી હતી, છતાં સવારે જાધવ પરિવાર વિદાય આપવા અહીં કેવી રીતે આવ્યો? હું તેનું રહસ્ય સમજી શક્યો નહીં. પછી જાધવે કહેવાનું શરૂ કર્યું, “અમારા સેવકે બળવો કર્યો છે. તે કહે છે કે ડૉ. આંબેડકર ભંગી છે. તે તમારા ઘરે રહ્યા, ભોજન કર્યું. તમે પણ ભંગી જાતિના છો. મને હવે ખાતરી થઈ ગઈ છે. મારી જાતિ ભ્રષ્ટ થઈ ગઈ છે. હવે મને શંકા છે કે અમને આ વિસ્તારમાં રહેવા દેવામાં આવશે કે નહીં આ ઘટના બે વર્ષ પહેલા બની હશે હિંદુઓ આપણા વિશે કેટલા સ્પષ્ટ છે, હિંદુઓ હવે અમને મહાર કે ભંગીને બદલે ‘હરિજન’ કહેવા લાગ્યા છે, કદાચ આ જ તફાવત છે.

36.
સમતા સૈનિક દળ

મધ્ય પ્રદેશમાં સ્વયંસેવકોની ટીમની સ્થાપના જોઈને હું ખૂબ જ ખુશ છું. 1926 માં બોમ્બે શહેરમાં સ્વયંસેવકોના પ્રથમ જૂથની સ્થાપના કરવામાં આવી હતી. સમતા સૈનિક દળ અમારા આંદોલનનો એક ભાગ છે. હકીકતમાં, તે આપણી ચળવળ માટે એક શક્તિશાળી માધ્યમ છે. આ સંગઠનની સ્થાપના પાછળનું મૂળ કારણ હિંદુ સમાજમાં સમાનતા પ્રાપ્ત કરવા દલિત વર્ગની માંગણીઓને પ્રોત્સાહન આપવાનું છે. તેનું નામ જ સૂચવે છે કે આ સંગઠનની સ્થાપના હિંદુ સમાજમાં દલિતો માટે સમાનતા પ્રાપ્ત કરવાના ઉદ્દેશ્ય સાથે કરવામાં આવી છે. આજે તેનો ઉદ્દેશ્ય હિન્દુઓથી પોતાને સંપૂર્ણપણે અલગ કરવાનો અને હિન્દુઓ સાથે સામાજિક સમાનતા પ્રાપ્ત કરવાનો છે.

દલિત વર્ગ પાસે તેમની રાજકીય માંગણીઓ દબાવવા માટે સભા સ્થળ નથી.

કોંગ્રેસનું સંગઠન એટલું ઘમંડી હતું કે તેણે બોમ્બેમાં કોઈપણ રાજકીય પક્ષની મીટિંગ ન થવા દીધી. અમારા સ્વયંસેવકો આ ખતરાનો સામનો કરવા તૈયાર છે. રાજકારણમાં ભાગ લઈને તેમણે અમારી સભાઓને કોંગ્રેસના સ્વયંસેવકોના અત્યાચારથી બચાવી.

હું ગોળમેજી પરિષદમાં જવાની તૈયારી કરી રહ્યો હતો. પછી મારા નિવાસસ્થાન પાસે ગોળમેજી પરિષદમાં મારા જવાના વિષય પર કોંગ્રેસ દ્વારા અસ્પૃશ્યોના નામે એક જાહેર સભાનું આયોજન કરવામાં આવ્યું. તેઓ આ સભામાં જાહેર કરવાના હતા કે હું હતાશ વર્ગનો સાચો પ્રતિનિધિ નથી. મેં આ સભાના આયોજકોને કહ્યું હતું કે દલિતોની સાચી સભા થાય અને ત્યાં ઠરાવ પસાર કરવામાં આવે તો મને કોઈ વાંધો નથી. પરંતુ આ મેળાવડો દલિત વર્ગનો નથી. સાંજે તેમની મિટિંગ થઈ હતી. છેલ્લી ઘડીએ અમારા સ્વયંસેવકોનું એક જૂથ આવ્યું અને કોંગ્રેસના સ્વયંસેવકોની નિંદા કરીને સભા સંભાળી લીધી. કોંગ્રેસીઓએ ખુરશી, ટેબલ અને બેલ છોડીને પોતાનો જીવ બચાવ્યો હતો. અમારા સ્વયંસેવકો વિજયના પ્રતીક તરીકે ખુરશીઓ, ટેબલ અને ઘંટ લાવ્યા હતા. આપણો સ્વયંસેવક સંઘ બોમ્બેમાં સૌથી મજબૂત છે. આજ સુધી કોઈએ અમારા સ્વયંસેવકોને પડકારવાની હિંમત કરી નથી.

કેટલાક એવા લોકો છે જે આવા સ્વયંસેવકોના સંગઠનનો વિરોધ કરે છે, તેઓ અહિંસામાં માને છે, તેમ છતાં તેઓ સંગઠન અને શક્તિ પ્રદર્શનનો વિરોધ કરે છે. હું પણ અહિંસાના સિદ્ધાંતનો અનુયાયી છું, પરંતુ હું અહિંસા અને નમ્રતા વચ્ચેના તફાવતને ઓળખું છું. નમ્રતા એટલે નબળાઈ અને નબળાઈને ઢાંકી દેવી એ ગુણ નથી. હું અહિંસામાં માનું છું, પરંતુ સંત તુકારામ મહારાજે અહિંસા સમજાવતી વખતે બે વાત કહી છે - 1. તમામ જીવો પ્રત્યે પ્રેમ અને દયા રાખો અને 2. દુષ્ટોનો નાશ કરો. અહિંસાના સંદર્ભમાં બીજા ભાગને અવગણવામાં આવે છે, જેના કારણે અહિંસાનો સિદ્ધાંત ઉપહાસ સુધી પહોંચે છે. અનિષ્ટનો નાશ એ અહિંસાનો એક મહત્વપૂર્ણ ભાગ છે, જેના વિના અહિંસા અર્થહીન છે. નમ્રતા દ્વારા સંયમિત શક્તિ આપણો આદર્શ છે. કોઈપણ વાંધાથી ડરવાની જરૂર નથી.

વગર વિચાર્યે કોઈને દુઃખ ન આપો. જેમને તમારી મદદની જરૂર હોય તેમને તમે ગમે તે રીતે મદદ કરો. પરિણામે, તમે લોકોની ખૂબ સારી સેવા કરી છે, આ સ્વીકારવામાં આવશે.

અત્યારે હું મંત્રી છું. કેન્દ્ર સરકાર કામદારોના હિત પર મહત્તમ ધ્યાન આપે છે. 1930 માં આ પ્રશ્નોના ઉકેલ માટે એક રોયલ કમિશનની સ્થાપના કરવામાં આવી હતી. તે કમિશને ઘણી માહિતી આપી હતી. 1930 થી 1942 સુધીના ઈતિહાસ પર નજર કરીએ તો આ બાબતે કંઈ જ કરવામાં આવ્યું ન હતું. પરંતુ મેં 1942માં મંત્રીપદ સ્વીકાર્યું, ત્યારથી લઈને 1946 સુધી પ્રગતિ દેખાઈ રહી છે. 20 વર્ષથી આજ સુધી સેન્ટ્રલ એસેમ્બલીમાં કામદારોનો એક જ પ્રતિનિધિ હતો, પરંતુ નવી વિધાનસભામાં તમને કામદારોના ત્રણ પ્રતિનિધિઓ જોવા મળશે. રાજ્ય પરિષદમાં એક પણ મજૂર પ્રતિનિધિ ન હતો, પરંતુ હવે એક મજૂર પ્રતિનિધિ લેવામાં આવશે.

આગામી કેન્દ્રીય વિધાનસભામાં કામદારોના કલ્યાણ માટે દસ બિલ રજૂ કરવામાં આવનાર છે. મેં તેમનો મુસદ્દો તૈયાર કર્યો છે. તમે જોશો કે આ દેશમાંથી સામાજિક અને આર્થિક ગરીબીને કેવી રીતે દૂર કરવાના પ્રયાસો થઈ રહ્યા છે.

જ્યારે તેના હાથમાં રાજકીય સત્તા હોય ત્યારે માણસ શું ન કરી શકે? ચાલો હું તમને આનું ઉદાહરણ આપું. વાઈસરોયના એક્ઝિક્યુટિવ બોર્ડ, જેનો હું સભ્ય હતો, તેમાં 15 સભ્યો હતા. બે વર્ષ વીતી ગયા હું એકલો હતો. તે સમયગાળા દરમિયાન મેં શું કર્યું? આ કહેવાથી આપણે જાણીશું કે રાજ્યશક્તિ કેટલી શક્તિશાળી છે? હું ત્યાં ગયો તે પહેલા કેન્દ્ર સરકારે અસ્પૃશ્યોના શિક્ષણની કોઈ જવાબદારી લીધી ન હતી. પરંતુ અલીગઢ મુસ્લિમ યુનિવર્સિટીને 20 લાખ રૂપિયા અને બનારસ હિન્દુ યુનિવર્સિટીને 10 લાખ રૂપિયાની મદદ મળી છે. આ ઉપરાંત આ બંને સંસ્થાઓને 3-3 લાખ રૂપિયાની વાર્ષિક સહાય આપવામાં આવી રહી છે.

જ્યારે હું ત્યાં ગયો ત્યારે મેં ગયા વર્ષથી દલિત વર્ગને ત્રણ લાખ રૂપિયાની મદદ કરવાનું શરૂ કર્યું. આ ઉપરાંત, 300 કોલેજ શિષ્યવૃત્તિ (દરેક રૂ. 60) મંજૂર કરવામાં આવી છે. આ વર્ષે 30 વિદ્યાર્થીઓ ઉચ્ચ શિક્ષણ માટે ઈંગ્લેન્ડ જશે. આ પ્રકારની વ્યવસ્થા પહેલા ક્યારેય અસ્તિત્વમાં ન હતી, જે આજે છે. હવે જોબ જોઈએ. મુસ્લિમો માટે 20 ટકા, ખ્રિસ્તીઓ માટે 8.5 ટકા, પરંતુ દલિતો માટે આવા પુરાવા પહેલા નહોતા. એક જ ભલામણ હતી કે 'તેમના પર ધ્યાન આપો.' એટલે કે અમારો હિસ્સો શૂન્ય ટકા હતો. મેં થોડા સમય પહેલા સરકાર સમક્ષ આ માંગણી મૂકી હતી, ત્યારબાદ સરકારે 8.33 ટકા નોકરીઓની વ્યવસ્થા કરી છે.

હું કેન્દ્ર સરકારમાં મંત્રી બન્યો ત્યારે હમાલ સુધી અમારા વિભાગમાં કોઈ અસ્પૃશ્ય નહોતું, પણ હવે આવા અસ્પૃશ્યોમાંથી બે નાયબ સચિવ, એક અન્ડર સેક્રેટરી અને ત્રણ કાર્યપાલક ઈજનેરોની ભરતી કરવામાં આવી છે. કેટલાક કહે છે, "હું માત્ર મહારોના હિતોનું ધ્યાન રાખું છું." હું મહાર જ્ઞાતિમાં જન્મ્યો છું, તેના માટે હું શું કરી શકું? પરંતુ મારી સામે કરવામાં આવેલી ફરિયાદ સંપૂર્ણપણે ખોટી છે. હું ટૂંક સમયમાં પ્રાંત પ્રમાણે જાતિની સ્થિતિ વિશે માહિતી આપવા જઈ રહ્યો છું. તેમાંથી આપણે જાણીશું કે નોકરીની કઈ શ્રેણીમાં કેટલા લોકો છે? કોને કેટલી શિષ્યવૃત્તિ આપવામાં આવી? મારા વિભાગમાં શિમલાના 28 નોકરમાંથી 18 ભંગીઓ છે. ઈંગ્લેન્ડ જતા લોકોમાં એક ગાંગ, એક ભંગી અને કેટલાય મોચી છે. કહેવાનો હેતુ એ છે કે જ્યારે રાજકીય સત્તા હાથમાં હોય ત્યારે માણસ શું ન કરી શકે? હું એકલા રહીને ઘણું બધું કરી શક્યો. મારી સાથે 2-3 લોકો હોત તો વધુ કામ ન થાત? તેથી હું વિનંતી કરું છું કે રાજકીય સત્તા મેળવવા માટે દિવસ-રાત લડવું એ આપણી પ્રથમ ફરજ છે.

મને લખવામાં આળસ લાગે છે, પણ એવું નથી. ઊલટું, હવે હું પહેલા કરતાં વધુ લખું છું, પણ મને ઓફિસના કામ સિવાય બીજું કંઈ લખવાનો સમય મળતો નથી. આ સ્થિતિ છે. હું ભલે જાહેર જીવનથી દૂર રહીશ, પરંતુ હું ક્યારેય ભૂલી નહીં શકું કે આ સ્થિતિમાં મારું આંદોલન જીવંત રહેવું જોઈએ. મારી ગેરહાજરીમાં તમારા (ભાઉરાવ ગાયકવાડ) પર સામાજિક કાર્યની મોટી જવાબદારી છે. મને કોઈ શંકા નથી કે તમે લોકો તેમાં સફળ થશો. શ્રમ મંત્રી તરીકેના તેમના કાર્યકાળ દરમિયાન મેં મારા સમાજને તેમજ અન્ય લોકોને દરેક શક્ય રીતે મદદ કરવાનું નક્કી કર્યું છે.

મારી અધ્યક્ષતામાં દિલ્હીમાં લેબર કાઉન્સિલનું આયોજન કરવામાં આવ્યું હતું. તે કાઉન્સિલ માટે શ્રી ડોંડે અને આર. આર. ભોલેને પ્રતિનિધિ તરીકે આમંત્રણ આપવામાં આવ્યું હતું. આ મારા કામની શરૂઆત છે. આવી ઘટના પહેલા ક્યારેય બની ન હતી. એક અઠવાડિયાની અંદર, મેં ઘણા સમાજ ઉપયોગી કાર્યો કર્યા છે. શ્રી આર. એમ. ડોઇફોડ અંગે તમારો (ભાઉરાવનો) ભલામણ પત્ર મળ્યો. હું ડોઇફોડ વિશે જાણતો નથી. કેટલીક વસ્તુઓ હું કરી શકું છું અને કેટલીક હું કરી શકતો નથી. તમે મારા સ્વભાવને જાણો છો કે હું આ બાબતમાં કેટલો કડક છું. ડોઇફોડનો મામલો એવો છે કે હું તેના વિશે કંઇ કરી શકતો નથી. તેમનો કેસ પબ્લિક સર્વિસ કમિશન હેઠળ આવે છે. આમાં દખલ કરવી યોગ્ય નથી. હું આવી બાબતમાં બિલકુલ હસ્તક્ષેપ કરી શકતો નથી.

મેં આપણા સમાજના યુવાનો માટે તકો ઊભી કરી છે. આવી સ્થિતિમાં, વ્યક્તિગત ઉમેદવારોની બાબતોની જવાબદારી તેની પોતાની રહેતી નથી. આમ કરવું અન્ય લાયક ઉમેદવારો સાથે અન્યાયરૂપ થશે, તેથી હું તેમાં બિલકુલ દખલ કરતો નથી. તમારે આ ખૂબ સારી રીતે જાણવું જોઈએ.

મને એ જોઈને ખૂબ આનંદ થયો કે અમારા કેટલાક ઉત્સાહી યુવાનોએ 'જનતા' સાપ્તાહિક ચલાવવાની તૈયારી કરી છે. મને મારું પોતાનું સાપ્તાહિક અખબાર ચલાવવાના ઘણા અનુભવો થયા છે, તેથી હું ખૂબ જ કાળજીપૂર્વક આગળ વધું છું. વધુ પડતો ઉત્સાહ સારો નથી. અખબાર ચલાવવું એ સરળ કામ નથી. આર્થિક પ્રશ્ન ત્યાં મોટો છે. બીજું, અખબારના ધોરણને જાળવી રાખીને વાચકોના દૃષ્ટિકોણથી આકર્ષણ પેદા કરવું મહત્વપૂર્ણ છે. હું નાણાકીય મુદ્દાને ધ્યાનમાં લેતો નથી, કારણ કે તે મારી જવાબદારી નથી, પરંતુ બીજો પ્રશ્ન મહત્વપૂર્ણ છે. તમારા સાપ્તાહિકના સંપાદક કોણ હશે? તેની લાયકાત શું છે? આ બધા મહત્વના પ્રશ્નો છે. જ્યાં સુધી મને આ માહિતી ન મળે ત્યાં સુધી હું આ યોજના માટે સંમતિ આપી શકતો નથી. મેં નામ પર કોઈ વિચાર કર્યો નથી. હું કૈવારી (રક્ષક) જેવા નામો અથવા તેના જેવા નામો સ્વીકારી શકતો નથી.

37.
વેદ અને ગીતા

હું ખરેખર આજે ભાષણ આપવા માંગતો નથી. એક વ્યક્તિએ માહિતી આપી કે મારે સર તેજ બહાદુર સપ્રુની યોજના પર મારા વિચારો વ્યક્ત કરવા જોઈએ, પરંતુ અહીં હું તે સંદર્ભમાં વાત કરવા માંગતો નથી. ગીતા સંદર્ભે મેં મદ્રાસમાં જે કહ્યું તેના પર પૂનાના બ્રાહ્મણોએ નારાજગી વ્યક્ત કરી છે. મને લાગે છે કે અહીં જવાબ આપવો યોગ્ય છે. જો મારો પક્ષ જાણવા પુણેમાં જાહેર સભાનું આયોજન કરવામાં આવ્યું હોત તો હું ત્યાં મારો પક્ષ રજૂ કરી શક્યો હોત, પરંતુ મને આવી તક મળી નથી. તેથી, હું આજના પ્રસંગે મારા વિચારો રજૂ કરું છું. વેદ એ ભગવાને બનાવેલ છે, અવિનાશી છે, તેનું પાલન કરવું જોઈએ, આ બધું કહેવામાં આવે છે, પરંતુ આનો કોઈ ઐતિહાસિક પુરાવો નથી. બ્રાહ્મણો સિવાય તેમને કોઈએ વિશેષ મહત્વ આપ્યું નથી કે તેમને પોતાના શાસ્ત્રો માન્યા નથી. વેદોના પુરાવાનો સિદ્ધાંત બ્રાહ્મણો દ્વારા ખૂબ પાછળથી રજૂ કરવામાં આવ્યો હતો. આનો પુરાવો અશ્વાલયન ગૃહ્યસૂત્રમાં મળે છે. સ્પષ્ટ ઉલ્લેખ છે કે તે સમયે બ્રાહ્મણો વેદોને સાબિતી માનતા ન હતા. સામાજિક મૂલ્યોનું નિર્માણ કરતા પહેલા જનતા પંચાયતના નિર્ણયનો સ્વીકાર કરતી હતી. તે સમયે વેદ ચોથા કે પાંચમા સ્થાને હતા. શબર સ્વામીએ જનમેજયના સૂત્રો દ્વારા ટિપ્પણી કરી છે. જેમાં પૂર્વપક્ષ અને ઉત્તરપક્ષની બાજુ રજૂ કરવામાં આવી છે. શબર સ્વામીએ કહ્યું કે બ્રાહ્મણો

વેદમાં માનતા નથી. વેદોની રચના એ મૂર્ખ અને પાગલની કૃતિ છે. એવો દાવો ત્યાં કરવામાં આવ્યો છે. બુદ્ધે ક્યારેય વેદોને પુરાવા તરીકે સ્વીકાર્યા નથી. બુદ્ધે વેદ પ્રેરિત ધર્મને જોરદાર ફટકો આપ્યો. બૌદ્ધ ધર્મ શુદ્રોનો ધર્મ હતો, તેણે વેદોને પુરાવા તરીકે સ્વીકાર્યા ન હતા.

મારા પર ગીતા વાંચ્યા વિના ટિપ્પણી કરવાનો આરોપ છે, પરંતુ આ આરોપો તદ્દન ખોટા છે. મેં છેલ્લા પંદર વર્ષથી ગીતાનો અભ્યાસ કર્યો છે, એટલે જ મને વિચારો મળ્યા. ગીતામાં કંઈ ખાસ નથી, તેમાં ત્રણ બાબતોનો ઉલ્લેખ છે - 1. શું મરવું, મારવું અને હિંસા કરવી એ પાપ છે? 2. વર્ણાશ્રમ ધર્મની સ્તુતિ અને 3. ભક્તિથી મોક્ષ મળશે, આ ત્રણ બાબતો છે. ગીતાનો અભ્યાસ કરતી વખતે માત્ર ગીતા પર આધાર રાખીને ગીતાનો અર્થ સમજાશે નહીં. આ માટે સમકાલીન (અન્ય) સાહિત્યનો અભ્યાસ કરવો જોઈએ અને પછી ગીતાને સમજવી જોઈએ. આ દેશના પ્રાચીન ઈતિહાસ પર વિચાર કરીએ તો સ્પષ્ટ થાય છે કે બ્રાહ્મણ વર્ગ અને બૌદ્ધ ધર્મ વચ્ચે લગભગ બે હજાર વર્ષ સુધી વિવાદ ચાલતો રહ્યો. આ વિવાદમાં સર્જાયેલું સાહિત્ય ધાર્મિક સ્વરૂપનું ન હતું, પરંતુ રાજકીય સ્વરૂપનું હતું. ‘ગીતા’ નામના પુસ્તકનો જન્મ માત્ર દેશના સત્તાના કેન્દ્રને નિયંત્રિત કરવા માટે થયો હતો.

ગીતામાં માત્ર થોડા જ વેદોનો અનુવાદ થયો છે. છેવટે, વેદોમાં કયા પ્રકારનું જ્ઞાન છે? વાસ્તવમાં બે જ વેદ છે. એક ઋગ્વેદ અને બીજો અથર્વવેદ. મેં ઘણી વખત વેદ વાંચ્યા છે. તે નૈતિકતા વિશે અને સમાજ અને મનુષ્યની પ્રગતિ વિશે કશું કહેતું નથી. અથર્વવેદમાં પત્ની પ્રેમ ન કરતી હોય ત્યારે શું કરવું જોઈએ? બીજાની પત્નીને કેવી રીતે નિયંત્રિત કરવી? પૈસાની ચોરી કેવી રીતે કરવી? મંત્ર-તંત્રનો પણ ઉલ્લેખ છે. વેદ જેવા ગ્રંથોમાં ખરેખર તેની શું જરૂર હતી?

તેના પુરૂષ સુક્તમાં બ્રાહ્મણોએ શુદ્રો સાથે કેવું વર્તન કરવું જોઈએ તેનો ઉલ્લેખ છે. કહેવાય છે કે મારવું એ ક્ષત્રિયોનું કર્તવ્ય છે. તે જરૂરી હોઈ શકે છે, પરંતુ ફરજ નથી, એક વ્યક્તિ બીજાને મારવા. ગીતાના બીજા અધ્યાયમાં (શ્લોક 18 થી 39) વેદાંતના આધારે આત્માને અવિનાશી કહેવામાં આવ્યો છે. જ્યારે શરીર કોઈપણ કારણથી નાશ પામે છે. બધી વિગતો જે આપણે જોઈએ છીએ, પરંતુ ધ્યાનમાં લો. હત્યાના એક કેસમાં વકીલે ન્યાયાધીશને કહ્યું, "સાહેબ! આત્મા અવિનાશી છે, તો પછી તમે ગુનેગારોને સજા કેમ કરો છો?" ખરેખર, વકીલનું આ નિવેદન કેવું લાગશે?

વેદોનો તર્ક બૌદ્ધ ધર્મની ફિલસૂફીની વિરુદ્ધ નથી. બુદ્ધની ફિલસૂફીએ સામાજિક, માનસિક અને રાજકીય ક્રાંતિ દ્વારા શુદ્રોને ઉચ્ચ સ્થાને પુનઃસ્થાપિત કર્યા. તે સમયગાળા દરમિયાન ઘણા શુદ્ર રાજાઓના અસ્તિત્વના પુરાવા છે. બ્રાહ્મણોના હાથમાંથી સત્તા નીકળી ગયા પછી, તેમણે ફરીથી ચાતુર્વર્ણ્ય પ્રણાલીને મજબૂત કરી. ભગવદ ગીતાએ આ કામ કર્યું અને જે શક્તિ તેના હાથમાંથી જતી રહી હતી, તે તેના હાથમાં પાછી આપવામાં આવી. ગીતા પહેલા વર્ણાશ્રમ ધર્મનો આધાર શું હતો?

આ વાતનો ઉલ્લેખ જૈમિનીએ તેમના 'પૂર્વમીમાંસા' પુસ્તકમાં કર્યો છે. માત્ર બુદ્ધ જ નહીં, ચાર્વાક વગેરે વિદ્વાનોએ વેદ પર ટીપ્પણી કરી છે. વેદ અને સેવા ધર્મ છોડીને બુદ્ધ દ્વારા શાસક

બનો. શ્રી કૃષ્ણે સાંખ્ય તત્વજ્ઞાનના આધારે માતૃવર્ણની રચના તૈયાર કરી. સાંખ્યોએ ત્રિગુણને ઓળખ્યા છે, જ્યારે ગીતાના પિતાએ ચાર ગુણોને ઓળખ્યા છે, ચાર વર્ણોનો સુમેળ સાધ્યો છે. આજ સુધી એક પણ વિદ્વાન સાંખ્ય તત્વજ્ઞાન અને ગીતા તત્વજ્ઞાન વચ્ચેનું અંતર દૂર કરી શક્યો નથી.

ઐતિહાસિક દ્રષ્ટિકોણથી ભગવદ ગીતાનો અભ્યાસ કરતી વખતે, મેં આ પુસ્તકના ચાર ફકરાઓ જોયા. મારા મત મુજબ, શ્યામ રંગના યાદવ 'કૃષ્ણ' એ જ્યારે અર્જુન નિરાશ થયો ત્યારે તેને લડવા માટે પ્રોત્સાહિત કર્યો. આખરે કૃષ્ણની સ્તુતિમાં એક મહાકાવ્ય લખવામાં આવ્યું. તેમાં ન તો ધાર્મિક જ્ઞાન છે કે ન તો ડહાપણ. તે સમયે તેમાં માત્ર 60 શ્લોક હશે. પાછળથી, જ્યારે લોકો કૃષ્ણને હીરો માનવા લાગ્યા, ત્યારે ગવાતા ગુણગાન ભક્તિનો માર્ગ બની ગયા. આમ કૃષ્ણને દેવતા તરીકે વર્ણવવામાં આવ્યા હતા. પાછળથી ગીતાનું પરિવર્તન થયું અને તે તેના વર્તમાન સ્વરૂપમાં આવી.

હું આ માટે કોઈને દોષ આપવા માંગતો નથી, પરંતુ જ્યાં સુધી તમે આ શાસ્ત્રને સાબિતી તરીકે સ્વીકારશો નહીં ત્યાં સુધી તમને આ દુનિયામાં કોઈ લાભ મળશે નહીં. આ પુસ્તક દ્વારા શુદ્રોની સખત નિંદા અને અવગણના કરવામાં આવી છે. તેમના પર અનેક પ્રકારના આરોપો લગાવવામાં આવ્યા છે, તેમનામાં ઇન્ફિરીઓરિટી કોમ્પ્લેક્સ વિકસશે, તેઓ હંમેશા દલિત જ રહેશે, એવી વ્યવસ્થા ત્યાં કરવામાં આવી છે. ભલે તમે એ પુસ્તકને ધાર્મિક પુસ્તક કહો અને બળજબરીથી તેને પુરાવા તરીકે સ્વીકારવાનો આગ્રહ રાખો, તો પણ હું તેને ક્યારેય સ્વીકારીશ નહીં. આ મારા જીવનનું કામ છે. પહેલા મારે સમજવું પડશે, પછી ભાઈઓને સમજાવવું પડશે. જે નીચલા વર્ગના લોકોને નિઃસંતાન બનાવે છે, તેમને હંમેશા દલિત તરીકે રાખે છે, તેમનો વ્યવસ્થિત રીતે નાશ કરે છે, આવો વિશિષ્ટ વર્ગ વિશ્વમાં ક્યાંય જોવા નહીં મળે.

38.
અસ્પૃશ્યોને સંદેશ

તમે લોકો મારા 55મા જન્મદિવસ પર એક વિશેષ અંક લાવી રહ્યા છો. તેના માટે તમારે મારા સંદેશની જરૂર છે. આપણા દેશમાં રાજકારણીઓને માણસના અવતારની જેમ આદર આપવામાં આવે છે, તે ખૂબ જ દુઃખની વાત છે. ભારતની બહાર માત્ર મહાપુરુષોની જ જન્મજયંતિ ઉજવવામાં આવે છે, પરંતુ અહીં અવતાર પુરૂષો અને રાજપુરુષો બંનેની જન્મજયંતિ ઉજવવામાં આવે છે.

મને મારો જન્મદિવસ ઉજવવો બિલકુલ પસંદ નથી. હું સામાન્યતાનો કટ્ટર હિમાયતી છું. મને વિભૂતિ પૂજા કેવી ગમશે? વિભૂતિ પૂજા લોકશાહી વિરોધી છે. જો કોઈ નેતા લાયક હોય તો તેના માટે ગૌરવ, આદર અને પ્રેમ હોવો અયોગ્ય નથી, પરંતુ નેતાને ભગવાનની જેમ પૂજવામાં આવે તે હું સ્વીકારતો નથી. પરિણામે નેતાની સાથે તેના અનુયાયીઓ પણ ઘટે છે, પણ શું અહીં કોઈ ફાયદો થવાનો છે? રાજકારણીને અવતારી માણસના સિંહાસન પર બેસાડવો જોઈએ અને પછી સારી રીતે બતાવવું જોઈએ અને તેના અનુયાયીઓને સંદેશ પહોંચાડવો જોઈએ.

છેવટે, અસ્પૃશ્ય ભાઈઓને મારે શું સંદેશ આપવો જોઈએ? સંદેશો આપવાને બદલે, હું ગ્રીક પૌરાણિક કથામાંથી વાર્તા

કહેવાનું પસંદ કરું છું. હોમરે ગ્રીક દેવ ડીમીટર પર એક વખાણની વાર્તા લખી છે, જે નીચે મુજબ છે-

દેવી ડીમીટર તેની પુત્રીની શોધમાં કેલિઓસના રાજ્યમાં આવી. તેણે મિડવાઇફ તરીકેનો પોશાક પહેર્યો હતો, તેથી કોઈ તેને ઓળખી શક્યું નહીં. રાણી મેટો નાયરાએ ડીમીટરને માકુન નામના તેના નાના બાળકની સંભાળ સોંપી. દરરોજ રાત્રે જ્યારે મહેલમાં બધા સૂતા હતા, ત્યારે દેવી ડીમીટર દરવાજો બંધ કરી દેતી અને બાળકને ઝુલામાંથી બહાર લઈ જતી. તેના કપડાં ઉતાર્યા પછી, તેણે બાળકને સળગતા અંગારા પર મૂક્યું. અન્ય લોકોને આ ક્રૂર લાગશે. પરંતુ તે બાળકને ભગવાન બનાવવા માટે ખૂબ જ પ્રયત્નો કરવામાં આવ્યા.

તે આ બધું પ્રેમથી કરતી હતી અને ધીમે ધીમે બાળકમાં અંગારાની ગરમી સહન કરવાની શક્તિ વધી ગઈ. તે મોટો થવા લાગ્યો, પરંતુ એક રાત્રે અચાનક તેની માતા રૂમમાં આવી અને તેના બાળક પર કરવામાં આવતા ક્રૂર પ્રયોગો જોઈને તેણે ડીમીટરને ધક્કો માર્યો અને તેના બાળકને અંગારામાંથી ઉપાડ્યો. તેણીને તેનું બાળક મળ્યું હોવા છતાં, તે એક સામાન્ય પુત્ર, ભગવાનથી વંચિત હતી. છેવટે, આ શું કહે છે? અંગારામાંથી પસાર થયા વિના વ્યક્તિ પુરુષત્વ અથવા દેવત્વ પ્રાપ્ત કરી શકતું નથી. અગ્નિમાંથી બહાર આવ્યા પછી માણસ શુદ્ધ બને છે અને દેવત્વ પ્રાપ્ત કરે છે.

તેથી, દલિતોએ સખત મહેનત અને બલિદાનની આગમાંથી પસાર થવું પડશે, તો જ તમે તમારું લક્ષ્ય પ્રાપ્ત કરી શકશો. બાઇબલ આપણને જણાવે છે કે "દરેકને જીવનની દોડ દોડવાની તક મળે છે, જેમાં ઘણા ઉત્કૃષ્ટ હોય છે. આ શા માટે છે? કારણ એ છે કે ધીરજ અને નિશ્ચય ભવિષ્યની ખાતર સન્માનની વૈભવી વસ્તુઓનું બલિદાન આપવા માટે

પૂરતું છે." દલિત માણસ પાસે તે નથી. આ ગ્રીક વાર્તાથી મોટો સંદેશ કયો હોઈ શકે?

હું તમને જે સંદેશ આપવા માંગુ છું તે છે સંઘર્ષ કરો અને લડો. છોડી દો અને છોડી દો. બલિદાન અને અવરોધોની પરવા કર્યા વિના સંઘર્ષ ચાલુ રાખો, તો જ તમને મુક્તિ મળશે. આપણું કામ પવિત્ર છે, આપણે તેમાં દ્રઢ વિશ્વાસ રાખવો જોઈએ. તમારા ધ્યેયને પ્રાપ્ત કરવા માટે સંગઠિત પ્રયત્નો કરવા જોઈએ.

અસ્પૃશ્યોનું કાર્ય ખૂબ જ મહાન છે અને ધ્યેય બહુ મોટું છે. તેથી તેઓએ એક અવાજે પ્રાર્થના કરવી જોઈએ કે, "જે સમાજમાં આપણે જન્મ્યા છીએ તે સમાજને બચાવવાનું આપણું કર્તવ્ય છે. ધન્ય છે તે લોકો જેઓ આ સમજે છે. જેઓ ગુલામી પર હુમલો કરવા માટે પોતાનું તન, મન, ધન અને યુવાની આપી દે છે તે ધન્ય છે." ધન્ય છે તે લોકો જેઓ મૃત્યુ, મુશ્કેલી, અપમાન, તોફાન અને સુખની પરવા કર્યા વિના અસ્પૃશ્યતા પ્રાપ્ત કરે ત્યાં સુધી સંઘર્ષ કરતા રહે છે.

39.

મારા જીવનના ત્રણ લક્ષ્યો

25 વર્ષ પહેલા જ્યારે મેં રાજકારણમાં પ્રવેશ કર્યો ત્યારે મારા જીવનમાં ત્રણ લક્ષ્યો હતા. પ્રથમ ઉદ્દેશ્ય જ્ઞાન ગંગાના પ્રવાહને અસ્પૃશ્યોના દરેક ઘર સુધી પહોંચાડવાનો હતો. હું આ ઉદ્દેશ્યમાં ઘણી હદ સુધી સફળ રહ્યો છું. અસ્પૃશ્યો ભલે શિક્ષણમાં મોખરે ન હોય, પરંતુ તેઓ થોડા દિવસોમાં ચોક્કસ પ્રગતિ કરશે. મને આમાં પૂરો વિશ્વાસ છે. મારા જીવનનો બીજો ઉદ્દેશ્ય અસ્પૃશ્ય સમુદાયના લોકોને સરકારી નોકરીઓમાં વ્યાપક પ્રતિનિધિત્વ આપવાનો હતો. આ પ્રયાસમાં જે પ્રસિદ્ધિ પ્રાપ્ત થઈ છે તે તમે જોઈ જ હશે. મારા જીવનનો ત્રીજો ઉદ્દેશ્ય ગામડાઓમાં રહેતા મારા અસ્પૃશ્ય ભાઈઓની સ્થિતિ સુધારવાનો હતો, પરંતુ આ ત્રીજા ઉદ્દેશ્યમાં હું ઈચ્છતો હતો તેટલો સફળ થઈ શક્યો નહીં. તેથી, જ્યાં સુધી ગામડાઓમાં રહેતા અસ્પૃશ્ય ભાઈઓ ગામડાઓ છોડીને શહેરોમાં નહીં જાય ત્યાં સુધી તેમના જીવનમાં કોઈ સુધારો થશે નહીં. અસ્પૃશ્ય માતા-પિતાનું ગામડાઓમાં રહેવાનું આકર્ષણ જતું નથી. તેઓ વિચારે છે કે તેમની પાસે ખોરાક અને પાણી છે, પરંતુ ખાવા કરતાં આત્મસન્માન વધુ મહત્વનું છે.

ગામડાઓમાં તેમની સાથે કૂતરાઓ જેવો વ્યવહાર કરવામાં આવે છે, જ્યાં તેમનું દરેક પગલે અપમાન થાય

છે, તેમને અપમાન અને કચડાયેલુ જીવન જીવવું પડે છે. એ ગામનો શું લાભ?

ગામડાઓમાં રહેતા અસ્પૃશ્યોએ બહાર આવીને બંજર જમીન જ્યાં હોય ત્યાં તેનો કબજો લેવો જોઈએ. ત્યાં નવા ગામો વસાવીને સ્વાભિમાની જીવન જીવવું જોઈએ. ત્યાં નવો સમાજ બનાવવો જોઈએ. તેઓએ ત્યાં તમામ કામ કરવા જોઈએ. આવા ગામડાઓમાં કોઈ તેમને અસ્પૃશ્ય કહેશે નહીં કે તેમની સાથે અસભ્ય વર્તન કરશે નહીં.

40.

પુસ્તક પ્રેમ

તેમનું પુસ્તક સંપદા સિદ્ધાર્થ મહાવિદ્યાલયને સોંપતા બાબાસાહેબે કહ્યું, “હું તમને મારા જીવનના પ્રિય સાથીદારને સોંપી રહ્યો છું. આ મહાન પુસ્તકોએ મારા જેવી વ્યક્તિને નજીક લાવ્યા છે, જેને સમાજ દ્વારા બહિષ્કૃત કરવામાં આવ્યા હતા. તેમની જેમ, આ પરમ પ્રેમી. દુનિયામાં બીજું કોઈ નથી તેથી જ મને એક પણ પુસ્તક બીજાને આપવાનું ખૂબ જ દુઃખ થાય છે.”

સમાજે મને શિક્ષા કરી, હું બધાથી દૂર થઈ ગયો, હું દુનિયાથી દૂર થઈ ગયો, પણ શાસ્ત્રોએ મને સાથ આપ્યો, તેથી બીજાને પુસ્તકો આપવા એ જીવન-મરણનો પ્રશ્ન બની ગયો. મારી લાઇબ્રેરી ખરીદવી એટલે મારા જીવન માટે પૂછવું.

એકવાર હું વાંચવા કે લખવા બેસું તો મારી બધી ઉર્જા ભેગી થઈ જાય છે. હું આખી રાત વાંચતો અને લખતો રહું છું, છતાં મને સહેજ પણ થાક નથી લાગતો. સતત વાંચનને કારણે મારી યાદશક્તિ તેજ અને તીક્ષ્ણ બની છે. પુસ્તકનું મહત્ત્વનું લખાણ કયા પાના પર અને કઈ લીટીમાં છે તે હું કહી શકું છું. વિદ્યા મારી ઉપાસનાની દેવી છે. હું 24 કલાક તેમની પૂજા કરું છું.

પુસ્તકોની સંગતમાં શાંત જીવન જીવવા જેવો આનંદ બીજો કોઈ નથી. પુસ્તકો મને શીખવે છે, મને નવા રસ્તા બતાવે છે, તેથી તે મને ખુશી આપે છે.

મારામાં પ્રેમી મેળવવાની કળા નથી. મારા ચહેરાના હાવભાવ ખૂબ જ કઠોર અને ઉગ્ર લાગે છે. આ કારણે લોકો મારી નજીક આવતાં ડરે છે, લોકો આવું કહે છે, પણ એ વાજબી નથી, પણ એ સાચું છે કે મને લોકો કરતાં પુસ્તકોનો સંગ વધુ ગમે છે.

41.
પ્રોફેસરોનું સંશોધન કાર્ય

પૌરાણિક વસ્તુના સંશોધન અને પૌરાણિક ઇતિહાસના વિદ્વાન પ્રો. રેવરેન્ડ ફાધર હેરાસે સિદ્ધાર્થ કૉલેજમાં 'મોહેંજોદરો પરના લેખોનું વાંચન' વિષય પર પ્રભાવશાળી વક્તવ્ય આપ્યું હતું. તે જ દિવસે ડો. બાબાસાહેબ આંબેડકરે 'પ્રોફેસરોનું રિવિઝન વર્ક' વિષય પર પ્રકાશ ફેંક્યો હતો.

તેણે કહ્યું - ફાધર હેરાસે મોહેંજોદડોમાં મળેલા સિક્કા અને ઈંટોના વિષય પરનો લેખ ખૂબ કાળજીથી વાંચ્યો છે. દરેક જણ આ માટે ખુશ થશે, ગર્વ અને આશ્ચર્ય પામશે. પણ મને લાગે છે કે ફાધર હેરાસે જે રીતે એક ખૂબ જ મહત્વપૂર્ણ વિષયને હેતુ સાથે સુધાર્યો છે, તે આપણા હિન્દી પ્રોફેસરોમાં જોવા મળતો નથી. શું તેમની પાસે જ્ઞાન કે સંસાધનોનો અભાવ છે? આનું કારણ શું છે? આપણે આ વિશે ઊંડાણપૂર્વક વિચારવું જોઈએ.

મને લાગે છે - આપણને થોડા પૈસા મળે છે અને આપણું જીવન આરામથી પસાર થાય છે. આ સિવાય આપણા પ્રોફેસરોને જીવનમાં કોઈ મહત્વકાંક્ષા નથી. મહત્ત્વાકાંક્ષાના અભાવે તેમના હાથેથી કોઈ નક્કર કામ થતું નથી. તે પાઠ્યપુસ્તક પર સમયાંતરે ટિપ્પણીઓ લખતો રહે છે. ટીપ્પણીઓ સિવાય બીજા પણ કેટલાંક મહત્ત્વનાં કામો છે, તેની જાણ છે કે નહીં, કોણ જાણે!

અગાઉ એક પ્રોફેસરે કહ્યું હતું કે-અમે પ્રોફેસરો હાલમાં યુનિવર્સિટીમાં અપાતી એજ્યુકેશન સિસ્ટમથી બનેલા છીએ, તેથી અમને દોષ આપવાને બદલે યુનિવર્સિટીની શિક્ષણ વ્યવસ્થાને દોષ દેવો પડશે.

ત્યારે બાબાસાહેબે કહ્યું- આપણી યુનિવર્સિટીની શિક્ષણ વ્યવસ્થાને કારણે ઉત્તમ પ્રોફેસર તૈયાર કરવા મુશ્કેલ બની ગયા છે. હું પણ આ સ્વીકારું છું. આપણા ઘણા પ્રોફેસરોને કૉલેજમાં શેક્સપિયરના નાટકો કે કવિતા ભણાવવાના હોય છે. આપણી યુવા પેઢીએ જોઈએ

ભારતને શિક્ષણથી શું ફાયદો થશે? કેટલીકવાર જ્યારે હું ઊંઘી શકતો નથી ત્યારે હું શેક્સપિયર અથવા કવિતા વાંચું છું, પરંતુ તે માત્ર સમય પસાર કરવા માટે છે.

અમારી કોલેજોમાં સામાન્ય સ્તરનું શિક્ષણ આપવામાં આવે છે. બી.એ. પરીક્ષા સુધી પંતોજી પદ્ધતિ પ્રમાણે શિક્ષણ આપવામાં આવે છે, પરંતુ તેનો અર્થ એ નથી કે તે પોતાની જાતને સુધારી શકશે નહીં. હવે બોમ્બે શહેરમાં છ મોટી કોલેજો કલા અને વિજ્ઞાનનું શિક્ષણ આપે છે. દરેક કોલેજ હાલની સિસ્ટમ મુજબ યુનિવર્સિટી સાથે સંલગ્ન છે, તેમ છતાં તે સ્વતંત્ર સંસ્થા તરીકે અસ્તિત્વમાં છે. પરિણામે, આ છ કોલેજોમાં જુદા જુદા પ્રોફેસરો દ્વારા એક જ વિષય ફરીથી અને ફરીથી શીખવવામાં આવે છે, જેના કારણે કામનું નકામા ડુપ્લિકેશન થાય છે. ધારો કે આ પદ્ધતિ સિવાય એલ્ફિન્સ્ટન કૉલેજમાં માત્ર ઈતિહાસ અને અર્થશાસ્ત્રના વિષયો જ ભણાવવાની વ્યવસ્થા હોવી જોઈએ અને આ વિષયો ભણાવવા માંગતા પ્રોફેસરોએ એલ્ફિન્સ્ટન કૉલેજમાં જઈને એ વિષય ભણાવવો જોઈએ. જ્યાં એક જ વિષયના 7-8 પ્રોફેસરો ભેગા થશે. પછી કામની વહેંચણી થવી જોઈએ. એક પ્રોફેસર પ્રાચીન ભારત પર લેક્ચર આપશે, બીજા પ્રોફેસર બૌદ્ધ કાળ અને

ખ્રિસ્તી કાળ પર લેક્ચર આપશે, ત્રીજા પ્રોફેસર મોગલ કાળ પર લેક્ચર આપશે, ચોથા પ્રોફેસર મરાઠા કાળ પર લેક્ચર આપશે, પાંચમો પ્રોફેસર અંગ્રેજી પીરિયડ પર લેક્ચર આપશે. આ રીતે વિષયને શ્રેષ્ઠ રીતે આવરી લેવામાં આવશે. દરેક પ્રોફેસરને તેના વિષયનો અભ્યાસ કરવાની સંપૂર્ણ તક મળશે. પરિણામે, તમને તમારા સંબંધિત વિષયો પર પુનરાવર્તન માટે પૂરતો સમય મળશે.

બોમ્બે યુનિવર્સિટીમાં અન્ય સુધારાની રાહ જોવાને બદલે આપણે પહેલા સરળ સુધારાઓ હાથ ધરવા જોઈએ. દરેક કોલેજે એક કે બે વિષય પસંદ કરવા જોઈએ, જેથી તે વિષયના તમામ પાઠ તે કોલેજમાં જ રહે. તમામ કોલેજોના પ્રોફેસરોને અલગ-અલગ પગાર આપવાને બદલે દરેકને સરખો પગાર ચૂકવવો પડશે. એટલે કે સરકારી કોલેજમાં પગાર અને ખાનગી કોલેજમાં અલગ-અલગ પગાર વચ્ચે કોઈ ફરક રહેશે નહીં. જ્યારે પગારની ફરિયાદો ઉકેલાઈ જશે અને કામનું વધુ સારી રીતે વિભાજન થશે, ત્યારે શિક્ષણ આપવાનું અને રિવિઝન કરવાનું કામ શરૂ થશે.

મારા મતે, પ્રોફેસરે પોતાને અભ્યાસ અને અધ્યાપનમાં સમર્પિત કરવું જોઈએ. પ્રોફેસરે ઘરનું કામ તેની પત્નીને સોંપવું જોઈએ. પ્રોફેસરોએ ઘણા બધા કાર્યો ન લેવા જોઈએ અને તેમાંથી મુક્ત થવું જોઈએ. અભ્યાસમાં જ પુનરાવર્તનનો સમાવેશ થાય છે. આ ત્રણ કામો સિવાય પ્રોફેસરોએ અન્ય કોઈ કામ ન કરવું જોઈએ.

42.
બંધારણ સભામાં પ્રવેશ

મારા દેશનું બંધારણ બનાવવાની જવાબદારી મારા પર આવી, આ એક અનોખી ઘટના હતી. ભારતનું બંધારણ ઘડવા માટે બંધારણ સભાની રચના કરવામાં આવી હતી. તને ખબર હોવી જોઈએ કે એ વખતે મારી હાલત શું હતી. 1946-47ની ચૂંટણીમાં અનુસૂચિત જાતિ ફેડરેશનનો પરાજય થયો હતો. આ હારથી શરમાવાનું કોઈ કારણ નથી. કારણ એ છે કે તે ચૂંટણી સમયે આખો દેશ એક તરફ હતો અને અમારી પાર્ટી બીજી તરફ હતી. એક તરફ મજબૂત રાજકીય સંગઠન હતું અને બીજી તરફ લઘુમતી અસ્પૃશ્યોનું સંગઠન સામે હતું, એટલે કે તેની હાર નિશ્ચિત હતી.

પરંતુ હાર્યા પછી રોકાવું યોગ્ય ન હતું. અમારે ગમે ત્યાંથી બંધારણ સભામાં પ્રવેશવું જરૂરી હતું. અસ્પૃશ્ય સમુદાય આ દેશની એક સ્વતંત્ર જાતિ છે. બ્રિટિશ લોકો દ્વારા આ જાહેર કરવામાં આવ્યું હતું, પરંતુ કેબિનેટ મિશનએ તેની યોજનામાં અસ્પૃશ્ય સમાજનો ઉલ્લેખ પણ કર્યો ન હતો, તેણે અસ્પૃશ્ય સમાજને સંપૂર્ણપણે અલગ કરી દીધો હતો. પછી મેં બંધારણ સભામાં જવાનું નક્કી કર્યું. અસ્પૃશ્ય સમુદાયના કલ્યાણ માટે બંધારણ સભામાં ભાગ લેવો મારા માટે મહત્વપૂર્ણ હતો. મને બંધારણ સભામાં ન જાય તે માટે કોંગ્રેસે દરેક જગ્યાએ તાળાબંધી કરી દીધી હતી.

મહારાષ્ટ્રના થોડા નામાંકિત લોકોમાં મારી ગણતરી થાય છે એવું કહેનાર વ્યક્તિ મૂર્ખ જ હશે.

બંધારણ સભાની ચૂંટણી માટે કોંગ્રેસે શ્રી જયકરને પત્ર મોકલ્યો, શ્રી મુનશીને બોલાવવામાં આવ્યા અને બીજા ઘણા લોકોને આમંત્રણ મોકલવામાં આવ્યું, પણ મને બોલાવવામાં આવ્યો નહીં. તેણે મને દૂર રાખવાના ઘણા પ્રયત્નો કર્યા. તેથી મારે બોમ્બે છોડીને બંગાળ જવું પડ્યું. ત્યાં કોઈ મહાર નહોતા, છતાં હું ત્યાંથી સિલેક્ટ થયો. મારા દુશ્મનોએ આ ધ્યાનમાં રાખવું જોઈએ. બંધારણ સભામાં અસ્પૃશ્યોના રાજકીય અધિકારો જાળવી રાખવા માટે એક તકની જરૂર હતી. આ ખૂબ જ ગંભીર ઘટના હતી. કોંગ્રેસ અને અનુસૂચિત જાતિ ફેડરેશન વચ્ચેના ઊંડા સંઘર્ષને કારણે, કોંગ્રેસે નક્કી કર્યું હતું કે અનુસૂચિત જાતિ ફેડરેશનને બંધારણ સભામાં પ્રવેશ મળવો જોઈએ નહીં. કોંગ્રેસે મારા માટે બંધારણ સભામાં હાજરી આપવાનું અશક્ય બનાવી દીધું હતું. આખરે મને તે રસ્તો મળ્યો અને બંગાળથી બંધારણ સભામાં ગયો. મારો એક જ ઉદ્દેશ્ય એ હતો કે દલિત વર્ગના અધિકારો બંધારણ સભામાં રજૂ થાય અને તેઓને હિંદુ રાજ્યમાં કેટલીક સુવિધાઓ મળી શકે.

દેશનું બંધારણ બનાવવાની મારી મહત્વાકાંક્ષા નહોતી. જ્યારે બંધારણ સભાના સભ્ય બનવું મુશ્કેલ હતું, ત્યારે કેટલાક અધિકારોની કલ્પના કરવી પણ અશક્ય હતું. નક્કી કરવામાં આવ્યું હતું કે કોઈપણને અંદર જવા દેવામાં આવશે, પરંતુ ડૉ. આંબેડકરને અંદર જવા દેવામાં આવશે નહીં. બંધારણ સભાના દરવાજા મારા માટે બંધ હતા અને બારીઓ પણ બંધ હતી. બાજુના છિદ્રો પણ બંધ હતા, પરંતુ લોકકલ્યાણના કામને લીધે હું અંદર પગ મૂકતો રહ્યો. નવાઈ પામીને જુઓ, જેણે અંદર ન આવવાનો સંકલ્પ કર્યો હતો તેના માથે બહુ

મોટી જવાબદારી આવી ગઈ હતી. આવું મહાન કાર્ય કરવાની તક માણસને ભાગ્યે જ મળે છે. જે રીતે મારા માટે ગર્વની વાત છે તેમ તમારા માટે પણ ગર્વની વાત છે.

જો કે મેં કંઈ ખાસ કર્યું નથી, પરંતુ આ કાર્ય દ્વારા હિંદુ જનતાને એક વાત બહુ સ્પષ્ટ રીતે સમજાઈ છે. છેલ્લા વીસ વર્ષથી મારા પર વિવિધ પ્રકારના આક્ષેપો થઈ રહ્યા છે. હું અને મારો પક્ષ બિન-રાષ્ટ્રીય છીએ, હું અંગ્રેજોનો સાથી અને મુસલમાનોનો કટ્ટર છું. હકીકતમાં આ આરોપો ખોટા છે. હવે આ લોકોને ખાતરી થઈ ગઈ છે કે હું એવો નથી. આ ખૂબ જ મહત્વપૂર્ણ છે. છેલ્લા 20 વર્ષથી આપણા પક્ષ પર લાગેલું કલંક ધોવાઈ ગયું છે, તેથી આ દેશની આઝાદીની રક્ષા કરવી દરેક વ્યક્તિએ પોતાની પરમ ફરજ સમજવી જોઈએ.

આ દેશનો સામાજિક, રાજકીય અને ધાર્મિક વિકાસ આજે નહીં તો કાલે ચોક્કસ થશે, એમાં મને કોઈ શંકા નથી. આજે આપણે રાજકીય, સામાજિક અને આર્થિક રીતે એકબીજાથી વિભાજિત છીએ. આપણે આપણી વચ્ચે લડી રહ્યા છીએ. હું છાવણીનો નેતા છું. આમ છતાં જ્યારે યોગ્ય સમય અને યોગ્ય પરિસ્થિતિ આવશે ત્યારે આ દેશ એકજૂટ રહેશે. દુનિયાની કોઈ પણ શક્તિ આ એકતા વચ્ચે આવી શકશે નહીં. મારા મનમાં એ વાતમાં કોઈ શંકા નથી કે આ દેશમાં અનેક જાતિઓ અને અનેક ધર્મો હોવા છતાં આપણે એક થઈશું. દેશનું વિભાજન

મુસ્લિમ લીગ માંગે છે. તેમ છતાં, એક દિવસ એવો આવશે જ્યારે અખંડ ભારત બધાનું કલ્યાણ લાવશે.

દેશના અંતિમ ધ્યેય વિશે મને કોઈ શંકા નથી, પરંતુ દેશની વિવિધ જાતિના મિશ્ર સમુદાયને સંકલ્પ અને સહકાર સાથે એકતાના માર્ગ પર કેવી રીતે દોરી શકાય? આ એક વાસ્તવિક પ્રશ્ન છે. દેશના તમામ પક્ષો અને જ્ઞાતિઓ તેમાં ભાગ લેવા ઉત્સુક છે, તેથી તેમને ખુશ કરવા જો મોટા

ભાગના પક્ષો તેમની માંગણીઓ સ્વીકારે તો તે એક મોટી સિદ્ધિ ગણાશે. જનતાની મુખ્ય જરૂરિયાતોને બાજુ પર રાખીને અમે અમારા વિરોધીઓને કેટલીક સુવિધાઓ આપીશું. અમે વધુ પ્રયત્નો કરીશું અને દરેકને આ મોરચે સામેલ કરીશું.

એકવાર મોરચો શરૂ થઈ જાય, તે એકતા તરફ આગળ વધશે. તેઓ તેમની સાથે આવવા માંગતા ન હોય તેમને પણ દોરી જશે. તમારે આવી શક્યતા ઊભી કરવી જોઈએ. જો તમારે મારો અભિપ્રાય જાણવો હોય તો મને જૂથવાદ પસંદ નથી. 1935ના કાયદા મુજબ દેશનું મધ્યવર્તી કેન્દ્ર કેન્દ્ર કરતાં વધુ શક્તિશાળી હોવું જોઈએ, આ મારો અભિપ્રાય છે. છેલ્લા 150 વર્ષથી દેશની કેન્દ્ર સરકારને નબળી પાડવા માટે કોંગ્રેસની સંમતિ મારી સમજની બહાર છે. કોંગ્રેસ અને મુસ્લિમ લીગ વચ્ચે સમાધાન માટે નવા પ્રયાસો થવા જોઈએ. પ્રજાનું ભવિષ્ય નક્કી કરતી વખતે પક્ષો અને નેતાઓને કેમ મહત્વ આપવું જોઈએ? હવે ત્રણ રસ્તા ખુલ્લા છે - આશ્રય, યુદ્ધ કે સમાધાન! વર્તમાન સમયમાં ઘણા લોકો યુદ્ધની ભાષા બોલવા લાગ્યા છે, પરંતુ દેશની રાજકીય સમસ્યાઓનો લડાઈ કરીને ઉકેલ લાવવાનો વિચાર મને ધ્રૂજી જાય છે. ઘણાને લાગે છે કે આ યુદ્ધ અંગ્રેજો સામે લડવું પડશે. પરંતુ હું તમને વિશ્વાસ સાથે કહેવા માંગુ છું કે જો યુદ્ધ થશે તો તે મુસલમાનોની વિરુદ્ધ થશે, અંગ્રેજોની વિરુદ્ધ નહીં. આ સમસ્યા મુસલમાનોને જીતીને અથવા તેમના પર તમારા દ્વારા તૈયાર કરાયેલું બંધારણ થોપવાથી ઉકેલાશે નહીં, કારણ કે જો તમે આમ કરશો તો તમારે તેમની સાથે હંમેશ માટે લડવું પડશે. બર્કનું કથન - "સત્તા આપવી સહેલી છે, પણ જ્ઞાન આપવું બહુ અઘરું છે." આપણે આપણા આચરણ દ્વારા બતાવવું પડશે કે આપણામાં તમામ વિભાગોને લઈને એકતાના માર્ગ પર સૌથી આગળ ચાલવાની શક્તિ છે. એક સાથે દેશ.

43.
યશવંતના લગ્નનું પ્રમાણપત્ર

પ્રિય ભાઉરાવ,

તમને મારો પત્ર મળ્યો હશે, જેમાં મેં યશવંતના લગ્ન વિશે લખ્યું છે. તમે અહીં આવો તો સારું. આપણે બધા સાથે મળીને તે વિષય પર ચર્ચા કરી શકીએ છીએ. હું ખૂબ થાકી ગયો છું. હું આરામ માટે શિમલા કે મસૂરી જાઉં છું, તો તમે વહેલા આવજો.

શ્રી કવાડે અહીં આવ્યા. તેણે મને કહ્યું કે નાગપુરમાં ત્રણ છોકરીઓ છે. યશવંત તેમાંથી કોઈપણ એકને પસંદ કરી શકે છે. તો તમે કવાડે અને યશવંતને મળો. હું જાન્યુઆરીના પહેલા અઠવાડિયામાં બોમ્બે આવીશ.

મને યશવંતની ઈચ્છા મુજબ લગ્ન સંબંધી તમારો પત્ર મળ્યો છે. યશવંત મુક્ત છે. તેને નાગપુરની છોકરીઓ પસંદ નથી. મને ખબર નથી કે છોકરીઓ કેવી દેખાય છે. પરંતુ તે શિક્ષિત હતી. એવું લાગે છે કે યશવંત શિક્ષિત છોકરી સાથે લગ્ન કરવા માંગતા નથી, તેથી તે અભણ છોકરીને પ્રાધાન્ય આપી રહ્યો છે.

હું તેના વિચારો સાથે સહમત નથી. મેં શ્રી રાજભોજની દીકરીને જોઈ નથી. તેમની જાતિ અલગ છે, તેથી હું લગ્નની ના પાડીશ. વાસ્તવમાં હું આવી બાબતોમાં માનતો નથી.

તમારો

ભીમરાવ આંબેડકર

44.
બંધારણ સભામાં છેલ્લું ભાષણ

બંધારણ સભાની પ્રથમ બેઠક 9 ડિસેમ્બર, 1946ના રોજ મળી હતી. તે તારીખને ધ્યાનમાં લઈએ તો આજે બંધારણ સભાનું કાર્ય 2 વર્ષ, 11 મહિના અને 18 દિવસમાં પૂર્ણ થાય છે. આ સમયગાળા દરમિયાન બંધારણ સભાના કુલ અગિયાર સત્રો થયા.

29 ઓગસ્ટ, 1947ના રોજ, બંધારણ સભાએ મુસદ્દા સમિતિની પસંદગી કરી અને બીજા દિવસે એટલે કે 30 ઓગસ્ટ, 1947ના રોજ મુસદ્દા સમિતિની પ્રથમ બેઠક યોજાઈ. ત્યારથી ડ્રાફ્ટિંગ કમિટિનું કામ 141 દિવસ સુધી ચાલ્યું. મૂળ બંધારણમાં 243 કલમો અને 13 પરિશિષ્ટો હતા. હવે બંધારણ તેના અંતિમ સ્વરૂપમાં 395 કલમો અને 8 પરિશિષ્ટ ધરાવે છે.

સાચું કહું તો, વધુ સારી વસ્તુઓ શોધવી અને પસંદ કરવી એ પ્રશંસનીય છે. આ માટે મુસદ્દા સમિતિ ગૌરવ અનુભવે છે. જો મુસદ્દા સમિતિએ તેના ખામીયુક્ત સૂચનો પાછા ખેંચવાની અને તેમની જગ્યાએ વધુ સારા સૂચનો સ્વીકારવાની હિંમત ન દાખવી હોત તો મુસદ્દા સમિતિને બરતરફ કરવામાં આવી હોત અને ઘમંડનો આરોપ મૂકવામાં આવ્યો હોત.

એક વ્યક્તિ સિવાય સમગ્ર ગૃહે ડ્રાફ્ટિંગ કમિટીના કામની પ્રશંસા કરી છે અને હું તેનાથી ખૂબ જ ખુશ છું. ડ્રાફ્ટિંગ

કમિટીને પણ આશીર્વાદ મળ્યા હશે કે તેમના કામની આખી સભામાં આટલી ઉદારતાથી પ્રશંસા કરવામાં આવી છે. બંધારણ સભાના સભ્યો અને મુસદ્દા સમિતિ પરના મારા સાથીદારો દ્વારા અંગત રીતે મારા પર અભિનંદનની વર્ષા મને એટલા ગર્વનો અનુભવ કરાવે છે કે મારી પાસે આભાર વ્યક્ત કરવા માટે શબ્દો નથી.

બંધારણ સભામાં પ્રવેશ કરતી વખતે મારા મનમાં અસ્પૃશ્ય સમુદાયના કલ્યાણ સિવાય બીજો કોઈ હેતુ નહોતો. મેં સપનામાં પણ કલ્પના કરી ન હતી કે બંધારણ સભામાં

મને ખૂબ જ મહત્વપૂર્ણ કામ કરવા માટે પસંદ કરવામાં આવશે. જ્યારે મને ડ્રાફ્ટિંગ કમિટીના અધ્યક્ષ તરીકે પસંદ કરવામાં આવ્યો ત્યારે મારા આશ્ચર્યની કોઈ સીમા ન રહી.

ડ્રાફ્ટિંગ કમિટીમાં એવા લોકો હતા જેઓ ઉંમરમાં મારા કરતાં વધુ લાયક અને અનુભવી હતા. હું સર અલ્લાદી કૃષ્ણસ્વામી ઐયરનો ઉલ્લેખ કરવા માંગુ છું. તેમ છતાં, બંધારણ સભાને મારામાં વિશ્વાસ હતો અને તેણે મને તેના પ્રતિનિધિ તરીકે પસંદ કર્યો અને મને દેશની સેવા કરવાની તક આપી. આ માટે હું બંધારણ સભાનો ખૂબ જ ઋણી છું. બંધારણનો મુસદ્દો તૈયાર કરવા બદલ મને જે સન્માન મળ્યું છે તેમાં હું એકમાત્ર સહભાગી નથી. ભારત સરકારના બંધારણીય સલાહકાર સર બી. એન. રાવને બંધારણનો મુસદ્દો તૈયાર કરવાનો શ્રેય પણ આપવાની જરૂર છે. એ જ રીતે બંધારણનો મુસદ્દો તૈયાર કરવા માટે મુસદ્દા સમિતિના સભ્યોને પણ શ્રેય આપવો જોઈએ.

જો કે, તેનાથી પણ વધુ શ્રેય સરકારના મુખ્ય આર્કિટેક્ટ શ્રી એસ. એન. મુખરજીને આપવી જોઈએ. તેમણે જટિલ માહિતી સરળ અને કાયદાકીય ભાષામાં રજૂ કરી હતી. મુખર્જી હેઠળ કામ કરનારા લોકોનું મહત્વ ટાળી શકાય તેમ નથી. કારણ

કે ક્યારેક તેને અડધી રાત સુધી કામ કરવું પડતું હતું. હું આ બધું સારી રીતે જાણું છું.

જો આખી જનતા કોઈ એક પક્ષના શાસનના દબાણ હેઠળ મૌન રહી હોત તો બંધારણ સભાનું કામ નિરર્થક બની ગયું હોત, પરંતુ બંધારણ સભામાં કેટલાક બળવાખોર સભ્યો હતા. હું તેમનો પણ આભાર માનું છું. આ બળવાખોર સભ્યોના વિરોધથી મને ભારતીય બંધારણના મૂળભૂત સિદ્ધાંતો વિગતવાર સમજાવવાની તક મળી.

અંતમાં હું અધ્યક્ષનો આભાર વ્યક્ત કરું છું. બંધારણ સભાના સભ્યો પ્રત્યે તમારા દ્વારા દર્શાવવામાં આવેલ સૌજન્ય અવિસ્મરણીય રહેશે. કાયદાના નામે બંધારણના મુસદ્દા તૈયાર કરવાના કામમાં કોઈને કોઈ પણ પ્રકારનો અવરોધ ઊભો ન કરવા દેવા બદલ હું તમારો ખાસ આભારી છું.

હું બંધારણની યોગ્યતાઓમાં જવાનું પસંદ નહિ કરું. બંધારણ ભલે ગમે તેટલું સારું હોય, જો તેનો અમલ કરનારાઓ અસમર્થ હોય તો તે નકામા સિક્કા સમાન હશે. તેવી જ રીતે, જો બંધારણનો અમલ કરનાર સક્ષમ હોય તો ખરાબ બંધારણ પણ ફાયદાકારક સાબિત થાય છે.

ખાસ કરીને, બંધારણ સામ્યવાદી અને સમાજવાદી પક્ષો દ્વારા શાપિત છે. તેમણે બંધારણને શા માટે શાપ આપવો જોઈએ? શું બંધારણ ખરાબ છે? તેથી જ તેઓ શાપ આપે છે. બિલકુલ એવું નથી. અહીં સામ્યવાદી પક્ષને સરમુખત્યારશાહીના સિદ્ધાંત પર આધારિત બંધારણની જરૂર છે. આ બંધારણ સંસદીય પ્રજાસત્તાક સિદ્ધાંત પર આધારિત છે, તેથી તેઓ તેનો વિરોધ કરે છે.

છે. એ જ સમાજવાદીઓને બે વસ્તુઓ જોઈતી હતી. પ્રથમ, જો તેઓ સત્તામાં આવે તો તેઓ રાષ્ટ્રીયકરણની સ્વતંત્રતા ઇચ્છે છે અને બીજું, તેઓ વ્યક્તિગત સ્વતંત્રતાનો અધિકાર ઇચ્છે છે.

બંધારણમાં સુધારાની જોગવાઈ છે, આ અંતિમ બંધારણ છે, તેના પર આવી કોઈ મહોર લગાવવામાં આવી નથી. તેનાથી વિપરિત, સુધારા કરવા માટે સરળ, સાહજિક જોગવાઈઓ કરવામાં આવી છે. હું પડકાર આપું છું કે આ સંજોગોમાં કોઈ રાષ્ટ્રની બંધારણ સભાએ સુધારા માટે આવું સુલભ બંધારણ તૈયાર કર્યું હશે? આવું બન્યું હોય તો કોઈએ સાબિત કરીને કહેવું જોઈએ.

શાંતિના સમયમાં કેન્દ્ર સરકારની સત્તાનો ઉપયોગ કરવામાં આવશે નહીં. તે સ્પષ્ટપણે જણાવે છે કે તેનો ઉપયોગ માત્ર ઈમરજન્સીમાં જ થશે. બીજું, જ્યારે કટોકટીની સ્થિતિ હોય ત્યારે નાગરિકોની વફાદારી ઘટક રાજ્યોને બદલે સંઘ પ્રત્યે હોવી જોઈએ, આ મોટાભાગના લોકોનો અભિપ્રાય છે. તેનું કારણ એ છે કે સંઘ રાજ્ય પોતે સામૂહિક હેતુ અને રાષ્ટ્રની સુરક્ષા માટે કામ કરે છે. તેથી કટોકટી દરમિયાન કેન્દ્ર સરકારને વધુ સત્તા આપવી યોગ્ય છે.

મેં મારું ભાષણ અહીં પૂરું કર્યું હોત, પરંતુ હું અહીં રાષ્ટ્રના ભવિષ્ય વિશે મારા વિચારો વ્યક્ત કરવા જરૂરી માનું છું. ભારત 26 જાન્યુઆરી, 1950ના રોજ પ્રજાસત્તાક બનશે. ત્યારે આઝાદીનું શું થશે? શું રાષ્ટ્ર પોતાનું રક્ષણ કરશે કે ફરીથી ગુમાવશે? મારા મનમાં આ પહેલો પ્રશ્ન ઊભો થાય છે. હું દેશના ભવિષ્ય વિશે ચિંતિત છું કારણ કે ભારત એક વખત તેની સ્વતંત્રતા ગુમાવી ચૂક્યું છે. ભારતમાં કેટલાક લોકોના દંભને કારણે તે ખોવાઈ ગયું. આ સત્ય હૃદયને હચમચાવી નાખે છે.

અંગ્રેજો શીખ રાજાઓને હરાવવામાં વ્યસ્ત હતા, જ્યારે શીખોનો મુખ્ય સેનાપતિ ગુલાબચંદ ચૂપચાપ બેઠો હતો. તેમણે રાજપૂત રાજાઓને અંગ્રેજોની ચુંગાલમાંથી છોડાવવા માટે કોઈ પ્રયાસ કર્યો ન હતો. 1857 માં, જ્યારે બ્રિટિશ શાસન

સામે ભારતના ઘણા ભાગોમાં વિદ્રોહનો ધ્વજ લહેરાવવામાં આવ્યો હતો, ત્યારે શીખ લોકો, અન્ય દર્શકોની જેમ, બળવાને નિષ્ક્રિયપણે જોઈ રહ્યા હતા.

ભારતના ઈતિહાસમાં જે બન્યું, શું તેનું પુનરાવર્તન થશે? આ પ્રશ્નથી મન ગભરાઈ જાય છે. જાતિ ભેદભાવ અને ધાર્મિક ભેદભાવ આપણા જૂના દુશ્મનો છે. જે નવા રાજકીય પક્ષો નવા ઉદ્દેશ્યોને ધ્યાનમાં રાખીને જન્મ્યા છે અને બનવા જઈ રહ્યા છે, તેમના દુશ્મનો પણ વધવાના છે. એ વાત એટલી સાચી છે કે જો અલગ-અલગ પક્ષો તેમના દેશ કરતાં તેમની વિચારધારાને વધુ મહત્વ આપે તો તેમની આઝાદી ફરી જોખમમાં આવી શકે છે અથવા તો હંમેશ માટે નષ્ટ થઈ શકે છે.

નાશ થઈ શકે છે. આપણે સૌએ ધ્યાન રાખવું પડશે કે આવી કટોકટી આપણા પર ન સર્જાય. આપણા શરીરમાં લોહીના છેલ્લા ટીપા સુધી આપણી સ્વતંત્રતાનું રક્ષણ કરવા આપણે દાંત અને નખ સામે લડવા માટે સંકલ્પબદ્ધ હોવું જોઈએ.

26 જાન્યુઆરી, 1950ના રોજ ભારત એક પ્રજાસત્તાક રાષ્ટ્ર બનશે. આનો અર્થ એ થયો કે જે દિવસથી રાજ્ય લોકો દ્વારા, લોકોથી અને લોકો માટે ચલાવવામાં આવશે તે દિવસથી ભારતને આ બધું મળશે. તો પછી ભારતના પ્રજાસત્તાક બંધારણનું શું થશે? શું ભારત આ બંધારણને બચાવી શકશે કે ફરીથી તેનો નાશ કરી શકશે? જે દેશમાં લોકશાહીનો બહુ ઉપયોગ થયો નથી ત્યાં લોકશાહી નવી વસ્તુ ગણાય છે. ભારત પણ આવા દેશોમાંથી એક છે. આવા દેશમાં લોકશાહી, તેના રાજ્યના કામકાજમાં આગળ વધે છે, તે સરમુખત્યારશાહીને તેના સ્થાને સ્થાપિત કરવા માટે આમંત્રિત કરી શકે છે. ઉભરતી લોકશાહીમાં ભારત તેના બાહ્ય

મૂળનું રક્ષણ કરી શકે છે, પરંતુ વ્યવહારમાં સરમુખત્યારશાહી ફેલાવાની સંભાવના છે અને આવું થવું શક્ય પણ છે. જો લોકશાહી અહીં ટકી રહેવાની હોય તો મારા મતે, સૌ પ્રથમ આપણે આપણા સામાજિક અને આર્થિક લક્ષ્યોને પ્રાપ્ત કરવા માટે બંધારણીય માર્ગનું પાલન કરવું જોઈએ. મતલબ કે આપણે કાયદા ભંગ, અસહકાર અને સત્યાગ્રહનો વિનાશક માર્ગ છોડી દેવો પડશે.

લોકશાહીના અસ્તિત્વ માટે આપણે બીજી વાત કહેવાની છે કે જે લોકો લોકશાહીનો ધ્વજ હંમેશા ઊંચો રાખવા આતુર હોય છે તેમના માટે જ્હોન સ્ટુઅર્ટે એક સંકટનો સંદેશ આપ્યો છે, જેનું પાલન કરવું ખૂબ જ જરૂરી છે. તે કહે છે, "કોઈ વ્યક્તિ આપણી વચ્ચે ભલે ગમે તેટલી મહાન હોય? તો પણ વ્યક્તિએ સ્વતંત્રતાના ફૂલો તેના પગમાં ન મૂકવા જોઈએ." જીવનભર માતૃભૂમિની સેવા કરનાર આવી મહાન વ્યક્તિ પ્રત્યે કૃતજ્ઞતા વ્યક્ત કરવામાં કંઈ ખોટું નથી, પરંતુ કૃતજ્ઞતા વ્યક્ત કરવાની પણ એક મર્યાદા હોય છે. આયર્લેન્ડના દેશભક્ત ડેનિયલ ઓ'કોનેલે આ સંદર્ભમાં ખૂબ જ કરુણાપૂર્ણ વિચારો વ્યક્ત કર્યા છે - "કોઈ પણ માણસ આત્મસન્માનનું બલિદાન આપીને કૃતજ્ઞતા વ્યક્ત કરી શકતો નથી. કોઈ સ્ત્રી નમ્રતાનું બલિદાન આપીને કૃતજ્ઞ બની શકતી નથી અને કોઈ રાષ્ટ્ર સ્વતંત્રતાનું બલિદાન આપી શકતું નથી. "મારી કૃતજ્ઞતા વ્યક્ત કરી શકાતી નથી. "

ભારતને આ ભયંકર ચેતવણીની અન્ય કોઈપણ દેશ કરતાં વધુ જરૂર છે. તેનું કારણ એ છે કે ભક્તિ કે વ્યક્તિત્વ પૂજાની લાગણીએ ભારતીય રાજકારણમાં એટલું તોફાન ઉભું કર્યું છે જેટલું અન્ય કોઈ દેશમાં નથી. રાજકારણમાં મહાનતાની ભક્તિ કે વ્યક્તિત્વની પૂજા સરમુખત્યારશાહી સ્થાપિત કરે છે.

લોકશાહીનું અસ્તિત્વ ટકાવી રાખવા માટે ત્રીજી વાત એ

છે કે આપણે રાજકીય લોકશાહીમાંથી સામાજિક લોકશાહી બનાવવાનો પ્રયાસ કરવો જોઈએ. રાજકીય લોકશાહીને કારણે જ સામાજિક લોકશાહી અસ્તિત્વમાં રહેશે, અન્યથા નહીં. સામાજિક લોકશાહી બરાબર શું છે? સામાજિક લોકશાહી એટલે કે સ્વતંત્રતા, સમાનતા અને બંધુત્વ એ દરેક વ્યક્તિના જીવનના મહત્વપૂર્ણ ઘટકો છે. આ તત્વ એકતાની શરૂઆત કરે છે. જ્યારે એકબીજાથી અલગ થઈ જાય છે, ત્યારે લોકશાહીનું જીવન સાર નાશ પામે છે.

ભારતની સામાજિક સ્થિતિમાં બંને તત્વોનો અભાવ છે. આ સ્વીકારીને આપણે સામાજિક લોકશાહીનું નિર્માણ શરૂ કરવું જોઈએ. આ બે તત્વો વચ્ચે સમાનતા છે. જો સામાજિક સંદર્ભમાં જોવામાં આવે તો, ભારતીય સામાજિક માળખું ચડતા ક્રમ અને ઉતરતા ક્રમના સિદ્ધાંત પર આધારિત છે, જેના પરિણામે કેટલીક જાતિઓને ઉચ્ચ દરજ્જો આપવામાં આવ્યો છે. 26 જાન્યુઆરી, 1950થી આપણે રાજકીય દૃષ્ટિએ સમાનતા મેળવવા જઈ રહ્યા છીએ, પરંતુ સામાજિક અને આર્થિક દૃષ્ટિએ આપણે અસમાન રહીશું. ક્યાં સુધી આપણે સામાજિક અને આર્થિક ધોરણે સમાનતા સ્થાપિત કરવામાં વિલંબ કરવાનું ચાલુ રાખીશું? જો આપણે આ ઢીલ લાંબા સમય સુધી ચાલુ રાખીશું, તો આપણે આપણી રાજકીય લોકશાહીને જોખમમાં મૂકીને જ વિલંબ કરવાનું ચાલુ રાખીશું. આપણે આ પરસ્પર મતભેદને શક્ય તેટલી વહેલી તકે સમાપ્ત કરવો પડશે. નહિંતર, આ શોષિત દલિત લોકો બંધારણ સભા દ્વારા ખૂબ જ મહેનતથી બાંધવામાં આવેલી રાજકીય લોકશાહીને ફેંકી દેશે.

આપણે ભાઈચારાના સિદ્ધાંતને અમલમાં મૂકતા નથી. આ આપણી બીજી નબળાઈ છે. તમામ ભારતીયો એકબીજાના સાચા ભાઈઓ છે, મનમાં આવી ભાવના રાખવી એ ભાઈચારો

કહેવાય છે. સમાજજીવનમાં એકતાનું અમૃત પ્રદાન કરતું કોઈ તત્વ હોય તો તે છે બંધુત્વનું તત્વ. જો આપણે રાષ્ટ્ર નામનું સ્થાન હાંસલ કરવાની સાચી ઈચ્છા ધરાવીએ તો આપણે આપણા માર્ગના તમામ અવરોધો દૂર કરવા પડશે, કારણ કે જ્યાં રાષ્ટ્ર છે ત્યાં ભાઈચારો જ જન્મે છે. જો બંધુત્વ ન હોય તો સમાનતા અને સ્વતંત્રતાના અસ્તિત્વનો કોઈ અર્થ નથી.

આપણા ભારતીયો સમક્ષ એક મોટું કાર્ય છે. તેના વિશે મારી વિચારસરણી એવી છે કે કેટલાક લોકો તેને પસંદ કરશે નહીં. ભારતમાં, મોટાભાગના સમય માટે થોડા લોકોએ રાજકીય સત્તાનો આનંદ માણ્યો છે. બાકીના બહુજન કોઈને કોઈ રીતે શાસકોના આદેશ હેઠળ જીવન જીવતા હતા, આ દલિત લોકો છે. રાજકીય સત્તા થોડા લોકોને આપવામાં આવી હોવાને કારણે બહુજન સમુદાયને તેની સર્વાંગી પ્રગતિ કરવાની તક ક્યારેય મળી નથી. બહુજન સમુદાય પણ તેના કારણે માનવ જીવનનું મહત્વ સમજી શક્યો નથી.

તેને હવે લાગે છે કે તેણે પોતાની રીતે વર્તન કરવું જોઈએ અને તેના માટે તેને અધિકારોની જરૂર છે અને તે હવે તે અધિકારો મેળવવા માટે તૈયાર છે. બહુજનનું સ્વાભિમાન હવે જાગ્યું છે. તેઓ પોતે કંઈક કરવાની પ્રેરણા ધરાવે છે. આ વર્ગવિગ્રહ અથવા વર્ગ યુદ્ધમાં ફેરવવું જોઈએ નહીં. જો આમ થશે તો દેશમાં વિખવાદ, તિરાડ અને ભાગલાનું વાતાવરણ સર્જાશે. આ સ્થિતિ દેશ માટે ઘાતક સાબિત થશે, તેથી દરેકે લોકશાહીના સિદ્ધાંતોનું પાલન કરવું પડશે.

સ્વતંત્રતા એક સુખદ વસ્તુ છે, તેમાં કોઈ શંકા નથી, પરંતુ સ્વતંત્રતાએ આપણા પર મોટી જવાબદારી મૂકી છે. આપણે આ ભૂલવું ન જોઈએ. આ પછી જો ભવિષ્યમાં કેટલીક ભૂલો થશે તો તેની જવાબદારી બીજાઓ પર નાખવામાં આવશે નહીં. આપણે તેમને જાતે સ્વીકારવા પડશે.

તેઓ લોકો માટે સરકાર ચલાવવા તૈયાર છે. અમે સિદ્ધાંત પ્રસ્થાપિત કર્યો છે કે રાજ્ય લોકો દ્વારા ચલાવવામાં આવે અને બંધારણનું મંદિર લોકો માટે ચાલવું જોઈએ. જો આપણે તે મંદિરને પવિત્ર વાતાવરણમાં સુરક્ષિત રાખવું હોય તો માર્ગમાં અવરોધો તરીકે ઉભી રહેલી નકારાત્મક બાબતોને સમજવામાં મોડું ન કરવું જોઈએ. લોકો દ્વારા સંચાલિત રાજ્ય કરતાં લોકો માટે ચલાવવામાં આવેલું રાજ્ય વધુ સારું છે. જનતામાં આવી જાગૃતિ આવવી જોઈએ. માર્ગમાંથી આ અવરોધ દૂર કરવામાં આપણે બેદરકાર ન રહેવું જોઈએ. દેશની સેવા કરવાનો આ એકમાત્ર રસ્તો છે. મને બીજો કોઈ રસ્તો દેખાતો નથી.

હું ભારતીય બંધારણનો ઘડવૈયા છું. મેં તૈયાર કરેલા બંધારણમાં પાલી ભાષાએ તેની હાજરીનો અહેસાસ કરાવ્યો છે. બીજું, ગૌતમ બુદ્ધના ઉપદેશોનું પ્રથમ પગલું, ધમ્મ ચક્ર પ્રવર્તન, રાષ્ટ્રપતિ ભવનમાં અંકિત છે. હું આ બાબત બ્રહ્મદેશના પ્રમુખ ડૉ.જી.ને મોકલી રહ્યો છું. પી. માલસેકર, તે આ જોઈને ખૂબ જ આશ્ચર્યચકિત થઈ ગયા. ત્રીજું, ભારતીય સંસદના પ્રતીક તરીકે અશોક ચક્રને ભારત સરકારના પ્રતીક તરીકે બંધારણમાં સ્વીકારવામાં આવ્યું છે. આ બધું કરતી વખતે મને હિંદુ, મુસ્લિમ, ખ્રિસ્તી અને અન્ય સાંસદોના કોઈ ખાસ વિરોધનો સામનો કરવો પડ્યો નથી, મેં સંસદમાં આવો સ્પષ્ટ ખુલાસો કર્યો હતો.

45.
કાયદા મંત્રીનું રાજીનામું

21 ડિસેમ્બર, 1946 સુધી કોંગ્રેસ તરફથી કંઈ કહેવામાં આવ્યું ન હતું. હું લંડન ગયો તે પહેલા મારી અને વલ્લભભાઈ પટેલ વચ્ચેની ચર્ચા નિષ્ફળ ગઈ હતી. મારા વચગાળાના કેબિનેટમાં સામેલ થવાના સમાચારમાં કોઈ સત્ય નથી. કોંગ્રેસ તરફથી કોઈ સંકેત મળ્યા નથી. જો કોંગ્રેસ આવું પગલું ભરે તો હું મારા પક્ષની સલાહ લીધા વિના અને મારા સમુદાયને યોગ્ય સુરક્ષા આપ્યા વિના કોઈ પગલું ભરવાનો નહોતો.

મને સચિવાલયમાં બોલાવીને પૂછ્યું, "શું તમે સ્વતંત્ર ભારતની કેબિનેટમાં કાયદા પ્રધાનનું પદ સ્વીકારશો?" પંડિત નેહરુએ મારી સંમતિ આપી હતી કે હું મારા માર્ગથી ભટકી શકતો નથી સંસ્થા માટે માટીના ગઢાની જેમ ઓગળી જશે તેને મજબૂત અને અખંડ રાખો.

10 ઓગસ્ટ, 1951ના રોજ પંડિત નેહરુને પત્ર

ડૉક્ટર અને હું મારા સ્વાસ્થ્ય વિશે ચિંતિત છીએ. જો કે, ડોકટરો સ્વતંત્ર બને તે પહેલા હું હિંદુ કોડ બિલ સંબંધિત કામ પૂર્ણ કરવા માંગુ છું. આથી આ કામને પ્રાથમિકતા આપીને 16મી ઓગસ્ટે લોકસભા સમક્ષ આ બિલ મૂકવાની વ્યવસ્થા કરો, જેથી સપ્ટેમ્બર સુધીમાં ચર્ચા પૂરી થઈ શકે. વડાપ્રધાન સારી રીતે જાણે છે કે હું આ બિલને કેટલું મહત્વ આપું છું અને

લોકસભામાં આ બિલ પાસ કરાવવા માટે તેઓ કેટલી હદ સુધી શારીરિક તકલીફો સહન કરવા તૈયાર છે.

27 સપ્ટેમ્બર, 1951ના રોજ લોકસભામાંથી રાજીનામું

હું ઘણા દિવસોથી કાયદા પ્રધાન પદેથી રાજીનામું આપવાનું વિચારી રહ્યો હતો, પરંતુ લોકસભાના છેલ્લા સત્રના અંત પહેલા હિન્દુ કોડ બિલ પર કામ પૂર્ણ થઈ શકે તેવી આશાને કારણે તેનો અમલ થયો ન હતો. મેં તે બિલના ભાગો (ટુકડા) માં વિભાજનને પણ માન્યતા આપી અને લગ્ન અને છૂટાછેડાની ગરિમાને આ ભાગોમાં વિસ્તૃત કરી. હું આશા રાખતો હતો કે આ મારી મહેનતનું પરિણામ હશે, પરંતુ બિલના તે ભાગનો પણ દુઃખદ અંત આવ્યો, તો પછી તમારી કેબિનેટમાં મને મંત્રી તરીકે ચાલુ રાખવાની કોઈ જરૂર નથી.

રાજીનામું પત્ર

જ્યારે પં. નેહરુએ મને કાયદા પ્રધાન પદ આપ્યું ત્યારે તેમણે ખાતરી આપી હતી કે ભવિષ્યમાં તમને આયોજન વિભાગ આપવામાં આવશે, પરંતુ દેખીતી રીતે તેમણે મને એક પણ કેબિનેટ સમિતિમાં લીધો ન હતો. રાજીનામાનો આ પહેલો કિસ્સો છે. બીજો મુદ્દો એ છે કે સરકાર દલિત વર્ગ પ્રત્યે ઉદાસીન હતી. ત્રીજો મુદ્દો કાશ્મીર નીતિનો હતો. કાશ્મીરનું વિભાજન કરીને હિન્દુ અને બૌદ્ધ વસ્તી ધરાવતો વિસ્તાર ભારતમાં ઉમેરવો જોઈએ અને મુસ્લિમ બહુમતી ધરાવતો ભાગ પાકિસ્તાનને આપવો જોઈએ. ચોથો તફાવત ભારતની વિદેશ નીતિનો હતો. ભારતની ખોટી વિદેશ નીતિને કારણે ભારતમાં મિત્રો કરતાં દુશ્મનો વધુ છે. આ ખોટી નીતિના કારણે ભારતની 350 કરોડની આવકમાંથી 108 કરોડ સેના પર ખર્ચવા પડે છે. આ ઉપરાંત એવો એક પણ મિત્ર નથી કે જે

ઈમરજન્સી દરમિયાન ભારતને મદદ કરે અને રાજીનામાનો પાંચમો મુદ્દો હિંદુ કોડ બિલ હતો. નેહરુ એટલા પ્રામાણિક હતા, છતાં તેમણે હિંદુ કોડ બિલને અંતિમ સ્વરૂપ આપવાની હિંમત બતાવવી જોઈતી હતી, પરંતુ તેમણે તેમ કર્યું નહીં. હું બીમાર છું, તેથી મેં કેબિનેટ નથી છોડ્યું, પરંતુ નિરાશાને કારણે રાજીનામું આપ્યું. હું એ પ્રકારનો વ્યક્તિ નથી કે જે બીમારીનું કારણ બતાવીને પોતાની ફરજથી દૂર રહે.

46.

માંદગી અને બીજા લગ્ન

મારા વિશે વાત કરીએ તો હું બીમાર હાલતમાં દિલ્હી ગયો હતો અને એ જ અવસ્થામાં પાછો આવ્યો હતો. આજે જ ડોકટરોએ મારી તબિયત તપાસી. તેને શંકા હતી કે મારી તબિયત બગડી ગઈ છે. તમારે તેની ચિંતા ન કરવી જોઈએ. આ સમયમાં પણ હું અડગ છું. જ્યાં સુધી મારા સમાજને મારી જરૂર છે ત્યાં સુધી હું જીવીશ. હું એવું માનું છું. મારો આ મજબૂત આશાવાદ મને આ બીમારીમાં પણ નિરાશાથી દૂર રાખે છે. હું ઈચ્છું છું કે મને કદાચ વધુ ન મળે, પણ જરૂરી ઉંમર ચોક્કસપણે મળવી જોઈએ.

મારા વિશે બીજી વાત એ છે કે મારા મિત્રો અને તબીબી સલાહકારોએ મને ચોક્કસપણે કહ્યું છે કે મારી પાસે ડાયાબિટીસના સાજા થવાની સંભાવના ઘણી વધારે છે, પરંતુ જો રોગનો ઉપચાર ન થાય તો પરિસ્થિતિ મૂંઝવણભરી છે. ડાયાબિટીસ એ આહાર આધારિત રોગ છે. મારા રોજિંદા ખોરાક અને ઇન્સ્યુલિનના ઇન્જેક્શનની ચિંતા કરનાર કોઈ કહી શકે નહીં કે આ રોગ મટી જશે. મારો મિત્ર કહે છે કે જો હું લગ્ન માટે તૈયાર ન હોઉં તો મારે મારા ઘરની સંભાળ રાખવા માટે કોઈ નર્સ અથવા લેડીની વ્યવસ્થા કરવી જોઈએ. હું લાંબા સમયથી આ વિશે વિચારી રહ્યો છું. જો ઘર

સંભાળવા માટે નર્સ કે મહિલાને રાખવામાં આવે તો લોકોના મનમાં શંકા જન્મશે. આ માટે લગ્ન એ વધુ યોગ્ય માર્ગ છે. યશવંતની માતાના અવસાન પછી મેં લગ્ન ન કરવાનો નિર્ણય લીધો હતો, પરંતુ વર્તમાન પરિસ્થિતિને કારણે તે સંકલ્પને તોડવાનો વારો આવ્યો છે. આ માટે, તમારી પસંદગીની સ્ત્રીને શોધવી અશક્ય નથી, પરંતુ તે ચોક્કસપણે મુશ્કેલ છે. મારી પત્ની શિક્ષિત હોવી જોઈએ. એ જ રીતે, તે ડૉક્ટર હોવી જોઈએ અને રસોઈમાં પણ સ્માર્ટ હોવી જોઈએ. આ બાબતોને ધ્યાનમાં રાખીએ તો આપણા સમાજમાં ત્રણેય ગુણો ધરાવતી સ્ત્રી મળવી અશક્ય છે. એ જ રીતે, અન્ય સમાજોમાં મારા ખાસ સંબંધો ન હોવાને કારણે, લગ્ન માટે આવી સ્ત્રી મળવી મુશ્કેલ છે. લગ્નમાં વિલંબ થશે તો લોકોમાં ચર્ચાનો વિષય બનશે અને દુષ્ટોને મને બદનામ કરવાની તક મળશે. આ તે છે જે મને ડરાવે છે.

મને લાગે છે કે આ કરીને હું કોઈ નૈતિક ગુનો નથી કરી રહ્યો. મેં ફરિયાદ માટે કોઈ જગ્યા છોડી નથી, યશવંત માટે પણ નહીં. મેં તેને આજ સુધી ત્રીસ હજાર રૂપિયા આપ્યા છે. તેવી જ રીતે આશરે રૂ.40 હજારની કિંમતનું મકાન આપવામાં આવ્યું છે. હું માનું છું કે મેં મારા પુત્ર માટે જેટલું કર્યું છે એટલું કોઈ પિતાએ તેના પુત્ર માટે કર્યું નથી. તબિયત દિવસે ને દિવસે બગડી રહી છે. પીડાને કારણે હું ચાર દિવસથી ઊંઘી શક્યો નથી. પગમાં અસહ્ય દુખાવો થાય છે. સેવકો આખી રાત જાગીને મારી સેવા કરે છે. દિલ્હીના બે નામાંકિત ડૉક્ટરોએ મારી તપાસ કરી છે. તેઓ માને છે કે જો પગનો દુખાવો બંધ નહીં થાય, તો તે હંમેશા આવો જ રહેશે અને ક્યારેય સમાપ્ત થશે નહીં. મારે મારા સ્વાસ્થ્યની સંભાળ રાખવા માટે કોઈની જરૂર છે. હું આ ડૉક્ટરની માહિતીને પહેલા કરતાં વધુ ગંભીરતાથી વિચારી રહ્યો છું.

મારું જીવન એટલું એકલવાયું બની ગયું છે કે અસ્પૃશ્ય હિંદુ અને સ્પર્શી શકાય તેવી હિંદુ સ્ત્રીઓ સાથે મારો કોઈ સંપર્ક નથી, પણ સદભાગ્યે મને એક સ્ત્રી ગમે છે. તે સારસ્વત બ્રાહ્મણ જાતિની છે અને હું તેની સાથે 15મી એપ્રિલે લગ્ન કરવાનો છું.

હું 11મીએ દિલ્હી આવ્યો હતો. હું થોડું સારું અનુભવું છું, પરંતુ નબળાઇ છે. અગાઉ મારી તબિયતમાં કોઈ સુધારો નહોતો. હું દિલ્હીમાં ખૂબ જ બીમાર હતો. 3 એપ્રિલ, રવિવારના રોજ મારી હાલત ખૂબ જ ગંભીર હતી. તે હમણાં માટે સારું છે. અત્યારે હું કોઈ કામ કરી શકતો નથી અને બહાર જઈ શકતો નથી.

47.
મારી અંગત ફિલસૂફી

દરેક માણસ પાસે જીવનની ફિલસૂફી હોવી જોઈએ, તેનું કારણ એ છે કે દરેક માણસ પાસે કોઈને કોઈ માપન સાધન હોવું જ જોઈએ જેના દ્વારા તેના વર્તનનો નિર્ણય કરી શકાય. તત્વજ્ઞાન એ તેમના જીવનનું માપન સાધન સિવાય બીજું કંઈ નથી. હું ભગવદ ગીતાના નકારાત્મક હિંદુ સામાજિક ફિલસૂફીની નિંદા કરું છું. આ ફિલસૂફી શંકરાચાર્યની ત્રણ ગુણ ફિલસૂફી પર આધારિત છે. શંકરાચાર્યની ફિલસૂફી કપિલ મુનિની ફિલસૂફીથી સાવ વિરુદ્ધ છે. શંકરાચાર્યની ફિલસૂફીને લીધે, જાતિ અને અસમાનતાનો ઉતરતો ક્રમ હિંદુઓના સામાજિક જીવનનો નિયમ બની ગયો છે. મારા સામાજિક જીવનની ફિલસૂફી ત્રણ શબ્દોમાં સમાયેલી છે. તે શબ્દો છે – સમાનતા, સ્વતંત્રતા અને બંધુત્વ. જો કે, કોઈએ એવું ન વિચારવું જોઈએ કે મેં આ ફિલસૂફી ફ્રેન્ચ ક્રાંતિમાંથી ઉધાર લીધી છે. મારો સાર ધર્મમાં છે, રાજકીય વિજ્ઞાનમાં નહીં. મેં આ ફિલસૂફી મારા ગુરુ બુદ્ધના ઉપદેશોમાંથી લીધી છે. મારી ફિલસૂફી સ્વતંત્રતા અને સમાનતા છે. જો કે અમર્યાદિત સ્વતંત્રતા સમાનતાને નષ્ટ કરે છે, પરંતુ વધુ પડતી સમાનતા સ્વતંત્રતા માટે કોઈ જગ્યા છોડતી નથી. મારી ફિલસૂફીમાં સ્વતંત્રતા અને સમાનતાનું કોઈ ઉલ્લંઘન ન હોવું જોઈએ, તેથી સંરક્ષણના

સ્વરૂપ તરીકે પ્રતિબંધોને અવકાશ છે, પરંતુ આ પ્રતિબંધ સ્વતંત્રતા અથવા સમાનતાની બાંયધરીનું ઉલ્લંઘન કરી શકે છે. હું તેમાં માનતો નથી. મારી ફિલસૂફીમાં ભાઈચારો ખૂબ જ ઊંચું સ્થાન ધરાવે છે. સ્વતંત્રતા અને સમાનતા સામે રક્ષણ માત્ર બંધુત્વમાં જ છે. તેનું બીજું નામ છે ભાઈચારો કે માનવતા અને આ બીજું નામ છે માનવતા ધર્મ.

વર્જ્ય અથવા પ્રતિબંધો તોડી શકાય છે, પરંતુ ભાઈચારો અથવા ધર્મ પવિત્ર છે. ભાઈચારા માટે આદર હોવો જોઈએ. મારી આ ફિલસૂફીનો પ્રચાર-પ્રસાર એ મારું જીવંત કાર્ય હશે. મારે મારા મનને અનુકૂળ કરવું પડશે. હું મારા અનુયાયીઓને જીવનની આ ફિલસૂફીને અનુસરવા પ્રોત્સાહિત કરું છું.

તે તમને પ્રેરણા આપશે. ભારતના લોકોને બે વિચાર પ્રણાલીઓ નિયંત્રિત કરે છે. બંધારણની પ્રસ્તાવનામાં નિર્ધારિત રાજકીય ઉદ્દેશ્યો સ્વતંત્રતા, સમાનતા અને બંધુત્વની પ્રાધાન્યતાની સાક્ષી આપે છે, પરંતુ ભારતીયોના ધર્મમાં સમાવિષ્ટ સામાજિક ઉદ્દેશ્યો સ્વતંત્રતા, સમાનતા અને બંધુત્વને નકારે છે. તમામ ભારતીયો દ્વારા સ્વીકારવામાં આવેલ રાજકીય ધ્યેય સૌનું સામાજિક ધ્યેય હોવું જોઈએ.

48.
શૈક્ષણિક કાર્ય

બીજા વિશ્વયુદ્ધના અંત પછી, અસ્પૃશ્ય સ્નાતકોની પ્રથમ બેચ ઉચ્ચ શિક્ષણ માટે વિદેશ જઈ રહી હતી. તે બધાને અભિનંદન આપવા માટે બોમ્બેમાં વિદાય સમારંભનું આયોજન કરવામાં આવ્યું હતું. ત્યારે ડો.બાબાસાહેબ આંબેડકરે જ્ઞાન કેવી રીતે મેળવવું અને તેનો ઉપયોગ કેવી રીતે કરવો તે અંગે માર્ગદર્શન આપ્યું હતું. બટન દબાવવાની સાથે જ ઇલેક્ટ્રિક બલ્બ અંધકારનો નાશ કરે છે અને પ્રકાશનું સામ્રાજ્ય સ્થાપિત કરે છે. એ જ રીતે દરેક શિક્ષિત વ્યક્તિએ સમાજનું અજ્ઞાન દૂર કરવાનો પ્રયાસ કરવો જોઈએ. આ કામ સરળતાથી કરવા માટે આપણે ટ્રેનના એન્જિનમાંથી શીખવું જોઈએ. એન્જિન દરેક ડબ્બાને જોડીને આખી ટ્રેનને તૈયાર કરે છે અને પછી આખી ટ્રેનનો કબજો લઈ લે છે. તેવી જ રીતે સમાજ નિર્માણ અને પ્રગતિના ક્રાંતિકારી કાર્યને આગળ ધપાવવાનું કાર્ય શિક્ષિત વ્યક્તિએ કરવું જોઈએ. જો ભારતના દરેક સમાજના શિક્ષિત લોકો આ માર્ગ પર ચાલશે તો પરંપરાગત બંધારણમાં હાથ-પગ બંધાયેલી ભારતીય સંસ્કૃતિ મુક્ત થશે. આવું થશે ત્યારે જ ભારત ફરીથી સમૃદ્ધિ તરફ આગળ વધી શકશે.

પીપલ્સ એજ્યુકેશન સોસાયટી

બાબાસાહેબ આંબેડકરે તેમની શૈક્ષણિક સંસ્થાનો ઉદ્દેશ્ય

અને નીતિ જાહેર કરતી વખતે સ્પષ્ટ કર્યું હતું કે પીપલ્સ એજ્યુકેશન સોસાયટીની નીતિ માત્ર શિક્ષણનો ફેલાવો કરવાની નથી, પરંતુ એવું શિક્ષણ ઉત્પન્ન કરવાની છે જે બૌદ્ધિક અને નૈતિક રીતે ભારતનો વિકાસ કરે. તેથી સામાજિક લોકશાહીનો વિકાસ કરો. ભારતને આજે આની જ જરૂર છે. ભારત પ્રત્યે સદ્ભાવના ધરાવતા દરેક વ્યક્તિએ આ કહેવું જોઈએ.

સિદ્ધાર્થ કોલેજની સ્થાપના

હવે તમારા પ્રિન્સિપાલે કહ્યું છે કે સિદ્ધાર્થ કોલેજ હજુ બાલ્યાવસ્થામાં છે, તેની પરંપરા હજુ સ્થાપિત થવાની બાકી છે. તેથી જ તમે મને પ્રવચન આપવાની તક આપી છે. એનો લાભ લઈને હું 'મારી કોલેજની પરંપરા' વિષય પર પ્રવચન આપવા જઈ રહ્યો છું, પરંતુ વ્યાખ્યાન પહેલાં હું આજના વિદ્યાર્થીઓને બે શબ્દો કહેવા માંગુ છું. 1937 થી મેં વિદ્યાર્થીઓ સાથેનો સંપર્ક ગુમાવ્યો. ત્યારથી મેં મારી પ્રોફેસરની નોકરી છોડી દીધી છે અને હવે રાજકારણ પસંદ કર્યું છે. મને ઘણી કૉલેજોમાં પ્રવચન માટે આમંત્રણો મળે છે, પરંતુ મેં આમંત્રણ ન સ્વીકારવાનું નક્કી કર્યું છે. સિદ્ધાર્થ કોલેજ આમાં અપવાદ છે. તમને જણાવી દઈએ કે સિદ્ધાર્થ કોલેજે પોતાની પરંપરા કેવી રીતે સ્થાપિત કરવાની છે.

અમારી કોલેજનું નામ સિદ્ધાર્થ કોલેજ છે. તેનું આવું નામ શા માટે રાખવામાં આવ્યું છે? જો મેં કોઈ કરોડપતિ સાથે વાત કરી હોત તો મને થોડા લાખ રૂપિયા સરળતાથી મળી શક્યા હોત. જો મેં આ કર્યું હોત તો કોલેજનું નામ એ કરોડપતિના નામ પર રાખવું પડત, પરંતુ એમ કરવાને બદલે મેં કોલેજનું નામ 'સિદ્ધાર્થ કોલેજ' રાખ્યું. તમે બધા બુદ્ધનું નામ જાણો છો. સિદ્ધાર્થ કોલેજ હજુ સુધી પોતાની પરંપરા સ્થાપિત કરી શકી નથી. આ મને જરાય આશ્ચર્યચકિત નથી કરતું. તમારે એવું ન વિચારવું જોઈએ કે અમારી નાનકડી સિદ્ધાર્થ કોલેજમાં

આ બાબતોનો કોઈ હેતુ નથી. કોલેજનું નામ એક કારણસર સિદ્ધાર્થ કોલેજ રાખવામાં આવ્યું છે. સાવચેત રહો, બુદ્ધના નામે એક કોલેજની સ્થાપના કરવામાં આવી છે. બુદ્ધે બ્રહ્મજલ સૂત્રમાં આ લક્ષ્યનું વર્ણન કર્યું છે. તે સૂત્રમાં કહેવામાં આવ્યું છે કે બ્રહ્મ દર્શન ભારતમાં ફેલાયું. આ ફિલસૂફોને બ્રહ્મામાં શ્રદ્ધા છે. તેમના શિષ્યોએ ગૌતમ બુદ્ધને કહ્યું કે બ્રાહ્મણવાદી ફિલસૂફ તેમને મળવા આવ્યા છે. તેમણે એક નવી ફિલસૂફી (ફિલસૂફી) સ્થાપિત કરી છે અને તે ફિલસૂફીના મુખ્ય દેવતા બ્રહ્મા છે. શાસ્તા, તમે આ બાબતે શું કહેવા માગો છો? આપણે બધા આ જાણવા માંગીએ છીએ.

મને લાગે છે કે ગૌતમ બુદ્ધે આપેલો જવાબ વિચારવા જેવો છે. તેણે બ્રહ્મવાદીઓને પૂછ્યું, 'તમે બ્રહ્માને જોયા છે?' જવાબ મળ્યો, 'ના.' પછીનો પ્રશ્ન હતો- 'તમે બ્રહ્મા વિશે કંઈ સાંભળ્યું છે?' જવાબ હતો- "ના." પછી પ્રશ્ન થયો, 'તમે બ્રહ્માનો સ્વાદ ચાખ્યો છે?' જો જવાબ 'ના' હતો, તો તમે કયા આધારે કહો છો કે બ્રહ્મા અસ્તિત્વમાં છે, આનો કોઈ જવાબ બ્રહ્મવાદીઓ આપી શક્યા નથી?

હવે હું તમને ગૌતમ બુદ્ધના બીજા પ્રવચન વિશે કહું. તેનું વિવરણ 'મહાપરિનિબાનસુત્તા'માં જોવા મળે છે. ગૌતમ કુશીનારમાં મૃત્યુના આરે હતો. તેમના શિષ્યો પણ હતા. મુખ્ય શિષ્યએ તેમને પૂછ્યું - શાસ્તા, તમારે આટલી જલ્દી મહાપરિનિર્વાણ પ્રાપ્ત કરવું જોઈએ નહીં.

મળશે. હજુ ઘણી બધી બાબતો કરવાનું બાકી છે. તમે અમને તે સંબંધમાં કશું કહ્યું નથી કે તમે અમને નિર્દેશ આપ્યો નથી. તથાગતે આપેલો જવાબ ખૂબ જ વિચારશીલ છે. તેણે કહ્યું કે હું તમારી વચ્ચે ચાલીસ વર્ષ રહ્યો. અત્યારે મારી ઉંમર એંસી વર્ષની છે. હું આટલા વર્ષોથી તમારી સાથે છું અને છતાં તમને મારા તરફથી યોગ્ય માર્ગદર્શન મળ્યું નથી, આનાથી

મને ખૂબ જ આશ્ચર્ય થાય છે. શક્ય છે કે મને બધા જવાબો ન મળ્યા હોય, મને તે અશક્ય લાગે છે. મને નથી લાગતું કે આ ચાલીસ વર્ષોમાં મારા તરફથી કહેવા માટે કંઈ બાકી હશે. તમારા પ્રશ્ન પરથી મને લાગે છે કે તમારા મનમાં કંઈક ગરબડ છે. મને એવું જ લાગે છે કે મેં તમને જે શીખવ્યું છે તે તમે સંપૂર્ણપણે સમજી શક્યા નથી. જો તમે એક વાતને ધ્યાનમાં રાખશો અને તે મુજબ કાર્ય કરશો તો તમને તમારા પ્રશ્નનો જવાબ આપોઆપ મળી જશે.

જો હું તમને કંઈક કહું છું તો તે સાચું હોવું જોઈએ, તેના પર બિલકુલ વિશ્વાસ ન કરો. જ્યારે તમારી વિચારવાની અને સમજવાની શક્તિ, તમારી તર્ક શક્તિને તે વસ્તુ યોગ્ય લાગે, તો જ તેના પર વિશ્વાસ કરો, નહીં તો તેને અમાન્ય કરો. આ મારું શિક્ષણ છે.

ગૌતમ બુદ્ધના આ વિધાનનો અર્થ શું છે? મતલબ કે દરેક વ્યક્તિને વિચારવાની સ્વતંત્રતા હોવી જોઈએ, પરંતુ આ સ્વતંત્રતાનો ઉપયોગ સત્યની શોધમાં થવો જોઈએ અને આખરે સત્ય શું છે? સત્ય એ છે કે જ્ઞાનની પાંચેય ઇન્દ્રિયો અને ક્રિયાની પાંચ ઇન્દ્રિયોએ સત્ય સ્વીકારવું જોઈએ. આનો અર્થ એ છે કે વ્યક્તિએ જોવા, સાંભળવા, સૂંઘવા, ચાખવા અને તેના અસ્તિત્વની સાબિતી મેળવવી જોઈએ, તો જ તે સત્ય એટલે કે ભગવાન હશે.

ગૌતમ બુદ્ધે તેમના શિષ્યો સમક્ષ આ લક્ષ્ય રાખ્યું હતું. સિદ્ધાર્થ કોલેજ આ ધ્યેયને આગળ ધપાવવા જઈ રહી છે- 1. સત્ય શોધવું અને 2. એ ધર્મનું પાલન કરવું જે માનવતા જ શીખવશે.

હું જાણું છું કે આધુનિક વિચાર પ્રણાલી કઈ દિશામાં વહી રહી છે. તમને જણાવી દઈએ કે હું કાર્લ માર્ક્સની ફિલસૂફીથી અપરિચિત નથી. તેમના ધાર્મિક વિચારો પણ મારા માટે અજાણ્યા નથી. તે કહે છે કે ધર્મ એક અફીણ છે, પરંતુ હું તેના

નિવેદનને સ્વીકારતો નથી. મને લાગે છે કે સત્ય શોધવું એ સત્યધર્મ છે. સત્ય અને શક્તિ વિરોધી વસ્તુઓ છે. શાસ્ત્રો પણ કોઈપણ દૃષ્ટિકોણથી પૂર્ણતાને સ્વીકારતા નથી, તેથી જગતમાં સંપૂર્ણ શુદ્ધ કંઈ નથી.

ધર્મ એટલે સત્ય, આપણે સમજવું જોઈએ કે 'ન હિ સત્યં પરો ધર્મ' (સત્યથી મોટો કોઈ ધર્મ નથી) આપણું લક્ષ્ય હોવું જોઈએ. આપણે ક્યારેય બીજાને દુઃખ ન આપવું જોઈએ.

જરૂર છે આ આપણા ધર્મનો સાચો ઉપદેશ હોવો જોઈએ. સત્ય-સંશોધનના કાર્યમાં માણસને સંપૂર્ણ સ્વતંત્રતા હોવી જોઈએ. અમારી કોલેજનો ઉદ્દેશ પણ આ જ છે.

મિલિંદ કોલેજ

મિલિંદ (મેનેન્ડર) એક ગ્રીક રાજા હતો. તેને પોતાની વિદ્વતા પર ગર્વ હતો. ગ્રીક જેવા વિદ્વાનો વિશ્વમાં ક્યાંય જોવા નહીં મળે. એકવાર તેને લાગ્યું કે તેણે બૌદ્ધ સાધુ સાથે ચર્ચા કરવી જોઈએ, પરંતુ મિલિંદ સાથે કોઈ ચર્ચા કરવા તૈયાર નહોતું. અથાગ પ્રયત્નો પછી નાગસેન સાધુ તૈયાર થયા. સાધુએ મિલિંદનું આમંત્રણ સ્વીકાર્યું.

નાગસેન બ્રાહ્મણ હતો. તેણે સાત વર્ષની ઉંમરે તેના માતાપિતાનું ઘર છોડી દીધું. પાછળથી તે બૌદ્ધ સાધુ બન્યા. નાગસેન અને મિલિંદ વચ્ચે ચર્ચા થઈ હતી, જેમાં મિલિંદ હારી ગયો હતો. આ સંવાદ પર એક પુસ્તક પ્રકાશિત થયું છે. પાલી ભાષામાં આ પુસ્તકનું નામ 'મિલિન્દાપન્હ' છે. આ પુસ્તકનો અનુવાદ 'મિલિંદ પ્રશ્ના' નામથી કરવામાં આવ્યો છે. હું ઈચ્છું છું કે શિક્ષકો અને વિદ્યાર્થીઓએ આ પુસ્તકનો અભ્યાસ કરવો જોઈએ. આ પુસ્તકમાં જણાવવામાં આવ્યું છે કે શિક્ષકના ગુણો કેવા હોવા જોઈએ? તેથી, મેં અને પીપલ્સ એજ્યુકેશન સોસાયટીએ આ કોલેજનું નામ 'મિલિંદ મહાવિદ્યાલય' અને કોલેજ કેમ્પસનું નામ 'નાગસેન' રાખ્યું છે. મિલિંદ હારી ગયો

અને પછી બૌદ્ધ બન્યો, તેથી મેં તેનું નામ તેના નામ પરથી રાખ્યું છે. મને લાગે છે કે તે એક સંપૂર્ણ નામ છે.

તેમનું નામ લેવું સંપૂર્ણપણે અયોગ્ય છે કારણ કે એક સમૃદ્ધ ઉદ્યોગપતિએ શૈક્ષણિક સંસ્થાને આર્થિક મદદ કરી હતી. કોલેજને આ નામ આપવાનું બીજું કારણ એ છે કે ભોજનની જેમ શિક્ષણ પણ દરેક મનુષ્ય માટે જરૂરી છે. દરેકને તેનો લાભ મળવો જોઈએ. જો કોઈએ આ ઉદાર વિચારની પ્રથમ જાહેરાત કરી હોય, તો તે ગૌતમ બુદ્ધ છે. તે સમયે અસંખ્ય લોકોને સેંકડો વર્ષો સુધી અજ્ઞાનતાના અંધકારમાં રાખવામાં આવ્યા હતા. તથાગત બુદ્ધ અને તેમના શિષ્યો તેમને શિક્ષિત કરવા લાગ્યા. આજે તેને યાદ આવે તે સ્વાભાવિક છે.

બોમ્બેની સિદ્ધાર્થ કોલેજમાં 2100 વિદ્યાર્થીઓ અભ્યાસ કરે છે અને આ કોલેજમાં 600 વિદ્યાર્થીઓ અભ્યાસ કરે છે. મેં આ કોલેજનો ઘણો બોજ ઉઠાવ્યો છે. શ્રી શંકરરાવ દેવે કૉલેજનું નામ 'લિંડ' રાખવા અંગે ધમ્મપદમાંથી એક શ્લોક ટાંક્યો છે. તે છે - "અમોઘેન જયતે ક્રોધમ્." ક્રોધ પર ક્રોધથી વિજય મેળવવો જોઈએ. મને ખૂબ ગુસ્સો આવે છે, બધા આ જાણે છે. શ્રીદેવ કહે છે, "માણસે ક્રોધને ગળી જવો જોઈએ." મને લાગે છે કે તેમનો અભ્યાસ અધૂરો છે. તથાગતે ઉત્કટ વિષય પર પ્રવચન આપ્યું છે. જો દેવે તે વાંચ્યું હોત, તો તેણે આવું ન કહ્યું હોત. લોકો ગુસ્સે છે, તેમ છતાં કોઈએ તેના પર ટિપ્પણી કરવી જોઈએ નહીં. રાગ બે પ્રકારને

સમાવે છે – 1. દ્વેષપૂર્ણ, 2. પ્રેમાળ. કસાઈ કુહાડી વહન કરે છે, તેનો સ્વર દૂષિત છે, જ્યારે માતા તેના બાળકને થપ્પડ મારે છે તે શું કહેવાય? તેની ધૂન પ્રેમાળ છે. પુત્ર! માતા તેના પુત્રને મારે છે કારણ કે તે સદ્ગુણી બને છે. મારી ધૂન પણ પ્રેમાળ છે. તમારે પણ સમાન વર્તન કરવું જોઈએ. મને ટીકાકારોની પરવા નથી. જે કંઈ પ્રાપ્ત થયું છે તે માત્ર લડાઈ કરીને જ પ્રાપ્ત થયું છે.

પહેલા માત્ર બ્રાહ્મણ જ્ઞાતિ જ શિક્ષણ મેળવતી હતી. પછી શિક્ષણ કેવી રીતે મેળવવું તે અમને ખબર ન હતી. અમને જ્ઞાન મેળવવાની ખૂબ ઈચ્છા હતી, પણ બ્રાહ્મણોએ અમને શિક્ષણ લેવા દીધું નહિ. પણ તથાગતે એ બંધન તોડી નાખ્યું. એકવાર લોહિત બ્રાહ્મણે બુદ્ધને પૂછ્યું કે તમે બધાને જ્ઞાન કેમ શીખવો છો? ત્યારે ગૌતમ બુદ્ધે જવાબ આપ્યો, "જેમ માણસને ખોરાકની જરૂર છે, તેવી જ રીતે દરેકને જ્ઞાનની જરૂર છે." આ કાર્ય સૌ પ્રથમ ગૌતમ બુદ્ધે શરૂ કર્યું હતું. જ્ઞાન એક રીતે તલવાર જેવું છે. તલવાર બેધારી છે. તે તલવારથી દુષ્ટોને મારતો જાય છે અને દુષ્ટોથી પોતાનું રક્ષણ પણ કરે છે. તેથી જ કહેવાયું છે- 'રાજા પોતાના દેશમાં પૂજનીય છે, વિદ્વાન સર્વત્ર પૂજનીય છે.' (વિદ્વાન અને રાજા વચ્ચે ક્યારેય સમાનતા ન હોઈ શકે, કારણ કે રાજાને તેના રાજ્યમાં જ માન-સન્માન મળે છે અને વિદ્વાનને સર્વત્ર માન-પ્રતિષ્ઠા મળે છે)

તમે બધા જ્ઞાન મેળવવા આવ્યા છો, પણ મારા મતે માત્ર જ્ઞાન શુદ્ધ ન હોઈ શકે. જ્ઞાનની સાથે તથાગતે શાણપણ વિશે પણ જણાવ્યું છે. શાણપણ એટલે માનવજાત પ્રત્યેનો પ્રેમ અને મિત્રતા એટલે બધા જીવો પ્રત્યેની લાગણી. તો જ જ્ઞાન ઉપયોગી થઈ શકે.

મિલિંદ મહાવિદ્યાલયના દરેક વિદ્યાર્થીએ ભણતર, શાણપણ, કરુણા, નમ્રતા અને મિત્રતાના પાંચ સિદ્ધાંતો અનુસાર પોતાનું ચારિત્ર્ય ઘડવું જોઈએ. જો તમારે એકલા આ માર્ગ પરથી પસાર થવું હોય તો તમારે ધીરજ અને નિષ્ઠાથી કરવું જોઈએ. આપણે આપણા અંતરાત્મા પ્રમાણે યોગ્ય માનતા માર્ગ પર આગળ વધવું જોઈએ.

શિક્ષણનું મહત્વ

ડૉ. બાબાસાહેબ આંબેડકરે પીપલ્સ એજ્યુકેશન સોસાયટી દ્વારા 1950માં ઔરંગાબાદમાં મિલિંદ મહાવિદ્યાલયની સ્થાપના

કરી હતી. કોલેજની ઇમારતનો શિલાન્યાસ 1 સપ્ટેમ્બર, 1951ના રોજ ભારતના પ્રથમ રાષ્ટ્રપતિ ડૉ. રાજેન્દ્ર પ્રસાદના હસ્તે કરવામાં આવ્યો હતો. રાષ્ટ્રપતિના સ્વાગત પ્રવચન પર, બાબાસાહેબ આંબેડકરે શિક્ષણનું મહત્વ સમજાવ્યું અને કહ્યું, "હિંદુ સમાજના નીચલા વર્ગમાંથી હોવાના કારણે, હું શિક્ષણનું મહત્વ જાણું છું.

નીચલા વર્ગના લોકોને સુધારવા શું કરવું જોઈએ? આનો વિચાર કરતી વખતે, ઘણા આર્થિક પ્રશ્નોનો વારંવાર ઉલ્લેખ કરવામાં આવે છે. ઘણીવાર એવું માનવામાં આવે છે કે તેમની પ્રગતિ માત્ર આર્થિક પ્રશ્નોના ઉકેલમાં જ છે, પરંતુ આ માનવું ગંભીર ભૂલ હશે. ભારતમાં નિમ્ન વર્ગના ઉત્થાન અને મુક્તિ માટે, આપણે તેમને પ્રાચીન કાળની જેમ મફતમાં ભોજન, પીણું, કપડાં વગેરે આપીને ઉચ્ચ જાતિની સેવામાં વ્યસ્ત ન રાખવા જોઈએ, બલ્કે આપણે ભેદને ભૂંસી નાખીને ઝેરી પરંપરાઓથી મુક્ત થવું જોઈએ. માણસ અને માણસ વચ્ચે આપણે તેમને ઉત્થાન આપવું પડશે. આ માટે આપણે નિમ્ન કક્ષાના લોકોના મનમાં શાણપણ કેળવવું પડશે અને તેમને વ્યક્તિગત અને રાષ્ટ્રીય જીવનનું મહત્વ જણાવવું પડશે. તેઓ જે સમાજ વ્યવસ્થામાં આજ સુધી જીવતા હતા તેમાં તેઓ કેવી રીતે છેતરાયા છે? આ બધું સમજાવવું પડશે. આ કામ આ દેશમાં ઉચ્ચ શિક્ષણ વિના શક્ય નથી. મારા મતે, ભારતની તમામ સામાજિક સમસ્યાઓનો એકમાત્ર અને શ્રેષ્ઠ ઉકેલ એ શિક્ષણનો ફેલાવો છે."

49.
ડોક્ટરેટની ડિગ્રી

મેં અમેરિકા જવાનું નક્કી કર્યું છે. હું મારા L.L.D નો અભ્યાસ કરું છું. ડિગ્રી મેળવવા માટે કોલંબિયા યુનિવર્સિટીમાં જવાનું પસંદ નથી. બોમ્બેથી આવ્યા પછી મારી તબિયત વધુ બગડી. સારવાર કરાવ્યા પછી પણ કોઈ ફાયદો થતો નથી. આમ તો મારી તબિયત તમારી ચિંતા અને દુ:ખનું કારણ બની છે, પણ હવે મેં ચિંતા કરવાનું છોડી દીધું છે. મને નથી લાગતું કે મારી તબિયત પહેલાની જેમ સુધરશે. તથાગત બુદ્ધે કહ્યું છે કે, “જે જન્મે છે તેનો નાશ નિશ્ચિત છે.” તેથી તમારે ચિંતા ન કરવી જોઈએ. તમે લોકો મારા સ્વાસ્થ્યની ચિંતા કરવાને બદલે મારા માથે મૂકેલી સામાજિક કાર્યની જવાબદારી ઉપાડવા માટે ઝડપથી તૈયાર થઈ જાઓ. મને ખાતરી છે કે હું વધુ સમય સુધી જીવી શકીશ નહીં.

5 જૂન, 1952ના રોજ મારું અમેરિકા પ્રસ્થાન ખૂબ જ નજીક આવી રહ્યું છે. મારો સ્વભાવ ગુસ્સાવાળો છે. સત્તામાં રહેલા લોકો સાથે અનેક મુદ્દાઓ પર ઉગ્ર ચર્ચાઓ થઈ છે. જો કે, કોઈએ એવું ન વિચારવું જોઈએ કે હું વિદેશમાં ભારત વિશે કડક બોલીશ. મેં ક્યારેય દેશ સામે બળવો કર્યો નથી. મેં મારા હૃદયમાં માત્ર મારા દેશની ભલાઈનો જ વિચાર કર્યો છે. ગોળમેજી પરિષદ વખતે હું રાષ્ટ્રીય હિતમાં ગાંધીજીથી 200 માઈલ આગળ હતો.

50.

બોમ્બે મહારાષ્ટ્રનું છે

બોમ્બે શહેરના ઔદ્યોગિક ક્ષેત્રના મોટાભાગના કર્મચારીઓ અને તમામ કચેરીઓમાં મોટાભાગના કર્મચારીઓ મહારાષ્ટ્રીયન છે. આ વર્ગ શહેરના વિકાસ માટે હંમેશા મહેનત કરે છે. કાપડ મિલોમાં અને ઓફિસમાં કામ કરતા પારસીઓની સંખ્યા ઘણી ઓછી છે. મારો સ્પષ્ટ અભિપ્રાય છે કે મહારાષ્ટ્રીયન લોકો વિના બોમ્બેનો વિકાસ નહીં થાય. મહારાષ્ટ્ર રાજ્યની રચના માટેની ત્રિપક્ષીય યોજના પશ્ચિમ મહારાષ્ટ્ર, મધ્ય મહારાષ્ટ્ર અને પૂર્વ મહારાષ્ટ્ર છે. તેમની સંબંધિત રાજધાની બોમ્બે, ઔરંગાબાદ અને નાગપુર હશે. ભૂતપૂર્વ મહારાષ્ટ્ર રાજ્ય પુનર્ગઠન બોર્ડના સૂચન મુજબ, વિદર્ભના ભાગમાં નાગપુર, ભંડારા, વર્ધા, યવતમાલ, અકોલા, અમરાવતી, બુલઢાણા અને ચાંદા જિલ્લાઓનો સમાવેશ થશે. મધ્ય મહારાષ્ટ્રમાં ઔરંગાબાદ, પરભણી, નાંદેડ, બીડ, ઉસ્માનાબાદ, નાસિક, સોલાપુર જિલ્લાના ડાંગ, અહેમદનગર, પૂર્વ અને પશ્ચિમ ખાનદેશ અને કર્ણાટકને અડીને આવેલા મરાઠી વિસ્તારોનો સમાવેશ થશે. બાકીનો હિસ્સો પશ્ચિમ મહારાષ્ટ્રમાં જશે, જેમાં થાણે, કોલાબા, રત્નાગીરી, પુણે, ઉત્તર અને દક્ષિણ સતારા, કોલ્હાપુર, બેલાગવી અને કારવાર જિલ્લાઓનો સમાવેશ થશે. આર્થિક અને સાંસ્કૃતિક દૃષ્ટિકોણથી ત્રણ ભાગ શક્ય

બનશે અને આ યોજનાના પરિણામે આ વિભાગોના લોકોની આશાઓ અને આકાંક્ષાઓ પૂર્ણ થશે.

મારા મતે સંયુક્ત મહારાષ્ટ્રની માંગ અયોગ્ય છે. તેનું કારણ એ છે કે મરાઠવાડાના પછાત જિલ્લાઓ સંયુક્ત મહારાષ્ટ્રમાં પ્રગતિ કરી શકશે નહીં, જેના કારણે સંયુક્ત મહારાષ્ટ્રમાં ફરીથી અરાજકતાની સ્થિતિ સર્જાઈ શકે છે. જો પછાત મરાઠવાડાનો વિકાસ કરવાની ઈચ્છા હોય તો મરાઠવાડાને સ્વતંત્ર બનાવવા યોગ્ય રહેશે. મારા ત્રિપક્ષીય પ્લાન મુજબ, જો મહારાષ્ટ્રમાં ત્રણ રાજ્યો છે તો તે રાજ્યો વ્યવસાયિક દૃષ્ટિકોણથી કાર્યક્ષમ સાબિત થશે. આ સાથે જનતાને પણ પ્રગતિની તકો મળશે.

મરાઠવાડામાં શૈક્ષણિક પછાત હોવાને કારણે સ્વતંત્ર યુનિવર્સિટીની ખૂબ જ જરૂર છે.

51.
મહારાષ્ટ્રમાં સંતોના કાર્યો

એક વર્ગનું બીજા વર્ગ પર વર્ચસ્વ એ ચાતુર્વર્ણ્યનું મૂળ છે. ચાતુર્વર્ણ્ય પ્રણાલી સામે ઘણા વિદ્રોહ થયા હતા, જેમાંથી મહારાષ્ટ્રના ભાગવત ધર્મના સંતો દ્વારા કરવામાં આવેલ બળવો મુખ્ય છે. આ બળવો સાવ અલગ હતો. શું બ્રાહ્મણ જેને મનુષ્ય કહેવાય છે તે અન્ય મનુષ્યોની જેમ શ્રેષ્ઠ છે કે ભગવાન શ્રેષ્ઠ છે? તે એવો બળવો હતો. બ્રાહ્મણ માણસ ચડિયાતો કે શુદ્ર માણસ ચડિયાતો? ઋષિ-મુનિઓએ આ પ્રશ્નનો ઉકેલ લાવવાની તસ્દી લીધી ન હતી. આ વિદ્રોહમાં ઋષિ-મુનિઓનો વિજય થયો અને બ્રાહ્મણોએ ભક્તોની શ્રેષ્ઠતાને ઓળખી.

જો કે, આ વિદ્રોહનો ચાતુર્વર્ણ પ્રણાલીને નષ્ટ કરવાના સંદર્ભમાં કોઈ ફાયદો થયો ન હતો. એવું નથી કે ભક્તિના આવરણથી માનવતા સાર્થક થાય છે. માનવતાનું મૂલ્ય સ્વયં સ્પષ્ટ છે. સંતોએ આ હેતુ માટે સંઘર્ષ કર્યો ન હતો. પરિણામે ચાતુર્વર્ણ્ય માટે દબાણ ચાલુ રહ્યું. સંતોના વિદ્રોહની આડઅસર થઈ. તું ચોખામેળા જેવો ભક્ત બની જા, પછી તને સ્વીકારી લઈશું. દલિત વર્ગના શોષણની આ નવી પદ્ધતિ બ્રાહ્મણોના હાથમાં આવી ગઈ. દલિતો વચ્ચે બળવો કરનારાઓના હાથ ઢીલા પડી ગયા. આ બ્રાહ્મણોનો અનુભવ છે.

સાંપ્રદાયિક લોકો સંતો અને ઋષિઓની ચમત્કારિક દંતકથાઓની અતિશયોક્તિ કરે છે. આ લોકો સંતો અને મુનિઓના કરુણાપૂર્ણ, ન્યાયી, સમતાવાદી અને ઉદાર વિચારોની મજાક ઉડાવે છે. કારણ એ છે કે તેમનામાં જ્ઞાતિનો અહંકાર પ્રબળ બન્યો છે. રામદાસી સંપ્રદાયના લોકો પહેલેથી જ જાતિ સભાન છે. આ સંપ્રદાયના સ્થાપકો વર્ણ સર્વોપરિતાના અભિમાનથી પીડાય છે.

મને યુવાનીમાં મહારાષ્ટ્રના સંત સાહિત્ય તરફ આકર્ષણ થયું હતું. માનવીય નૈતિકતાને મજબૂત કરવામાં સાહિત્ય કેટલું ઉપયોગી છે તે હું તમને સારી રીતે કહી શકું છું.

52.

શું તમને લાગે છે કે હું સાહિત્યકાર છું?

વિદર્ભ સાહિત્ય સંઘ, નાગપુર
મે 1954
લેખકો અને વિદ્વાનો!

આજે મને તમારી સાહિત્યિક સંસ્થાની મુલાકાત લેવાની તક મળી. એ તક બે સાહિત્યકારોની વિનંતીને કારણે મળી છે. એક તમારા અને એક અમારા. ગજાનનરાવ માડખોલકર તમારા અને નારાયણરાવ શેંડે અમારા. આ તફાવત અનુભવાય છે, પરંતુ જીવનમાં આ તફાવત તમે જ સર્જ્યો છે, અમે નહીં. અમે આ ભેદભાવને ખતમ કરવા માટે લડી રહ્યા છીએ, તમે નહીં. મને મહાન અને મહાર મળ્યાં, મને આ મિલન શુભ લાગ્યું. તેથી હું આ સાહિત્યિક સંસ્થાની મુલાકાત લેવા સંમત થયો છું. હું કંઈપણ ચલાવી નથી લેતો. હું સારી રીતે તપાસ કરીશ. મને ખબર છે કે સિક્કો સાચો છે કે નકલી. અન્યથા છેતરપિંડી થવાનો ભય રહે છે. અમારી સાથે ઘણી વખત આવી છેતરપિંડી થઈ છે, પરંતુ હવે અમારી સાથે આવું નહીં થાય, કારણ કે અમે હવે સાવચેત થઈ ગયા છીએ.

તેથી જીવનમાં કોઈ તફાવત ન હોવો જોઈએ. એવું સાહિત્ય રચવું જોઈએ કે હંમેશા જાગૃત અને કાર્યક્ષમ રહેવાથી જ કલ્યાણ થઈ શકે. સાહિત્યનો પ્રકાર ગમે તે હોય, તેને શબ્દોથી પોષવો જોઈએ. તો જ તે સાહિત્ય કહેવાશે, તે રક્ષણાત્મક

સાહિત્ય ગણાશે. સંત જ્ઞાનેશ્વર કહે છે- "શબ્દમાં એટલી શક્તિ હોવી જોઈએ કે તે અમૃતને પણ જીતી શકે."

સાહિત્યકારોએ દહમ (દસમો) અને શતમ (સો) નો અર્થ સારી રીતે સમજવો જોઈએ. દહમને બાળવું જોઈએ નહીં અને શતમને આશ્રય અને મૃત્યુ ન આપવું જોઈએ. પણ અહંકાર આ બધું કરાવે છે. સાહિત્યમાં અહંકાર બહુ ખતરનાક છે. તેની પાસે સહનશીલતાનો અભાવ છે. જીવનનો વિકાસ અને ઉન્નતિ સાહિત્યના અભ્યાસની ગતિ અને ઉદાર હૃદયના સ્પર્શથી જ થવી જોઈએ. તો જ તે વક્તા અને સાહિત્યકાર બને છે. આજનો સાહિત્યકાર દહમનું પગલું આગળ વધારવાનો પૂરો પ્રયાસ કરે તો શતમને સો ડગલાં પાછળ ખેંચે છે. ક્યારેક તે બગીચાના સુંદર ફૂલો તોડી લે છે અને ક્યારેક ચોરી લે છે, પરંતુ તે ફૂલો દેવતાના ચરણોમાં ચડાવવામાં આવતા નથી. જે સુંદર બગીચો બનાવે છે તે કુશળ માળી બની શકતો નથી.

પણ હું માળી છું. મને જ્ઞાનેશ્વરની 'જ્ઞાનેશ્વરી', તુકારામની 'ગાથા', લોકમાન્ય તિલકની 'ગીતા રહસ્ય', હરિભાઉ આપ્ટેની 'પણ લખ કોન ઘેતો?' ગમે છે. નવલકથાઓ, સાવરકરની 'કાલાપાની', વામન મલ્હાર જોશીની 'સુશીલના દેવ', સાને ગુરુજીની 'શ્યામચી આયી', ફડકેની 'દૌલત', ખાંડેકરની 'હૃદયાચી હાક', માડખોલકરની 'ભંગલે દેઉલ', કેશવસુતની 'ભૂંગલે દેઉલ', કેશવસુતની 'યશવાન', હું સમજી શકું છું. ' અને ગડકરીની 'ફટકાન નસીબ', પણ આજની વાર્તા, કવિતા, નાટક હું સમજી શકતો નથી.

આજે સમાજ અને રાષ્ટ્રના જીવનનો વિકાસ કરતું સાહિત્ય સર્જાઈ રહ્યું નથી. આપણા આઝાદ દેશને એકતા અને ભાઈચારાની સખત જરૂર છે. એકતા અને ભાઈચારો આપણા રાષ્ટ્રનું મૂળ છે. તે વિના, મજબૂત સંઘ શક્તિનું નિર્માણ થશે નહીં. તેથી, સાહિત્ય અને કલામાંથી માનવતાવાદી વિજ્ઞાનનું સર્જન કરવું અત્યંત જરૂરી છે. તે માટે સાહિત્યક્ષેત્રે રાષ્ટ્રીય

ઉપયોગી ક્રાંતિની લહેર હોવી જોઈએ. અત્યારે આપણે જોઈ રહ્યા છીએ કે સાહિત્યની દીવાલ નબળી પડી રહી છે. લણણી ઊંચી છે, પરંતુ અમૂર્ત છે. આજે આપણે જ્ઞાનના ભૂખ્યા છીએ. કવિ કીટ્સ કહે છે - "સાંભળેલી ધૂન મીઠી છે, પરંતુ જે સાંભળી ન હોય તે સૌથી મીઠી છે." આ રીતે અનુભવ આવવો જોઈએ. સંત જ્ઞાનેશ્વરે 'પસાયદાન'માં કહ્યું છે - "સાહિત્યના ત્યાગથી સમગ્ર વિશ્વને લાભ મળવો જોઈએ, સમગ્ર માનવજાત સુખી, આનંદી અને દરેકે સંતુષ્ટ થવું જોઈએ." લેખકોએ પણ આ સંકેતનું પાલન કરવું જોઈએ.

આપણે આપણા જીવન, આપણી ફરજ અને આપણી સંસ્કૃતિની ઉપેક્ષા કરીએ છીએ. જો આપણે અંતર્મુખ થઈને વિચારીએ તો ખબર પડશે કે આપણા જીવન મૂલ્યો અને સાંસ્કૃતિક મૂલ્યો ઘટી રહ્યા છે, જેના કારણે એક કદરૂપું ચિત્ર દેખાઈ રહ્યું છે. કારણ ગમે તે હોય, પણ આપણે અધોગતિના માર્ગ પર જઈ રહ્યા છીએ. તેથી જીવન અને સાંસ્કૃતિક મૂલ્યોના જતન માટે સાહિત્યકારોએ સજાગ અને સજાગ રહેવું પડશે.

તારી વાર્તા-નવલકથાની સીતા હવે લક્ષ્મણ રેખાને વટાવી રહી છે. દુર્યોધનના દરબારમાં દ્રૌપદીને નગ્ન કરવામાં આવી રહી છે અને શકુંતલાને દુષ્યંતની પરવા નથી.

તે દેશનિકાલમાં છે. એટલા માટે હું લેખકોને કહેવા માંગુ છું- તમારા સાહિત્યમાં ઉદાર જીવન મૂલ્યો અને સાંસ્કૃતિક મૂલ્યોની શોધ કરો. તમારા લક્ષ્યને નાનું ન રાખો, તેને મોટું કરો. તમારા સિક્કાઓને ચાર દીવાલોમાં બંધ રાખવાને બદલે તમારા સિક્કા દૂરના ગામડાઓમાં લઈ જાઓ, જેથી ત્યાંનો અંધકાર દૂર થઈ જાય. આપણા દેશમાં ઉપેક્ષિત, દલિત અને દુ:ખી લોકોની દુનિયા પણ છે, આ ક્યારેય ભૂલશો નહીં. તેમની પીડા અને વેદનાને સારી રીતે સમજો અને તમારા સાહિત્ય દ્વારા તેમનું જીવન સુધારવાનો પ્રયાસ કરો, આ જ સાચી માનવ સેવા હશે.

53.

કૂતરો અને બાબાસાહેબ

એક દિવસ એવું થયું કે બાબાસાહેબના બંગલાનો પાલતુ કૂતરો ન તો કંઈ ખાતો હતો કે ન તો પીતો હતો. આ જોઈને તે ખૂબ ચિંતિત થઈ ગયા. તેને ઘણી સારવાર આપવામાં આવી. બાબાએ તેને ગળે લગાવીને કરુણાથી કહ્યું, "તને શું થયું છે? આ સત્યાગ્રહ કેમ છે? આ ઉપવાસ શા માટે છે? મને કંઈક કહો!" બાબાસાહેબની આંખો ભીની થઈ ગઈ. તેમનો પ્રિય અને વિશ્વાસુ કૂતરો ન તો કંઈ ખાતો હતો કે ન પીતો હતો, જેના કારણે બાબાસાહેબ પણ બે દિવસ ભૂખ્યા રહ્યા હતા. ત્રીજા દિવસે સવારે જ્યારે કૂતરાએ દૂધ સાથે રોટલી ખાધી ત્યારે બાબાસાહેબ ખૂબ ખુશ થયા. આવો હતો બાબાસાહેબ આંબેડકરનો તમામ જીવો પ્રત્યેનો પ્રેમ!

54.

મારું વ્યક્તિત્વ આનાથી બનેલું છે

એક હોદ્દા પર પહોંચવા માટે, મારામાં કેટલાક જન્મજાત ગુણો હોવા જોઈએ, કોઈએ આવું વિચારવું જોઈએ નહીં. વાસ્તવમાં મેં મારા પોતાના પ્રયાસોથી આ ઊંચાઈ હાંસલ કરી છે.

પ્રથમ શિક્ષક બુદ્ધ

મારા ત્રણ ગુરુ છે, તેમના કારણે મારા જીવનમાં ક્રાંતિ આવી છે. મારી પ્રગતિનો શ્રેય તેમને જ જાય છે. મારા પ્રથમ ગુરુ ગૌતમ બુદ્ધ છે. દાદા કેલુસ્કર મારા પિતાના વિદ્વાન મિત્ર હતા. તેમણે ગૌતમ બુદ્ધનું પાત્ર લખ્યું હતું. કેલુસ્કર ગુરુજીએ મને એક કાર્યક્રમમાં 'બુદ્ધચરિત' આપ્યું. એ પુસ્તક વાંચ્યા પછી મને એક અલગ જ અનુભવ થયો. બૌદ્ધ ધર્મમાં ઊંચા કે નીચાને કોઈ સ્થાન નથી. બુદ્ધનું પાત્ર વાંચીને મારો રામાયણ, મહાભારત, જ્ઞાનેશ્વરી વગેરે ગ્રંથો પરથી વિશ્વાસ ઊઠી ગયો. હું બૌદ્ધ ધર્મનો અનુયાયી બન્યો. દુનિયામાં બૌદ્ધ ધર્મ જેવો કોઈ ધર્મ નથી. જો ભારતે ટકી રહેવું હોય તો બૌદ્ધ ધર્મ સ્વીકારવો પડશે.

બીજા ગુરુ કબીર

મારા બીજા ગુરુ સંત કબીર છે. તેમની વચ્ચે ભેદભાવનો અંશ પણ નહોતો. તેઓ સાચા અર્થમાં મહાત્મા હતા. હું ગાંધીને મિસ્ટર ગાંધી કહું છું. મને ગાંધીજીને મહાત્મા ગાંધી તરીકે

ઓળખાવવાની વિનંતી કરતા ઘણા પત્રો મળે છે. પણ મેં તેની વિનંતીને મહત્વ આપ્યું નહીં. હું સંત કબીરના ઉપદેશને આ લોકો સમક્ષ રજૂ કરવા માંગુ છું.

ત્રીજા ગુરુ ફૂલે

"જો મનુષ્ય બનવું મુશ્કેલ છે, તો સંત ક્યાંથી બને?"

મારા ત્રીજા ગુરુ મહાત્મા જ્યોતિબા ફૂલે છે. મને તેમનું માર્ગદર્શન મળ્યું. તેમના પ્રયાસોને કારણે આ દેશમાં પ્રથમ કન્યા શાળા ખોલવામાં આવી. તથાગત ગૌતમ બુદ્ધ, સંત કબીર અને મહાત્મા જ્યોતિબા ફુલેના ઉપદેશોથી મારું જીવન ઘડાયું છે.

ત્રણ આદરણીય દેવતાઓ

ત્રણ ગુરુઓની જેમ મારે પણ ત્રણ દેવોની પૂજા કરવી છે. મારી પ્રથમ ઉપાસના દેવી વિદ્યા છે. જ્ઞાન વિના કશું જ શક્ય નથી. આ દેશનો બહુમતી સમાજ અભણ છે. બ્રાહ્મણો બુદ્ધને શુદ્ર કહેતા હતા, પરંતુ બૌદ્ધ ધર્મમાં કોઈ જાતિ નથી અને શિક્ષણ મેળવવા પર કોઈ પ્રતિબંધ નથી. માણસને ખોરાકની જેમ જ્ઞાનની જરૂર છે. બ્રાહ્મણોએ બીજાને જ્ઞાન મેળવવાની મનાઈ કરી. તેઓએ વિદ્યાર્થીઓની જીભ કાપી નાખી. તેનું પરિણામ એ છે કે આજે દેશમાં 50 ટકા લોકો અભણ છે. બ્રહ્મદેશમાં બૌદ્ધ ધર્મ છે, ત્યાંના 90 ટકા લોકો શિક્ષિત છે. હિંદુ અને બૌદ્ધ ધર્મ વચ્ચે આ જ તફાવત છે.

એક સાચો પ્રેમી તેના પ્રિયજનને જે તડપથી પ્રેમ કરે છે તે જ તડપથી મને પુસ્તકો ગમે છે. શત્રુનો પણ સ્વીકાર કરવો જોઈએ, આવા જ્ઞાનને સંપાદિત કરવું જોઈએ. જો તમે મારા દિલ્હીના નિવાસસ્થાને આવો છો તો તમે મારા પસંદગીના 20,000 પુસ્તકોનો સંગ્રહ જોશો. હું નમ્રતાપૂર્વક પૂછવા માંગુ છું કે શું અન્ય કોઈને ત્યાં પણ આવી સંપત્તિ જોવા મળશે?

સ્વાભિમાન મારા બીજા ભગવાન છે. એ સાચું છે કે હું હંમેશા નમ્ર છું. નમ્રતાનો અર્થ લાચારી નથી. હું મજબૂરીને બહાનું માનું છું. માણસે સ્વાભિમાનથી જીવવું જોઈએ. મેં મારી નજર સામે સામાજિક કાર્યનું ધ્યેય રાખ્યું છે, પરંતુ મારા પાત્રને ચલાવવા માટે બીજા પર નિર્ભર રહેવાનો વિચાર મારા મગજમાં ક્યારેય આવ્યો નથી. હું સામાજિક કાર્ય માટે નોકરી મેળવવાની જાળમાં પડ્યો નથી. મેં પરેલ-બોમ્બેમાં 10 x 10 રૂમમાં ઘણાં વર્ષો વિતાવ્યા. મેં કણકીનો રોટલો અને કણકીનો ભાત ખાધો, પણ ક્યારેય કોઈની પાસેથી મારા માટે મદદ લીધી નથી. આ દેશના વાઈસરોય અને ગવર્નરો સાથે મારા સૌહાર્દપૂર્ણ સંબંધો હતા, પરંતુ મેં મારા વતી તેમને ક્યારેય અપીલ કરી નથી. બીજાઓને મદદ કરવા માટે, મેં તે કામ કરાવ્યું.

મારા ત્રીજા પૂજનીય દેવતા શીલ છે. મેં ક્યારેય કોઈને નુકસાન કે ખોટું કર્યું નથી. તમે આવા એક પણ ઉદાહરણ જોશો નહીં. હું સુપ્રીમ કોર્ટનો જસ્ટિસ બની શક્યો હોત, પરંતુ શું હું ત્યાં અટવાઈને સામાજિક કાર્ય કરી શકું? હું મારા અંતરાત્મા પ્રમાણે કામ કરું છું. મેં ક્યારેય વિચાર્યું નથી કે બીજાને કેવું લાગશે. હું ભગવાનમાં માનતો નથી. હું શીલ આચરણને મારા ભગવાન માનું છું.

55.
નૈતિક બાબતો

હું ઉચ્ચ ક્રમનો સદ્ગુણી અને નૈતિક વ્યક્તિ છું. મારું આખું જાહેર જીવન આ પ્રતિષ્ઠા પર નિર્ભર છે. મારા પવિત્ર ચરિત્રથી દુશ્મનો મારાથી ડરે છે. તેમના હૃદય અને મનમાં મારા વિશે ડર છે. હું આ સારી પ્રતિષ્ઠાને કલંકિત કરવા માટે ક્યારેય તૈયાર થઈ શકતો નથી. જો મારી પ્રતિષ્ઠા નાશ પામશે તો મારા જીવનનો સમગ્ર હેતુ નાશ પામશે. મારા લોકો, જેમના માટે મેં બધું બલિદાન આપ્યું છે, જેઓ મને ભગવાન માને છે, તે બધા મારામાં વિશ્વાસ ગુમાવશે.

હું ખૂબ જ કડક વ્યક્તિ છું. તેમ છતાં હું પાણી જેવો શાંત અને ઘાસ જેવો નમ્ર છું, પરંતુ જ્યારે હું ગુસ્સે થઈ જાઉં છું ત્યારે મને કાબૂમાં રાખવો ખૂબ મુશ્કેલ બની જાય છે. હું મૌન પાળનાર વ્યક્તિ છું. મારા પર ઘણીવાર મહિલાઓ સાથે વાત ન કરવાનો આરોપ લગાવવામાં આવે છે. પરંતુ હું પુરૂષો સાથે પણ વારંવાર વાત કરતો નથી. હું એક આત્મનિર્મિત વ્યક્તિ છું. ક્યારેક હું સતત વાત કરું છું, ક્યારેક હું એક શબ્દ પણ બોલતો નથી. ક્યારેક હું ખૂબ ગંભીર છું, ક્યારેક હું ખુશ છું. હું કટાક્ષ કરનાર વ્યક્તિ નથી. જીવનની લક્ઝરી મને લલચાવતી નથી. મારા સાથીદારોએ મારા મક્કમ વર્તન, કઠોરતા અને ટીકાને સહન કરવા પડશે. પુસ્તકો મારી પ્રિય

વસ્તુ છે. મને મારી પત્ની અને બાળકો કરતાં પુસ્તકો વધુ ગમે છે.

હું મહિલાઓની પ્રગતિ અને મુક્તિ માટે એક મહાન લડવૈયા છું. મેં મહિલાઓનો દરજ્જો વધારવા અને આ હાંસલ કરવા માટે સંઘર્ષ કર્યો છે. મને આનો ખૂબ જ ગર્વ છે.

મને સાહિત્ય, ખાસ કરીને જીવન સાહિત્ય સાથે વિશેષ લગાવ છે. દરેક સ્ત્રી અને પુરુષનું જીવન ટૂંકું હોય છે. તેઓ જે માર્ગ દ્વારા તેમનું જીવન ચક્ર પૂર્ણ કરે છે તે માર્ગ સાંકડો છે. તેથી દરેકનો અનુભવ મર્યાદિત છે. આ મર્યાદિત અનુભવ સંકુચિતતા અને સંકોચનને જન્મ આપે છે. આપણે જીવનમાં ઘણા એવા લોકોને મળીએ છીએ જેમના અનુભવો અન્ય લોકો કરતા અલગ હોય છે. જ્યાં સુધી વ્યક્તિ તેના અનુભવથી પરિચિત ન હોય ત્યાં સુધી તે તેના જીવનનો વિકાસ કરી શકતો નથી. ટોલ્સટોય મારો હીરો નથી કે કોઈ લેખક મારો હીરો નથી. મારી વિચારધારા ખૂબ ગંભીર છે. હું કોઈપણ લેખકનું નિવેદન યોગ્ય હોય તો જ લઉં છું, તેને સ્વીકારું છું અને મારું વ્યક્તિત્વ ઘડું છું, પરંતુ કોઈ ગમે તેટલું મહાન હોય, હું તેને અનુસરતો નથી, આ મારી મૂળભૂત વિચારસરણી છે.

56.
વિવિધ ધર્મો

ખ્રિસ્તી ધર્મમાં, ઇસુ ખ્રિસ્ત કહે છે - "મને ભગવાનનો પુત્ર ગણો, પછી હું તમને ભગવાન પાસે લઈ જઈશ. જો તમે આ સ્વીકારવા તૈયાર ન હો તો તમે ભગવાન પાસે જઈ શકશો નહીં." કેટલાક ખ્રિસ્તીઓ કહે છે કે જો યહોવા તમારા ભગવાન છે તો તેમણે તમને લગ્ન કરવાનું કહ્યું નથી અને જો આ સાચું છે તો પછી તે કેવી રીતે માની શકાય કે ઈસુ ખ્રિસ્ત ભગવાનના પુત્ર છે? મુસ્લિમ ધર્મમાં, પયગંબર મુહમ્મદ શીખવે છે કે હું ભગવાનનો એકમાત્ર સંદેશવાહક છું, તેમજ પ્રથમ અને અંતિમ સંદેશવાહક છું. તમારે પહેલા આ સ્વીકારવું પડશે, તો જ હું તમને ભગવાન પાસે લઈ જઈ શકીશ, પરંતુ જે લોકો આ સ્વીકારવા તૈયાર નથી તેને તેઓ દેશદ્રોહી ગણાશે.

હિંદુ ધર્મમાં જ્યારે ધર્મની ખોટ થાય, ધર્મનો નાશ થાય કે અધર્મનું રાજ હોય ત્યારે ભગવાન વિષ્ણુ અવતાર ધારણ કરીને ધર્મની સ્થાપના કરે છે. આને ધ્યાનમાં રાખીને કોઈ માણસ હાથ જોડીને ચૂપચાપ બેસી રહેશે? એક તરફ કહેવાય છે કે માણસ સારું કામ કરે તો નરનો નારાયણ બને છે. બીજી બાજુ, પુરુષને કંઈ કરવાનું નથી, નારાયણ બધું કરશે. છેવટે, તે શું કહે છે? આ પ્રકારની અતાર્કિક વિચારધારાથી માણસ પોતાની ફરજ બજાવી શકતો નથી.

તેનાથી વિપરીત, આ બુદ્ધનો ઉપદેશ છે. બુદ્ધનો ધર્મ એ જ સાચો માનવધર્મ છે. બુદ્ધે ક્યારેય એવું નથી કહ્યું કે તેઓ ઈશ્વરનો અવતાર છે, તેઓ ઈશ્વરના દૂત છે કે તેઓ ઈશ્વરના એકમાત્ર પુત્ર છે, આથી માનવધર્મ બનીને મનુષ્યના સંપૂર્ણ વિકાસ માટે બૌદ્ધ ધર્મની રચના કરવામાં આવી છે. આ ધર્મ દરેક વ્યક્તિ માટે ફાયદાકારક છે. આ ધર્મમાં દરેક વ્યક્તિને સંપૂર્ણ સ્વતંત્રતા છે અને જે માનવતા અને અંતરાત્માને સ્વીકાર્ય હોય તેને જ સ્વીકાર્ય માનવામાં આવે છે.

જેમ સંસદનું કામકાજ ચલાવવાના નિયમો હતા, તે જ રીતે બૌદ્ધ સંઘમાં પણ નિયમોનું પાલન થતું હતું. જો કોઈ વ્યક્તિ બૌદ્ધ ધર્મમાં જોડાવા ઈચ્છે તો તેણે પહેલા ગુરુ (બુદ્ધ) ના શિષ્ય બનવું જોઈએ. સાધુ મુલાકાતીઓ ઉમેદવારની વર્તણૂક પર નજીકથી નજર રાખતા હતા અને જો તેઓને ખાતરી થાય તો તેની ભલામણ કરવામાં આવતી. ત્યારે જ મુલાકાતી સંઘમાં નોંધાતુ. બાદમાં, ગુપ્ત મતદાન (તાડના પાંદડા પર લખીને) મતપત્રને બોક્સમાં મૂકીને હાથ ધરવામાં આવ્યું હતું. ઉમેદવારને સંઘમાં ત્યારે જ પ્રવેશ અપાયો હતો જો તેની સામે એક પણ મત ન પડ્યો હોય.

57.

બુદ્ધ અને ઈસુ ખ્રિસ્તના ઉપદેશો વચ્ચે સમાનતા

પ્રો. અનાસાકી અને શ્રી એડમન્ડ્સ નામના વિદ્વાનોએ બુદ્ધ અને ઈસુ ખ્રિસ્તના ઉપદેશોનો તુલનાત્મક અભ્યાસ ધરાવતું એક મહત્વપૂર્ણ પુસ્તક તૈયાર કર્યું છે. આના પરથી જોઈ શકાય છે કે ઈશુ ખ્રિસ્તના ઉપદેશો એ બુદ્ધનો ઉપદેશ છે. તેમણે એક તરફ બુદ્ધની દ્રષ્ટિ અને બીજી તરફ ઈસુ ખ્રિસ્તની દ્રષ્ટિની સમાનતા દર્શાવી છે. મારા મનમાં ઘણા વર્ષોથી આ વિચાર હતો કે આ પુસ્તકનો મરાઠીમાં અનુવાદ કરીને લોકો સમક્ષ લાવવામાં આવે. મેં આ પુસ્તક ખૂબ કાળજીથી રાખ્યું છે. હું આ પુસ્તક કોઈને આપતો નથી. પરંતુ કેટલાક લોકોના ખૂબ આગ્રહને કારણે મેં પુસ્તકનો એક ભાગ મારા એક મિત્રને વાંચવા માટે આપ્યો. પરંતુ તે તે ભાગ ચૂકી ગયો. મારા આ પ્રિય અને દુર્લભ પુસ્તકનું શું ખરાબ થયું તે વિશે હું ખૂબ જ અસ્વસ્થતા અનુભવું છું. છેવટે, મારે પુસ્તકનો તે ભાગ ખરીદવો પડ્યો. તે ભાગ એક પુસ્તક વિક્રેતાને આ તકે મળી ગયો.

58.
બૌદ્ધ ધર્મનું પુનરુત્થાન

સંસદમાં મારા રોકાણ દરમિયાન મેં બૌદ્ધ ધર્મના પુનરુત્થાન માટે કેટલાક કામ કર્યા છે. હું ભારતના બંધારણનો ઘડવૈયા છું. પાલી ભાષાના ઉત્થાન માટેની યોજનાને મેં બંધારણમાં સામેલ કરી છે. બીજું, મેં રાષ્ટ્રપતિ ભવનમાં ગૌતમ બુદ્ધના ઉપદેશો 'ધમ્મ ચક્ર પ્રવર્તન'નો પ્રથમ તબક્કો અંકિત કર્યો છે. મેં આ વાત બ્રહ્મદેશના પ્રમુખ ડૉ.જી. પી.માલસેકરને જણાવ્યું હતું. તેને આ જોઈને ખૂબ જ આશ્ચર્ય થયું. ત્રીજું, મને બંધારણમાં 'અશોક ચક્ર'ને ભારતીય સંસદ દ્વારા ભારત સરકારના પ્રતીક તરીકે માન્યતા મળી છે. આ બધું કરતી વખતે મને હિંદુઓ, મુસ્લિમો, ખ્રિસ્તીઓ અને સંસદના અન્ય સભ્યો તરફથી બહુ વિરોધનો સામનો કરવો પડ્યો નથી. મેં સંસદમાં પોઈન્ટ બાય પોઈન્ટ આ મુદ્દે ચર્ચા કરી છે.

શું આ ત્રીજી આંતરરાષ્ટ્રીય બૌદ્ધ પરિષદમાં ભાગ લેનાર 28 દેશોમાંથી કોઈએ આવું કંઈ કર્યું છે? મેં આ કરવાનું બંધ ન કર્યું, તેથી મેં બોમ્બે શહેરમાં 'સિદ્ધાર્થ' નામની એક મોટી કોલેજની સ્થાપના કરી છે. એ જ રીતે અજંતા ઈલોરાના માર્ગ પર ઔરંગાબાદ શહેરમાં બીજી કોલેજની સ્થાપના કરી છે. બોમ્બેની કોલેજમાં 2100 વિદ્યાર્થીઓ અને ઔરંગાબાદની કોલેજમાં 500 વિદ્યાર્થીઓ અભ્યાસ કરે છે.

59.
બુદ્ધ અને તેમનો ધમ્મ

માર્ચ 1956ના એક શનિવારે બાબાસાહેબે નાનકચંદ રત્તુને કહ્યું, "કાલે સવારે વહેલા આવજો." રત્તુ રવિવારે વહેલી સવારે આવ્યો, જ્યારે બાબા આ મહાન પુસ્તકની પ્રસ્તાવના લખી રહ્યા હતા. પાંચ મિનિટ વીતી ગઈ, છતાં બાબાસાહેબે રત્તુ તરફ ધ્યાન ન આપ્યું.

આ જોઈને રત્તુએ જાણી જોઈને બંને પુસ્તકો ટેબલની બીજી બાજુ મૂકી દીધા. પછી બાબાસાહેબે ઉપર જોયું અને કહ્યું, "તમે હજી ઘરે ગયા નથી?" રત્તુએ કહ્યું, "હું અડધી રાત્રે ઘરે ગયો અને આજે સવારે પાછો આવ્યો." ત્યારે બાબાસાહેબ આશ્ચર્યચકિત થઈ ગયા અને બોલ્યા, "મને લાગ્યું, તમે ઘરે પણ ગયા નથી. અહીં દિવસ પસાર થયો અને હું લખતો રહ્યો. હું અહીંથી ખસ્યો પણ નહીં." આ સાંભળીને નાનકચંદનું હૃદય આનંદથી ભરાઈ આવ્યું.

બાબાસાહેબ આંબેડકરે સવારે તથાગત બુદ્ધની મૂર્તિની પૂજા કરી અને ફરીથી લખવા બેઠા. 15 માર્ચ, 1956ના રોજ તેમણે પોતાના હસ્તાક્ષર વડે પ્રખ્યાત પુસ્તક 'બુદ્ધ એન્ડ હિઝ ધમ્મા'ની પ્રસ્તાવના લખી અને નાનકચંદ રત્તુને ટાઈપ કરવા માટે આપી.

60.

બુદ્ધ જયંતિ

આજે આપણે બધા બુદ્ધ જયંતિ નિમિત્તે ભેગા થયા છીએ. આ જન્મજયંતિનું વિશેષ મહત્વ છે. હું 1942 થી સરકાર પાસે માંગ કરી રહ્યો હતો કે બુદ્ધ જયંતિ ઉજવવી જોઈએ. વચ્ચે, હું કેબિનેટમાં હતો અને બુદ્ધ જયંતિ પર રજા મેળવવાનો પ્રયાસ કરી રહ્યો હતો, પરંતુ મારી ઈચ્છા પૂરી થઈ શકી નહીં. તત્કાલીન ગૃહમંત્રી મેક્સવેલ પણ બુદ્ધ જયંતિ પર રજા આપવા માંગતા હતા, પરંતુ મહાયુદ્ધના કારણે તે ઈચ્છા પણ પૂર્ણ થઈ શકી ન હતી. જો બુદ્ધ જયંતીની રજા જાહેર કરવામાં આવે તો યુદ્ધ માટે મુસ્લિમો પાસેથી આપણને મળતી મદદ બંધ થઈ જશે, તેઓ પણ એ જ મૂંઝવણમાં હતા.

બાદમાં હું કોંગ્રેસ કેબિનેટમાં જોડાયો. ત્યારે પણ મેં આ જ માંગણી કરી હતી. આ માટે હું પં. જવાહરલાલ નેહરુને અનુસરતો રહ્યો. મહાબોધિ સોસાયટીના પ્રમુખ ડૉ.શ્યામાપ્રસાદ મુખર્જીએ પણ મારી માગણીને સમર્થન આપ્યું હતું. જો 33 કરોડ હિંદુ દેવી-દેવતાઓના જન્મદિવસ પર રજા હોય છે તો બુદ્ધ જયંતિ પર કેમ નહીં? મેં શ્રી નેહરુ પાસે માંગણી કરી કે આ બધી રજાઓમાંથી એક રજા ઘટાડવી જોઈએ અથવા એક રજા વધારવી જોઈએ. પંડિત નેહરુને બુદ્ધ પ્રત્યે ખૂબ આદર છે. યોગાનુયોગ, નેહરુ સરકારે આ વર્ષથી જ બુદ્ધ જયંતિ પર રજા જાહેર કરી છે, પરંતુ અમારી બોમ્બે સરકારે આ સારું કર્યું નથી. બોમ્બે સરકાર ખૂબ સંસ્કારી છે. આવી સરકાર રજા ન આપતી હોવાના કારણે સાંજે 5 વાગ્યાના કાર્યક્રમનું આયોજન સાંજે 7:30 કલાકે કરવામાં આવ્યું છે.

61.

હું બુદ્ધનો આશ્રય લઉં છું.

હું દસ વર્ષનો હતો ત્યારે મારા પિતા કબીરપંથી સાધુ હતા. મારા પિતાના ઘરને 'ધર્માસન' કહી શકાય, તેવી જ રીતે 'વિદ્યાસન' પણ કહી શકાય. મારા પિતા જેમ જ્ઞાનના ભક્ત હતા તેમ તેઓ ધર્મ પ્રેમી પણ હતા. બાળપણમાં રામાયણ અને મહાભારત વાંચવાની મારા મન પર ઘણી અસર થઈ હતી. પિતાજી કહેતા, "અમે ગરીબ છીએ એટલે ડરવાનું કંઈ નથી. તમે વિદ્વાન કેમ ન બની શકો?"

જ્યારે મેં મેટ્રિકની પરીક્ષા પાસ કરી, ત્યારે દાદા કેલુસ્કરની મદદથી ચાવલના લોકોએ મારું સ્વાગત કરવાનું નક્કી કર્યું. પિતા તેની વિરુદ્ધ હતા. તેમણે કહ્યું, "સ્વાગત કરવાની જરૂર નથી. જ્યારે બાળકોનું સ્વાગત કરવામાં આવે છે, ત્યારે તેઓને લાગે છે કે તેઓ નેતા બની ગયા છે." અંતે, આતિથ્યનો વિસ્તાર કરવામાં આવ્યો અને દાદા કેલુસ્કરે 'બુદ્ધચરિત' નામનું પુસ્તક પ્રસ્તુત કર્યું. આ પુસ્તક વાંચ્યા પછી એક અલગ જ અનુભવ થયો. મારું મન પ્રકાશથી ભરાઈ ગયું. રામ, સીતા, લક્ષ્મણ વનવાસમાં ગયા! ધોબીના કહેવાથી સીતાનો ત્યાગ! કૃષ્ણની સોળ હજાર પત્નીઓ! આ વસ્તુઓ ભયંકર લાગે છે. આ વાતો મારા અંતરાત્માને સાચી ન લાગી. પરંતુ બૌદ્ધ ધર્મનો અભ્યાસ કરવાથી મને વધુ

અભ્યાસ કરવાની પ્રેરણા મળી. આજે પણ મારા મન પર બૌદ્ધ ધર્મનો પ્રભાવ છે. હું માનું છું કે માત્ર બૌદ્ધ ધર્મ જ વિશ્વનું ભલું કરી શકે છે.

મારા પિતા કહેતા કે આપણે ગરીબ છીએ, પણ આપણી મહત્વાકાંક્ષા મોટી હોવી જોઈએ. મહાભારતના દ્રોણાચાર્ય ગરીબ હતા. દ્રોણાચાર્યની પત્ની બાજરીના લોટને પાણીમાં ભેળવીને પોતાના બાળકોને દૂધ તરીકે આપતી હતી. કર્ણ ગરીબીમાંથી બહાર આવ્યો. મહાન પુરુષો મોટાભાગે ગરીબીમાં જન્મે છે. ગૌતમ બુદ્ધનું પાત્ર વાંચીને મારું મન ફૂલની જેમ ખીલવા લાગ્યું છે.

હું ઉચ્ચ શિક્ષણ માટે અમેરિકા ગયો હતો. મેં ત્યાં બૌદ્ધ ધર્મનો ઘણો અભ્યાસ કર્યો. બૌદ્ધ ધર્મ શું છે? આ સમજવા માટે અને 'બુદ્ધચરિત' ને લીધે મનમાં ઊભેલા તોફાનને શાંત કરવા મેં ત્યાં ઘણો અભ્યાસ કર્યો. ઘણું વિચાર્યા પછી મને હિંદુ અને બૌદ્ધ ધર્મ વચ્ચેનો તફાવત સમજાયો. બૌદ્ધ ધર્મ પ્રત્યેનો મારો પ્રેમ ઘણો જૂનો છે.

બૌદ્ધ ધર્મ શું છે?

ગૌતમ બુદ્ધને પહેલા પાંચ શિષ્યો મળ્યા. આને પંચકોટી સાધુ કહેવામાં આવે છે. કુલ સાઠ શિષ્યો થયા પછી, બુદ્ધને લાગ્યું કે તેમણે તેમના શિષ્યોને ધર્મના પ્રચાર માટે દૂર દૂર સુધી જવાનો આદેશ આપવો જોઈએ. તેમણે શિષ્યોને કહ્યું, "તમે બહુજનો પર તેમના કલ્યાણ માટે, તેમના સુખ માટે દયા કરો. દેવતાઓ અને મનુષ્યોના કલ્યાણ માટે ધમ્મ કહો. કયો ધમ્મ આદિ, મધ્ય અને અંતમાં લાભદાયક છે."

આ ધર્મ દરેક મનુષ્યના જીવન માટે ખૂબ જ મહત્વપૂર્ણ છે. અન્ય ધર્મોમાં આત્મા શું છે? તે ક્યાં રહે છે? આ મને ખબર નથી. કોઈને ખબર નથી કે તે અંગૂઠાના કદના છે કે

હૃદયની નજીક. મેં આજ સુધી ભગવાનને જોયા નથી. હિંદુ ધર્મમાં ભગવાન, આત્માને સ્થાન છે, પણ માણસને સ્થાન ક્યાં છે?

બૌદ્ધ ધર્મની સ્થાપના

બૌદ્ધ ધર્મમાં કોઈ ભેદભાવ નથી, સર્વત્ર સમાનતા છે. બૌદ્ધ ધર્મ ભગવાન અને આત્માને ધ્યાનમાં લીધા વિના માનવીઓ સાથે કેવી રીતે વર્તવું જોઈએ તેના પર ધ્યાન કેન્દ્રિત કરે છે. નૈતિકતા આ ધર્મમાં સર્વસ્વ છે. આ સદ્ધર્મ છે. બીજા બધા ધર્મો ખોટા છે. બ્રાહ્મણો અને પુરોહિતોએ હિન્દુ ધર્મની રચના કરી છે. બૌદ્ધ ધર્મમાં ખ્રિસ્તી ધર્મની જેમ નિર્વાણ પ્રાપ્ત કરવા માટે કોઈ પાદરી નથી અને ચોક્કસપણે કોઈ બ્રાહ્મણો નથી કે જેઓ આત્માને મુક્ત કરવા માટે ધાર્મિક વિધિઓ અને બલિદાન કરે છે. આ ધર્મમાં માણસના કલ્યાણ માટે આચરણ ફરજિયાત છે. તેથી આ ધર્મ લોકકલ્યાણનો ધર્મ છે.

ધર્મના શિક્ષક કોણ છે?

ગૌતમ બુદ્ધના મૃત્યુને 2500 વર્ષ થઈ ગયા છે, તેમ છતાં આ ધર્મ ઝડપથી ફેલાઈ રહ્યો છે, જ્યારે તેનો કોઈ શાસક નથી, કોઈ વડા નથી. મહાપરિનિર્વાણ સમયે શિષ્યએ તથાગતને પૂછ્યું, “તમારા પછી આ ધર્મનું શું થશે? તમે કોઈને પણ ધર્મનો શિષ્ય બનાવી શકો છો.” ત્યારે તેણે જવાબ આપ્યો, “મારી ગેરહાજરીમાં ધર્મ તમારી શિક્ષા હશે. જો તમે ધર્મનું પાલન ન કરો તો ધર્મનો શું ઉપયોગ? શુદ્ધ મનથી ધર્મનું પાલન કરો તે જ તમારી શિક્ષા હશે.”

ક્યારે પરિવર્તન કરવું?

આજે નહીં તો કાલે ધર્મ પરિવર્તન કરવું પડશે. મેં પરિવર્તનની હોડી તૈયાર કરી છે. આપણા સાત કરોડ લોકો આ હોડીમાં બેસીને તે કિનારે જવાના છે. એ હોડીનો દોરો મારા

હાથમાં છે. તેથી જ હું આ બધી બાબતો વિશે ગંભીરતાથી વિચારી રહ્યો છું, જેથી કરીને લોકોથી ભરેલી હોડી તોફાનમાં ફસાઈ ન જાય, ખડક સાથે અથડાઈ ન જાય, નબળી પડી ન જાય અને સુરક્ષિત રીતે બીજા કિનારે પહોંચી જાય. જ્યાં સુધી મને ખાતરી ન મળે ત્યાં સુધી હું આ કામ શરૂ કરીશ નહીં.

શીખ ધર્મ તરફનો મારો ઝુકાવ જોઈને ખ્રિસ્તી અને મુસ્લિમ સમુદાયો મારી પાછળ જઈ રહ્યા છે. જો હું આ સમયે તેમનો ધર્મ સ્વીકારું તો તેઓ મને સાત કરોડ રૂપિયા આપવા તૈયાર છે, પરંતુ મને સાત કરોડ રૂપિયા મળી રહ્યા છે, આ કારણે હું મારા ભાઈઓને ખાડામાં ધકેલવાનો નથી. મારા અંતરાત્માને જે પણ ધર્મ યોગ્ય લાગશે અને જ્યારે મને સંપૂર્ણ શ્રદ્ધા હશે, ત્યારે જ હું ધર્મ પરિવર્તનની હોડીમાં બેસીને મારા સાત કરોડ ભાઈઓને સલામત રીતે તે કિનારે લઈ જઈશ અને તેમના જીવનને સ્થિર બનાવીશ. મારે મારા ગરીબ, નીચ, દલિત અસ્પૃશ્ય ભાઈઓનો દરજ્જો એટલો ઊંચો કરવાનો છે કે દરેક પટિયાલા અને હૈદરાબાદ જેવા રજવાડાઓના શાસક બની શકે.

શાસ્ત્રો

હવે આપણે બૌદ્ધ ધર્મનો ફેલાવો કેવી રીતે ચાલુ રાખીશું? આપણે આનો વિચાર કરવો પડશે. ધર્મના પ્રસાર માટે ત્રણ વસ્તુઓ જરૂરી છે-

1. બૌદ્ધ ધર્મના ધર્મગ્રંથને ખ્રિસ્તી ધર્મના બાઈબલની જેમ જનતા માટે બનાવવાની આ પ્રથમ જરૂરિયાત છે.
2. બીજી આવશ્યકતા એ છે કે સાધુત્વના નિયમો, લક્ષ્યો અને ઉદ્દેશ્યોને પ્રાપ્ત કરવાના માર્ગમાં જરૂરી ફેરફારો કરવા.

ત્રીજી જરૂરિયાત વિશ્વ બુદ્ધ સેવા સંઘની રચના કરવાની છે.

૩. મેં ઉપર ઉલ્લેખ કર્યો છે કે બૌદ્ધ ધર્મના ગ્રંથો તૈયાર કરવાની પ્રથમ અને મુખ્ય જરૂરિયાત છે. જનતાને સરળતાથી સંલગ્ન રાખવા માટે બાઈબલ, કુરાન, ગીતા જેવા બૌદ્ધ ધર્મગ્રંથોની ખૂબ જ જરૂર છે. આ પ્રકારના ધર્મગ્રંથની ગેરહાજરીમાં બૌદ્ધ ધર્મના અનુયાયીઓને ઘણી અસુવિધાનો સામનો કરવો પડી રહ્યો છે. હિન્દી ધમ્મપદે આ અવકાશ ભર્યો નથી. દરેક ધર્મની રચના આસ્થા પર આધારિત છે. હિન્દી ધમ્મપદની રચના કોઈ આધાર પર કરવામાં આવી નથી, બલ્કે શુષ્ક ધાર્મિક ચર્ચા દ્વારા આસ્થા ઉત્પન્ન કરવાનો પ્રયાસ કરવામાં આવ્યો છે. નિયો-બૌદ્ધ ધર્મના બાઇબલની રચના કરતી વખતે, તેમાં બુદ્ધચરિત, ચાઇનીઝનો સમાવેશ થતો હતો

ધમ્મપદ, બુદ્ધના સંવાદો અને જન્મ, લગ્ન, મૃત્યુ જેવી ઘટનાઓના સંસ્કારો અને સંસ્કારોનો સમાવેશ કરવો જોઈએ. આવું પુસ્તક લખતી વખતે ભાષાની ઉપેક્ષા ન કરવી જોઈએ. પુસ્તકની ભાષા નારિયેળ પાણી જેવી જીવંત અને મીઠી હોવી જોઈએ. આ પુસ્તક વાંચવાથી વ્યક્તિની ઊંઘ ઊડી જવી જોઈએ અને તેની વિચાર શક્તિ જાગૃત થવી જોઈએ. આ પુસ્તકની લેખન શૈલી સહજ, સરળ અને રસપ્રદ હોવી જોઈએ, જેથી વાચકને વાંચવા માટે ઉત્સુકતા આવે.

હું છેલ્લા પાંચ વર્ષથી બૌદ્ધ ધર્મ પર પુસ્તક લખવામાં વ્યસ્ત હતો. તે પુસ્તક વૈશાખ મહિનામાં મારી ધમ્મ દીક્ષા પહેલા પ્રકાશિત થવું જોઈએ. આ હેતુથી જ હું બોમ્બે આવ્યો છું, પરંતુ એક વિચિત્ર રોગથી પીડિત હોવાથી, હું આ પુસ્તક ઝડપથી લખી શક્યો નહીં. આ પુસ્તક અંગ્રેજી ભાષામાં લખાયેલું છે, જેમાં 700 પાના છે. પરિણામે આપણા ઘણા લોકોને સમજવામાં તકલીફ પડશે. તેથી, હું તેનો ટૂંક સમયમાં મરાઠીમાં અનુવાદ કરાવીશ. આ કામને કારણે હું રંગૂન જઈ શક્યો નહીં.

હું આવતા ઓક્ટોબરમાં બોમ્બેમાં મારો ધર્મ પરિવર્તન કરવા જઈ રહ્યો છું. આ પહેલા હું બૌદ્ધ ધર્મ પર એક પુસ્તક પ્રકાશિત કરી રહ્યો છું. તથાગતના ધર્મમાં જે કંઈ ખૂટે છે તે હું આ પુસ્તકમાં વિગતવાર લખીશ. બૌદ્ધ ધર્મમાં ભક્તને દીક્ષા આપવામાં આવતી નથી. આની સંઘની દીક્ષા પર વિપરીત અસર પડે છે. ભક્તના મનની સંપૂર્ણ તૈયારી નથી, પરંતુ મારા બૌદ્ધ ધર્મમાં ઉપાસકોને ધમ્મ દીક્ષા આપવામાં આવશે. હું ધમ્મ દીક્ષા પહેલા એક પુસ્તકનો લેખક છું. દરેક વ્યક્તિએ આ પુસ્તક ખરીદવું જ જોઈએ. આ પુસ્તકમાં દરેકને કેટલાક પ્રશ્નોના જવાબ આપવાના રહેશે, તો જ તે બૌદ્ધ ધર્મમાં પ્રવેશ કરી શકશે. બૌદ્ધ ધર્મમાં પ્રવેશ કરતી વખતે દરેક વ્યક્તિએ સફેદ વસ્ત્રો પહેરવા પડે છે.

દીક્ષાના સ્થાનમાં ફેરફાર

બૌદ્ધ ધર્મની દીક્ષાનું સ્થાન બદલીને નાગપુર કરવામાં આવે તો બોમ્બેના લોકોને ખૂબ જ ખરાબ લાગશે એ વાત હું સંપૂર્ણપણે જાણું છું. ઊલટું, જો ધર્માંતરણ સમારોહ બોમ્બેમાં થયો હોત તો બહારના લોકોએ આપણી કેટલી ટીકા કરી હોત? આપણે આ પણ ધ્યાનમાં લેવું જોઈએ. એટલે કે બધા લોકો આપણા જ છે એવી ભાવના હોવી જોઈએ. સમય આવી ગયો છે જ્યારે આપણે બહારના લોકોની ઈચ્છાઓનું સન્માન કરવું જોઈએ. એક વાત આપણે ધ્યાનમાં રાખવી જોઈએ કે બૌદ્ધ દીક્ષાનો પ્રથમ સમારોહ નાગપુરમાં અને બીજો સમારોહ બોમ્બેમાં યોજાશે. તેથી, બોમ્બેના લોકોને દુઃખી થવાનું કોઈ કારણ નથી. તેવી જ રીતે અન્ય સ્થળોએ પણ દીક્ષાના કાર્યક્રમો યોજાશે.

જ્યાં મોટી સંખ્યામાં લોકો ધમ્મ દીક્ષા લેતા હોય ત્યાં દીક્ષા સમારોહ યોજાશે.

વિવિધ સ્થળોએ વિવિધ પ્રકારના ધર્માંતરણ સમારંભો

યોજાશે. આ કાર્યક્રમોમાં હું વ્યક્તિગત રીતે હાજર રહીશ. હું 'પ્રેસ ટ્રસ્ટ ઓફ ઈન્ડિયા' દ્વારા ધમ્મ દીક્ષાની તારીખ જાહેરમાં જાહેર કરવા જઈ રહ્યો છું, એટલે કે આ જાહેર જાહેરાત 'પ્રબુદ્ધ ભારત'માં પણ પ્રકાશિત કરવામાં આવશે.

મારો પુનર્જન્મ થયો છે

બૌદ્ધ દીક્ષા લેવા અને આપવા માટે ગઈકાલે નાગપુરની ધરતી પર ધમ્મ દીક્ષા સમારોહનું આયોજન કરવામાં આવ્યું હતું, આજે દીક્ષા સમારોહને લઈને ઐતિહાસિક ભાષણ આપવામાં આવી રહ્યું છે. વિચારશીલ લોકો કદાચ વિચારતા હશે કે મેં આ કાર્ય મારા પર કેમ લીધું? તેની શું જરૂર છે અને તે શું કરશે? પરંતુ તેની તપાસ જરૂરી છે. આને સમજ્યા પછી જ તમારા કામનો પાયો મજબૂત બનશે.

ઘણા લોકો મને પૂછે છે કે તમે આ કામ માટે નાગપુર શહેર કેમ પસંદ કર્યું?

પરંતુ આ જગ્યા પસંદ કરવાનું કારણ સાવ અલગ છે. નાગ લોકો ભારતમાં બૌદ્ધ ધર્મ ફેલાવે છે. પુરાણોમાં આ નાગ લોકોને સળગાવવાના પુરાવા મળે છે. અગસ્ત્ય ઋષિ આ આગમાંથી માત્ર એક જ નાગને બચાવી શક્યા. આપણે એક જ નાગના વંશજ છીએ. નાગ લોકોની વસાહત નાગપુર અને તેની આસપાસ હતી. એટલા માટે આ શહેરને 'નાગપુર' એટલે કે 'નાગનું ગામ' કહેવામાં આવે છે. નાગના વાસમાંથી વહેતી નદીનું નામ પણ 'નાગ નદી' છે. આ સ્થાન પસંદ કરવાનું આ મુખ્ય કારણ છે.

ગરીબોને ધર્મની જરૂર છે. પીડિતોને ધર્મની જરૂર છે. ગરીબો આશા પર જીવે છે અને જીવનનું મૂળ આશામાં રહેલું છે. આશાનો નાશ થાય ત્યારે શું થઈ શકે? ધર્મ વ્યક્તિને આશાવાદી બનાવે છે. તે પીડિતોને સંદેશ આપે છે કે ગભરાશો નહીં, તમારું જીવન આશાસ્પદ બનશે. એટલા માટે ગરીબ અને પીડિત લોકો ધર્મ સાથે જોડાયેલા રહે છે.

માણસને નફા કરતાં સન્માન વધારે ગમે છે, તે નફાને ચાહતો નથી. અમે સન્માન માટે લડીએ છીએ. આપણે માણસને પૂર્ણતા તરફ લઈ જવાનો પ્રયત્ન કરીએ છીએ. માનવ પ્રગતિ માટે ધર્મ ખૂબ જ જરૂરી છે. હું જાણું છું કે કાર્લ માર્ક્સનાં પુસ્તકમાંથી એક સંપ્રદાય ઊભો થયો છે. તેમના મતે ધર્મનો કોઈ અર્થ નથી. તેમને ધર્મની પરવા નથી. તેમને સવારે નાસ્તો જોઈએ છે, જેમાં તેમને પાઉં, ક્રીમ, ચિકન લેગ વગેરે જોઈએ છે. જો તમે મૂવી જોવા અને સારી ઊંઘ લેવા માંગતા હો, તો બધું સમાપ્ત થઈ ગયું છે. આ તેમની ફિલસૂફી છે. હું આ વિચારોનો નથી, મારા પિતા ગરીબ હતા. તેથી જ મને એવું કોઈ સુખ મળ્યું નથી. મારા જેટલું દુઃખદાયક જીવન કોઈએ જીવ્યું નથી, તેથી હું સારી રીતે જાણું છું કે ગરીબીને કારણે વ્યક્તિનું જીવન કેટલું દુઃખદાયક હોય છે. મને લાગે છે કે આર્થિક પ્રગતિ ખૂબ જ મહત્વપૂર્ણ છે.

માણસ અને બળદમાં ફરક છે. બળદને રોજ ચારો મળે છે, તેવી જ રીતે માણસ પણ ખોરાક ખાય છે. હજુ પણ બંને વચ્ચે તફાવત છે. માણસ પાસે શરીર અને મન બંને છે, તેથી શરીર અને મન બંનેનો વિકાસ થવો જોઈએ. મન સંસ્કારી હોવું જોઈએ.

જે દેશના ખોરાક અને સંસ્કારી મન વચ્ચે કોઈ સંબંધ નથી ત્યાંના લોકો આ કહે છે. તે દેશના લોકો સાથે કોઈ સંબંધ રાખવાનો મારો કોઈ ઈરાદો નથી. અન્ય લોકો સાથે સંબંધ બાંધતી વખતે જેમ વ્યક્તિનું શરીર સ્વસ્થ હોવું જોઈએ તેવી જ રીતે મન પણ સંસ્કારી હોવું જોઈએ. નહિંતર, એવું કહી શકાય નહીં કે માનવજાતનો ઉદ્ધાર થયો.

બૌદ્ધ ધર્મનો મૂળ આધાર શું છે? તથાગત બુદ્ધે કહ્યું છે કે દુનિયામાં દરેક જગ્યાએ દુઃખ છે. નેવું ટકા લોકો દુઃખથી પીડાય છે. બૌદ્ધ ધર્મનું મુખ્ય કાર્ય દુઃખમાં ફસાયેલા ગરીબોને દુઃખમાંથી મુક્ત કરવાનું છે.

અમે અમારા રસ્તે જઈશું, તમે તમારા રસ્તે જાઓ. અમને એક સારો રસ્તો મળ્યો છે. આ આશા અને સમૃદ્ધિનો માર્ગ છે. આ રસ્તો નવો નથી. આ માર્ગ બહારથી લાવવામાં આવ્યો નથી, બલ્કે તે ભારતનો જ માર્ગ છે. તથાગત બુદ્ધ દ્વારા વર્ણવેલ સિદ્ધાંતો અમર છે, પરંતુ બુદ્ધે એવો કોઈ દાવો કર્યો નથી. આવી ઉદારતા કોઈ ધર્મમાં જોવા મળતી નથી.

ભદંત નાગસેને ધર્મના વિનાશના ત્રણ કારણો આપ્યા છે. પહેલું કારણ એ છે કે અમુક ધર્મો કાચાં હોય છે, એ ધર્મની મૂળ ફિલસૂફીમાં કોઈ ગંભીરતા નથી. એ ધર્મ કામચલાઉ છે. બીજું કારણ એ છે કે ધર્મનો પ્રચાર કરવા માટે વિદ્વાનો ન હોય તો ધર્મનો નાશ થાય છે. જાણકાર લોકોએ ધર્મ જણાવવો જોઈએ. વિરોધીઓ સાથે વાદવિવાદ કરતી વખતે જાણકાર ન હોય તો ધર્મ બદનામ થાય છે. ત્રીજું કારણ એ છે કે ધર્મનું દર્શન માત્ર વિદ્વાનો પૂરતું જ સીમિત રહે છે. સામાન્ય લોકો માટે માત્ર મંદિરો અને વિહારો છે.

જો આપણે બૌદ્ધ બની જઈશું તો પણ હું રાજકીય અધિકારો પર અડગ રહીશ. મને આમાં પૂરો વિશ્વાસ છે. હું કહી શકતો નથી કે મારા મૃત્યુ પછી શું થશે. આ આંદોલન માટે ઘણું કામ કરવું પડશે. જો આપણે બૌદ્ધ ધર્મ સ્વીકારીએ તો શું થશે? જો અવરોધો આવે છે, તો તે કેવી રીતે દૂર થશે? તેના માટે કેવા પ્રયત્નો કરવા પડશે? મેં આ બધા વિશે ઊંડાણપૂર્વક વિચાર્યું છે. મારા પોટલામાં આ બધું જ ભરેલું છે. હું આનાથી સંપૂર્ણ વાકેફ છું. મેં જે પણ અધિકારો આપ્યા છે તે મારા લોકો માટે જ આપ્યા છે. જેણે આ અધિકારોને જોડ્યા છે તે તે અધિકારો પણ ઉમેરશે. આ અધિકારો અને સુવિધાઓ આપનાર હું જ છું, તેથી તમારે મારા પર વિશ્વાસ રાખવો જોઈએ. વિરોધીઓના પ્રચારમાં કોઈ તથ્ય નથી. હું તેને સાબિત કરીશ.

62.
સામ્યવાદ અને બૌદ્ધવાદ

પ્રમુખ શ્રી અને બૌદ્ધ પ્રતિનિધિઓ,

બૌદ્ધ ધર્મ એ બધા માટે જીવનનો સાચો માર્ગ છે, તેવી જ રીતે સામ્યવાદને પણ જીવનનો માર્ગ કહી શકાય. આ બેમાંથી કયો માર્ગ સારો છે? બૌદ્ધો માટે આ સારી રીતે સમજવું ખૂબ જ જરૂરી છે. ખાસ કરીને, બૌદ્ધ ધર્મની જીવનશૈલી સામ્યવાદ સૂચવે છે, તે અન્ય જીવનશૈલી કરતાં ઘણી વધુ યોગ્ય છે. બૌદ્ધો માટે, ખાસ કરીને યુવાનો માટે આ સારી રીતે જાણવું મહત્વપૂર્ણ છે. નહીં તો બુદ્ધિ નાશ પામ્યા વિના રહે નહીં. તેથી, જેઓ બૌદ્ધ ધર્મમાં માનતા હોય તેઓએ તેમની નવી યુવા બૌદ્ધ પેઢીને જાગૃત કરવી જોઈએ. એટલું જ નહીં, તો પછી સામ્યવાદ કરતાં બૌદ્ધ ધર્મ કેવી રીતે શ્રેષ્ઠ છે? આ તેમને સમજાવવું જોઈએ. જો આવું થાય તો જ બૌદ્ધ ધર્મ ટકી શકશે.

જ્યારે આપણે એશિયાના યુવાનોની માનસિક સ્થિતિને ધ્યાનમાં લઈએ ત્યારે શું ઉભરી આવે છે? તેઓ માને છે કે કાર્લ માર્ક્સ એકમાત્ર દ્રષ્ટા છે, તે માનવ જીવનને ઉજાગર કરનાર એક મહાન માણસ છે, તેથી તેમને પ્રથમ નમન કરવું જોઈએ. આપણે ધ્યાનમાં રાખવાનું છે કે આ યુવાન બૌદ્ધો સાધુ વિશે શું વિચારે છે? હું આ વિષય પર વધુ કહીશ નહીં. તેઓ શું વિચારે છે તેના પર મને થોડો પ્રકાશ પાડવા દો. વાસ્તવમાં, આ યુવાનો જ્યારે પીળા રંગના વસ્ત્રો બૌદ્ધ

સાધુઓ પહેરે છે ત્યારે તેઓ ભય અનુભવે છે. સાધુઓએ તેમના આ વલણનો અર્થ શું છે તે ઓળખવું જોઈએ. તેવી જ રીતે, તેઓએ સંત જીવનની ભૂમિકાને સારી રીતે સમજવી જોઈએ. એ જ રીતે, આપણો બૌદ્ધ ધર્મ સામ્યવાદ કરતાં વધુ સારો કેવી રીતે બની શકે તે માટે સુધારાવાદી યોજના તૈયાર કરવી જોઈએ.

આ માટે બૌદ્ધ ધર્મ અને સામ્યવાદના ધ્યેયો વચ્ચે ક્યાં તફાવત છે, તે વિચારવું જોઈએ. આખરે એ જાણવું જરૂરી છે કે બૌદ્ધ ધર્મનો માર્ગ શાશ્વત છે કે સામ્યવાદનો માર્ગ શાશ્વત છે. જે માર્ગ શાશ્વત નથી તે તમને જંગલ તરફ લઈ જશે. તે તમને સિદ્ધિ તરફ નહીં પરંતુ અરાજકતા તરફ દોરી જશે, તેથી તે માર્ગે જવું યોગ્ય નથી, પરંતુ તમને જે માર્ગ કહેવામાં આવ્યો છે તે ધીમો અને લાંબો છે, તેમ છતાં તે વિશ્વસનીય અને સલામત માર્ગ છે. મને લાગે છે કે તમે તમારી સમક્ષ જે ધ્યેય નક્કી કર્યો છે તેને પૂર્ણ કરવા માટે જ આ માર્ગ પરથી પસાર થવું યોગ્ય રહેશે. શું ટૂંકો અને વધુ જટિલ માર્ગ સારો છે અથવા થોડો લાંબો અને વધુ સીધો માર્ગ વધુ સારો છે? આ પ્રશ્ન તમારી સામે આવશે. જીવનમાં ટૂંકા અને જટિલ રસ્તાઓ ઘણીવાર છેતરપિંડીરૂપ સાબિત થાય છે.

સામ્યવાદ શું છે?

સામ્યવાદનો વાસ્તવિક સિદ્ધાંત શું છે? તેના મૂળભૂત તત્વો શું છે? જો આપણે વિશ્વમાં માનવ જીવનને સામાન્ય રીતે ધ્યાનમાં લઈએ, તો તે દેખાય છે કે વિશ્વમાં દરેક જગ્યાએ શોષણ છે. સામ્યવાદની શરૂઆત આ મૂળભૂત સિદ્ધાંતથી થઈ. શ્રીમંત વર્ગ પાસે અપાર સંપત્તિ છે, જેના આધારે મૂડીવાદીઓ ગરીબોનું શોષણ કરે છે અને તેમને દયનીય સ્થિતિમાં રાખે છે. આ કાર્લ માર્ક્સનું પ્રારંભિક બિંદુ છે. માર્ક્સે શોષણ શબ્દનો ઉપયોગ કર્યો છે. એક વર્ગની ગરીબી અને દુઃખ દૂર કરવા

માટે ખાનગી મિલકત પર પ્રતિબંધ મૂકવો પડશે. માર્ક્સ કહે છે કે કોઈ પણ વ્યક્તિની અંગત મિલકત હોવી જોઈએ નહીં. માર્ક્સની ટેકનિકલ ભાષામાં કહીએ તો, ખાનગી મિલકતનો માલિક કામદારોની શ્રમ શક્તિના ઉત્પાદનનો અધિકૃત માલિક છે અને માલિકી પર કબજો કરે છે. એ જ રીતે, તે મજૂરો પાસેથી વધુ મજૂરી લઈને વધુ પૈસા કમાય છે, પરંતુ કામદારોને કંઈ મળતું નથી. આ રીતે માલિકને તમામ પૈસા મળે છે. આ સંદર્ભમાં, માર્ક્સનો મત એ છે કે માલિકે મજૂરના શ્રમથી બનાવેલી સંપત્તિ શા માટે વધુ રાખવી જોઈએ? આટલા પૈસા કોણે લેવા જોઈએ? આ સંદર્ભમાં માર્ક્સનો જવાબ છે કે માત્ર રાજ્ય જ વધારાની સંપત્તિનો માલિક છે. તેથી રાજ્યએ તેને પોતાની પાસે રાખવું જોઈએ. આ વિચારધારાના સંબંધમાં માર્ક્સે શ્રમશક્તિની સરમુખત્યારશાહીનો સિદ્ધાંત રજૂ કર્યો છે. મતલબ એ છે કે જો રાજ્ય ચલાવવું હોય તો શોષિત વર્ગ દ્વારા જ ચલાવવું જોઈએ, શોષક વર્ગ દ્વારા નહીં. રશિયામાં સામ્યવાદના પ્રચારનો આ મૂળભૂત સિદ્ધાંત છે.

સામ્યવાદ અને બૌદ્ધવાદ

બૌદ્ધ ધર્મની કાર્યપદ્ધતિની તપાસ કરતા એવું જણાય છે કે માર્ક્સ દ્વારા ઉઠાવવામાં આવેલા મુદ્દાઓ તથાગત બુદ્ધ દ્વારા ઘણા સમય પહેલા જણાવવામાં આવ્યા હતા. માર્ક્સે ગરીબોના 'શોષણ'થી શરૂઆત કરી. એ જ રીતે તથાગત બુદ્ધે પણ 2500 વર્ષ પહેલાં ગરીબોની વેદના પર પોતાનો ધર્મ આધારિત રાખ્યો હતો. બુદ્ધે કહ્યું છે કે દુનિયામાં દુ:ખ છે, તેમણે શોષણ શબ્દનો ઉપયોગ નથી કર્યો. બુદ્ધે પોતાના ધર્મનો પાયો દુ:ખ પર નાખ્યો છે એ વાત કેટલી સાચી છે. દુ:ખ શબ્દનો ઉપયોગ ઘણી રીતે થાય છે. કેટલાક લોકો પુનર્જન્મના ચક્રને અથવા પુનર્જન્મને દુ:ખ કહે છે. હું આ અભિપ્રાય સાથે સહમત નથી. બૌદ્ધ ધર્મગ્રંથોમાં એવી ઘણી

જગ્યાઓ છે જ્યાં દુ:ખનું ગરીબી તરીકે અર્થઘટન કરવામાં આવ્યું છે. ત્યારે બૌદ્ધ ધર્મ અને સામ્યવાદનો આધાર એક જ છે. બંને વચ્ચે કોઈ ફરક નથી. તેથી, બૌદ્ધ ભાઈઓએ મૂળ પાયા માટે માર્ક્સ તરફ વળવાની જરૂર નથી. બૌદ્ધ ધર્મમાં તથાગતે આ પાયો સેંકડો વર્ષ પહેલાં સ્થાપ્યો હતો. તેમણે ગરીબીના મજબૂત પાયા પર 'ધમ્મ ચક્ર પ્રવર્તન' નામનો બૌદ્ધ ધર્મનો પ્રથમ ઉપદેશ આપ્યો છે.

તેથી હું કહું છું કે જેઓ કાર્લ માર્ક્સ તરફ આકર્ષાય છે તેઓએ ધમ્મ ચક્ર પ્રવર્તનનું પ્રવચન સૂત્ર વાંચવું જોઈએ અને તથાગતે શું કહ્યું તે જોવું જોઈએ. જો કોઈ આ સૂત્રનો અભ્યાસ કરશે તો તે ચોક્કસપણે સમજી શકશે કે હું શું કહું છું. બુદ્ધે ભગવાન, આત્મા અને ચમત્કારિક વસ્તુઓને તેમના ધર્મનો આધાર બનાવ્યો નથી. તેમણે જીવનના સત્યને રેખાંકિત કર્યું છે. એ હકીકત છે કે લોકો દુઃખી છે. આમ સામ્યવાદના તમામ મૂળ સિદ્ધાંતો બૌદ્ધ ધર્મમાં છે. ખાસ કરીને તથાગતે જે કહ્યું છે, તે માર્ક્સના જન્મના બે હજાર વર્ષ પહેલાં કહ્યું હતું.

ખાનગી મિલકતના સંદર્ભમાં બુદ્ધ અને માર્ક્સની ફિલસૂફી વચ્ચે ગાઢ સંબંધ છે. ખાનગી મિલકત ઉત્પાદનનું સાધન છે, શોષણ અટકાવવા માટે મિલકત રાજ્યની માલિકીની હોવી જોઈએ. પરિણામે માલિક વર્ગ ખાનગી મિલકતના આધારે કામદારોનું શોષણ કરી શકશે નહીં. આ માર્ક્સની ફિલસૂફી છે. ચાલો હવે જોઈએ કે બુદ્ધે સંઘ વિશે શું કહ્યું. તથાગતે સાધુઓ માટે કયા નિયમો બનાવ્યા છે? તેમણે કહ્યું છે કે કોઈ પણ સંતે અંગત સંપત્તિ ન રાખવી જોઈએ. કેટલાક સંતોએ આ બાબતે ભૂલ કરી હશે. પણ એ સાચું છે કે મોટા ભાગના સંતો કોઈ અંગત મિલકત રાખતા નથી. આટલું જ નહીં ખાનગી મિલકતને લઈને સંઘના કાયદા એટલા કડક છે કે રશિયામાં પણ તેનું અસ્તિત્વ નથી. આજ સુધી આ મુદ્દાની ચર્ચા થઈ નથી.

ભિક્ષુ સંઘની સ્થાપના શા માટે કરવામાં આવી?

તથાગતનો સંઘની સ્થાપનાનો હેતુ શું હતો? તેણે આ રીતે આ સંગઠન શા માટે સ્થાપ્યું? આ સંદર્ભે, પ્રાચીન ઇતિહાસની થોડી ઝાંખી કરવી પડશે. જે સમયે તથાગત બુદ્ધ બૌદ્ધ ધર્મનો પ્રચાર કરી રહ્યા હતા તે સમયે તેઓ 'પરિવ્રાજક' પણ હતા. પરિક્રમા કરનારનો

દેશનિકાલ એ એવી વ્યક્તિનો ઉલ્લેખ કરે છે જેણે પોતાનું ઘર છોડી દીધું હોય. આર્યોના સમયમાં જંગલમાં રહેતી વિવિધ જાતિઓ એકબીજા સાથે લડતી હતી.

કેટલીક જંગલી પ્રજાતિઓનો નાશ થયો અને તેમની આજીવિકા નાશ પામી, કેટલાક લોકોને દેશનિકાલ તરફ દોરી ગયા. આ તમામ વનવાસીઓનું જીવન અસ્થિર હતું, તેઓ વિચરતી જાતિ હતા, તેથી તેઓ 'પરિવ્રાજક' હતા. ગૌતમ બુદ્ધે તેમને સંગઠિત કરવાનું મહાન કાર્ય કર્યું. બુદ્ધે તેમના માટે નિયમો બનાવ્યા, એ જ નિયમો 'વિનયપિટક'માં છે. આ નિયમ મુજબ સાધુ પોતાની અંગત મિલકત રાખી શકતા નથી. તે માત્ર સાત વસ્તુઓ જ રાખી શકે છે (શેવિંગ માટે રેઝર, પાણીની બોટલ, ભિક્ષા માટે ભિક્ષાનો વાટકો, શરીર પર ત્રણ કપડાં અને સીવણ માટેની સોય). સામ્યવાદનું મહત્વ ખાનગી મિલકતને દૂર રાખવાનું પણ છે. 'વિનયપિટક'માં તથાગતે આપેલા નિયમો કરતાં વધુ કડક નિયમો ક્યાં છે? આવા નિયમો ક્યાંય જોવા નહીં મળે. જો સામ્યવાદ કોઈ વ્યક્તિ અથવા બૌદ્ધ યુવાનોને ખાનગી મિલકતને નાબૂદ કરવા માટે ઉશ્કેરે છે, તો તેનો ઉલ્લેખ તથાગતના 'વિનય પિટક'માં સર્વત્ર છે. આ સંદર્ભમાં, પ્રશ્ન એ થાય છે કે 'વિનય પિટક'ના નિયમો સમગ્ર સમાજને કેટલી હદે લાગુ પડી શકે? એટલે કે માનવીમાં કેટલો સમય, પરિસ્થિતિ અને સામાજિક વિકાસ થયો છે? આ બધું આના પર નિર્ભર છે, પરંતુ બૌદ્ધિકતા

ખાનગી મિલકતને નાબૂદ કરવામાં અડચણ બનતી નથી. તેનાથી વિપરિત, તથાગતે આ નિયમો હજારો વર્ષ પહેલા બૌદ્ધ સંઘમાં બનાવ્યા હતા.

હવે આપણે ઉપરના વિષયની બીજી બાજુનો વિચાર કરીએ. કાર્લ માર્ક્સ કે સામ્યવાદના ધ્યેયને પ્રાપ્ત કરવા માટે કયો માર્ગ અને કયું માધ્યમ વપરાય છે તે જોવું ખૂબ જ જરૂરી છે. સામ્યવાદની સ્થાપના માટે વિરોધીઓની હત્યા કરતી વખતે એક ક્ષણનો પણ વિચાર કરવામાં આવતો નથી. બૌદ્ધ અને સામ્યવાદ વચ્ચેનો આ મૂળભૂત તફાવત છે. તથાગત બુદ્ધનો માર્ગ ખૂબ જ સરળ અને અધિકૃત છે. તે લોકોને ખોટા રસ્તે જવા દેતો નથી. તેઓ કોઈપણ વિવાદાસ્પદ મુદ્દાને તર્ક, નૈતિકતા અને કરુણા દ્વારા ઉકેલવામાં માને છે. તથાગતે પોતાના વિરોધીઓને પણ પોતાના ધર્મ તરફ આકર્ષ્યા છે. તેઓ કોઈ વ્યક્તિને બળથી જીતવામાં માનતા નથી, પરંતુ પ્રેમ અને કરુણાથી તેનું હૃદય જીતવામાં માને છે. સામ્યવાદ અને બૌદ્ધવાદ વચ્ચે આ જ તફાવત છે. બૌદ્ધ ધર્મ ક્યારેય હિંસા શીખવતો નથી, જ્યારે સામ્યવાદ અરાજક છે, તેઓ હિંસાનો માર્ગ પસંદ કરે છે. તમે વિચારી શકો છો કે બુદ્ધનો માર્ગ લાંબો અને એકલો છે, પરંતુ તેમાં કોઈ શંકા નથી કે તે સંપૂર્ણ, સાચો અને વિશ્વાસપાત્ર છે.

મારા કેટલાક મિત્રો સામ્યવાદી છે. હું હંમેશા તેને કેટલાક પ્રશ્નો પૂછું છું, પરંતુ આજ સુધી તેણે મારા પ્રશ્નોના સંતોષકારક જવાબો આપ્યા નથી. સાચું કહું તો તેઓ હિંસા દ્વારા શોષિત વર્ગની સરમુખત્યારશાહી સ્થાપિત કરે છે. જેઓ મિલકત ધરાવે છે, તેઓ તેમના માલિકીના અધિકારો ગુમાવે છે. જ્યારે હું મારા સામ્યવાદી મિત્રોને પૂછું છું, “શું સરમુખત્યારશાહી એ રાજ્યનો વ્યવસાય ચલાવવાનો સારો માર્ગ છે?” તેનો જવાબ ‘ના’ છે. તેઓ કહે છે કે અમને સરમુખત્યારશાહી

પસંદ નથી. "તો પછી તમે શા માટે સરમુખત્યારશાહીને રાજ્યનો વ્યવસાય ચલાવવાની મંજૂરી આપો છો?" તે કહે છે, "આવી સરમુખત્યારશાહી થોડા સમય માટે, અલ્પજીવી હોય છે." હું આગળ જઈને પૂછું છું, "આ નાનો સમયગાળો કેટલો હશે? વીસ, ત્રીસ, ચાલીસ, પચાસ કે સો વર્ષ?" તેમની પાસે આનો કોઈ જવાબ નથી. તેમનું કહેવું છે કે ભવિષ્યમાં સરમુખત્યારશાહી આપોઆપ ખતમ થઈ જશે. પછી હું તેમને પૂછું છું કે જો સરમુખત્યારશાહી સમાપ્ત થશે તો શું થશે? સરમુખત્યારશાહીનું સ્થાન કોણ લેશે? માનવીને કોઈ સરકારની જરૂર છે કે નહીં? તેઓ આ પ્રશ્નનો જવાબ આપી શક્યા નથી.

હવે આપણે તથાગતના ધર્મનો વિચાર કરીએ. જો ગૌતમ બુદ્ધ કોઈપણ તત્વને વિશ્વની શ્રેષ્ઠ વસ્તુ તરીકે વર્ણવે છે, તો તે મનને સ્વચ્છ રાખવાનું છે. મનની સુધારણા વિના, મનુષ્ય અને જગતનો કોઈ સુધારો થશે નહીં. જ્યારે માણસ બૌદ્ધ ધર્મ સ્વીકારે છે અને બૌદ્ધ સિદ્ધાંતોનું નિષ્ઠાપૂર્વક પાલન કરે છે, તો પછી તેના સારા આચરણ માટે પોલીસ કે સૈનિકની શું જરૂર છે? જવાબ એ છે કે તથાગત બુદ્ધનું સારું શિક્ષણ તમારા અંતરાત્માને એટલું સક્રિય કરે છે કે તમે તમારા માર્ગમાંથી ભટકો નહીં. આ માટે વિવેક ચોકીદાર તરીકે કામ કરે છે. જ્યારે મન શુદ્ધ હોય ત્યારે અશાંતિ કે હુલ્લડો ન હોઈ શકે.

બુદ્ધિવાદ અને લોકશાહી

બૌદ્ધ ધર્મમાં લોકશાહી તત્વને સમર્થન આપવામાં આવ્યું છે. બૌદ્ધ ધર્મ એટલે શુદ્ધ લોકશાહી. એકવાર રાજા અજાતશત્રુના મુખ્ય પ્રધાન તથાગત બુદ્ધ પાસે ગયા અને કહ્યું, "રાજાએ વજ્જીઓ પર વિજય મેળવવો છે." ત્યારે બુદ્ધે કહ્યું, "જ્યાં સુધી વજ્જિગણો સાચા માર્ગ પર તેમનો વ્યવસાય ચાલુ રાખશે ત્યાં સુધી વજ્જીઓને કોઈ હરાવી શકશે નહીં." કારણ

કે ગૌતમ બુદ્ધે તેમના સંદેશમાં લોકશાહી અને વજ્જીઓના લોકશાહી રાજ્ય વ્યવસાયનો ઉલ્લેખ કર્યો હતો. તાત્પર્ય એ છે કે તથાગત બુદ્ધ લોકશાહીના મહાન સમર્થક હતા. વર્ણવેલ સિસ્ટમ ખૂબ જ સલામત અને ફાયદાકારક છે. હું તમામ બૌદ્ધોને સલાહ આપું છું કે જો તેઓ વિશ્વમાં સન્માન સાથે જીવવા માંગતા હોય તો તથાગતના ઉપદેશોનો શક્ય તેટલો અભ્યાસ કરો અને તેનું આચરણ કરો. બૌદ્ધ ધર્મમાં સંકટ આવે તો તેના માટે હું શક્ય તેટલો સાધુઓને દોષ આપીશ. તેનું કારણ એ છે કે સાધુઓ તેમની ફરજો યોગ્ય રીતે નિભાવતા નથી. આ તેમનો નિષ્કર્ષ છે.

હું આ વાત સ્પષ્ટપણે કહી દઉં કે જો ધર્મ પ્રચાર કાર્ય કરવું હોય તો શિક્ષણ હંમેશા ગરીબોના કાન અને મન પર પ્રતિબિંબિત થવું જોઈએ. બાળકોને શાળામાં શિક્ષણ મેળવવામાં કેટલા વર્ષ લાગે છે?

બાળકને એક દિવસ માટે શાળાએ મોકલીને, તમે તેને શાળામાંથી કાઢી મૂકતા નથી. નહીં તો બાળકો કેવી રીતે શિક્ષણ મેળવી શકશે? બાળકોને દરરોજ શાળાએ મોકલવા જોઈએ. તેઓએ દરરોજ પાંચ કલાક શાળામાં બેસીને સતત અભ્યાસ કરવો જોઈએ. આવું થશે ત્યારે જ બાળકો અભ્યાસમાં ધ્યાન આપશે અને તેમના જ્ઞાનમાં વધારો થશે. જાહેર શિક્ષણ માટે, સાધુઓએ પણ એવું જ કરવું જોઈએ, તેઓએ નૈતિક શિક્ષણ પર વિશેષ ભાર આપવો જોઈએ.

જો આપણે તથાગત ગૌતમ બુદ્ધ જેટલા બુદ્ધિશાળી બની જઈશું, તો આપણે કરુણા, ન્યાય અને સદ્ભાવનાથી લોક કલ્યાણ માટે કામ કરી શકીશું.

63.
અંતિમ ભાષણ

ભાઈઓ અને બહેનો,

જનતાએ હવે ગંભીરતાથી વિચારવું જોઈએ. શું આપણા ધાર્મિક ગ્રંથોમાં વર્ણવેલ જીવન અને આપણા દ્વારા ઘડવામાં આવેલ બંધારણ વચ્ચે કોઈ સમાનતા છે? જો સમાનતા નથી, તો તેનું કારણ શું છે? આપણો ધર્મ અને બંધારણે આપણને આમાંથી એકને સ્વીકારવાની છૂટ આપવી જોઈએ. કાં તો આપણે ધર્મને જીવંત રાખવો જોઈએ અથવા બંધારણને જીવંત રાખવું જોઈએ. બંને વસ્તુઓ એક જગ્યાએ રહી શકતી નથી, બંનેનું સંયોજન ન હોઈ શકે.

હિન્દુ ધર્મમાં અનેક સંપ્રદાયો છે. આ બધામાં શંકરાચાર્યનો અભિપ્રાય ઘણો સારો માનવામાં આવે છે. શંકરાચાર્યનો સિદ્ધાંત 'બ્રહ્મ સત્ય, જગત મિથ્યા' સૌથી મહત્વપૂર્ણ માનવામાં આવે છે, પરંતુ બૌદ્ધ ધર્મના ઉચ્ચ સિદ્ધાંતની સામે તે એકદમ તુચ્છ અને અર્થહીન લાગે છે.

દર રવિવારે બૌદ્ધ મઠની મુલાકાત લેવી એ નવા ધર્માંતરિત બૌદ્ધોની અત્યંત ફરજ છે. જો આમ નહીં થાય તો નવા બૌદ્ધો બૌદ્ધ ધર્મથી પરિચિત થઈ શકશે નહીં. આ માટે વિવિધ સ્થળોએ બૌદ્ધ મઠો બનાવવા જોઈએ. વિહારમાં સભાનું સ્થળ હોવું જોઈએ. લંકા, બર્મા, તિબેટ, ચીન વગેરે

દેશોના બૌદ્ધ ભિક્ષુઓએ આગળ આવીને નાણાં એકત્ર કરવા જોઈએ અને ભારતના લોકોને મદદ કરવી જોઈએ.

ઉત્તર પ્રદેશના પૂર્વ રાષ્ટ્રપતિ શ્રી દ્વારકા પ્રસાદ આજે સવારે મને મળ્યા. તેણે મને ડિસેમ્બરમાં જૌનપુર આવવા વિનંતી કરી. મેં તેમને આવવાનું આશ્વાસન આપ્યું છે, પરંતુ તારીખ નક્કી નથી થઈ. જૌનપુરમાં વિશાળ સમુદાય ધર્માંતરણ કાર્યક્રમની તૈયારીઓ પૂરજોશમાં ચાલી રહી છે. આ અવસર પર ઉત્તર પ્રદેશના પૂર્વ જિલ્લાઓમાંથી લાખો પછાત વર્ગના લોકો દીક્ષા લેશે. ઉચ્ચ જાતિના હિંદુઓ હજુ પણ આ દલિતોનું શોષણ કરી રહ્યા છે. બૌદ્ધ ધર્મમાં દીક્ષા લઈને તેઓ ફરીથી તેમના પૂર્વજો દ્વારા બતાવેલ માર્ગ અપનાવવા જઈ રહ્યા છે.

બૌદ્ધ ધર્મ એ માનવ ધર્મ છે.

બૌદ્ધ ધર્મની શરૂઆત મજબૂત પાયા પર થઈ. આ ધર્મ માનવધર્મ છે. આ ધર્મ સિવાય અન્ય કોઈ ધર્મ માનવ કલ્યાણ માટે યોગ્ય નથી. આપણે ભારતનો પ્રાચીન ઈતિહાસ જાણવો જોઈએ. ભારતમાં પ્રથમ વખત આર્યો અને નાગો વચ્ચે યુદ્ધ થયું હતું. આર્યો પાસે ઘોડા હતા, જેના બળ પર તેઓએ નાગો પર વિજય મેળવ્યો, એ જ નાગોના આજે હિંદુઓ છે. નાગ લોકો બૌદ્ધ ધર્મ સ્વીકારનારા પ્રથમ હતા. તે બૌદ્ધ ધર્મનો ફેલાવો કરવામાં સફળ રહ્યા હતા, પરંતુ આર્યોએ ઘણી વખત નાગોને ખતમ કરવાનો પ્રયાસ કર્યો હતો. આના પુરાવા મહાભારતમાં ઘણી જગ્યાએ જોવા મળે છે. પાછળથી આર્યોએ બ્રાહ્મણ ધર્મનો ફેલાવો કર્યો. તેમાં ઘણી ખામીઓ ઊભી થઈ. ચાતુર્વર્ણ્ય પ્રણાલીની ઉત્પત્તિ બ્રાહ્મણો દ્વારા જ થઈ હતી. તથાગત બુદ્ધે ચાતુર્વર્ણ્યનો સખત વિરોધ કર્યો અને ચાતુર્વર્ણ્યનો નાશ કરીને સમાનતાનો પ્રચાર કર્યો. બુદ્ધે તેના આધારે ધર્મની સ્થાપના કરી. તેણે બ્રાહ્મણોના બલિદાનને અમાન્ય બનાવ્યું અને તેમને ત્યજી દીધા. બ્રાહ્મણોએ હિંસા શરૂ

કરી, પરંતુ ગૌતમ બુદ્ધે તે પ્રથાનો નાશ કર્યો અને અહિંસાનો ઉપદેશ આપ્યો. તથાગત કહે છે કે બૌદ્ધ ધર્મ સમુદ્ર જેવો છે, તેમાં કોઈ ભેદ નથી. તેમણે કરુણાનો ઉપદેશ આપ્યો અને તે સમયના દલિતોને આકર્ષ્યા અને તેમને સાચો માર્ગ બતાવ્યો.

અસ્પૃશ્યતાનું કલંક

હિંદુ ધર્મ એક અસાધ્ય રોગ બની ગયો છે, તેથી આપણે અલગ ધર્મ અપનાવવો જોઈએ. મારી સમજ મુજબ બૌદ્ધ ધર્મ એ એકમાત્ર યોગ્ય ધર્મ છે, તેમાં ઉંચી-નીચ, જાતિ-સ્તર, અમીર-ગરીબની કોઈ ભાવના નથી. બૌદ્ધ ધર્મ સ્વીકારવાથી જ અસ્પૃશ્યોનું કલ્યાણ થઈ શકે છે. બૌદ્ધ ધર્મનો સ્વીકાર કરવાથી જ હિંદુ સમાજમાં પ્રવર્તતી અસમાનતા, ભેદભાવ, અન્યાય અને દુષ્ટતા દૂર થઈ શકે છે.

ભારતના અસ્પૃશ્યો દ્વારા બૌદ્ધ ધર્મ સ્વીકારવાથી આપણને બર્મા, ચીન, જાપાન, લંકા વગેરે બૌદ્ધ દેશોની સહાનુભૂતિ મળશે અને આપણે હિન્દુ ધર્મના શોષણમાંથી કાયમ માટે મુક્ત થઈશું. આ દેશોએ આજ સુધી આપણા અન્યાય સામે અવાજ કેમ ઉઠાવ્યો નથી? તેનું કારણ એ છે કે તેમને લાગ્યું કે આ હિંદુઓ વચ્ચેનો પરસ્પર ઝઘડો છે. જો આપણે બૌદ્ધ ધર્મનો સ્વીકાર કરીએ તો પણ જો હિંદુ લોકો આપણને સમાનતા, સ્વતંત્રતા અને બંધુત્વથી દૂર રાખે છે, તો તે બૌદ્ધ રાષ્ટ્રોના સહયોગથી આપણે આ વસ્તુઓ પ્રાપ્ત કરી શકીશું.

અસ્પૃશ્યતાનું ભયંકર કલંક હિંદુ ધર્મના માથા પર છે, તેથી હિંદુ જાતિના હૃદયમાં આ દુષ્ટતા દેખાય છે. અસ્પૃશ્યો શુદ્ધ અને પવિત્ર બનીને દેવતાઓના દર્શન કરવા જાય છે, તેમ છતાં તેમના માટે મંદિરોના દરવાજા બંધ છે. અસ્પૃશ્યતા, ભેદભાવ અને જાતિ પ્રથાને દૂર કરવી એ ઉચ્ચ જાતિના હિંદુઓની ફરજ છે. શા માટે આપણે તેના મૃતદેહને આપણા ખભા પર લઈ જઈએ?

આજે હું અસ્પૃશ્યોને અપીલ કરવા માંગુ છું કે તેઓ એવા ધર્મને સ્વીકારે જ્યાં મનુષ્ય વચ્ચે કોઈ ભેદ ન હોય, સમાનતા હોય. તેઓ મિત્રતાના કારણે એક જગ્યાએ ભેગા થઈ શકે છે, બૌદ્ધ ધર્મમાં આ ઉચ્ચ આદર્શ છે. જેમ અનેક નદીઓ મહાસાગરમાં ભળી જાય છે અને પોતાનું અસ્તિત્વ ભૂલી જાય છે, તેવી જ રીતે બૌદ્ધ ધર્મ અપનાવ્યા પછી બધા સમાન બની જાય છે અને અસમાનતા રહેતી નથી. બૌદ્ધ ધર્મ માત્ર અસ્પૃશ્યો માટે જ નહીં પરંતુ સમગ્ર માનવ સમાજ માટે ફાયદાકારક છે. ઉચ્ચ જાતિના હિંદુઓએ પણ આ ધર્મ સ્વીકારવો જોઈએ.

અન્ય ધર્મોમાં ભગવાનને બ્રહ્માંડના સર્જક માનવામાં આવે છે, બૌદ્ધ ધર્મમાં આવી કોઈ વિચારધારા નથી. બૌદ્ધ ધર્મમાં કહેવાયું છે કે દુનિયામાં દુ:ખ છે, તે દુ:ખ મટાડી શકાય છે. નિવારણ માટે તે માર્ગો ધ્યાનમાં લેવામાં આવ્યા છે. હિંદુ ધર્મમાં વિચારધારા રિવાજો અને પરંપરાઓ પર આધારિત છે. રૂઢિનો જન્મ ચાતુર્વર્ણ પદ્ધતિથી થયો હતો. બૌદ્ધ ધર્મમાં ઘણા સાધુઓ અને સાધ્વીઓ થયા છે, તેમની માહિતી 'થેરાગાથા' અને 'થેરીગાથા'માં જોવા મળે છે.

હિંદુઓને ન્યાય કરવાનો અધિકાર હતો, પરંતુ આજ સુધી અસ્પૃશ્યોને અન્યાય કર્યો છે. અસ્પૃશ્યોએ પોતાને હિંદુઓથી અલગ કરીને તથાગત બુદ્ધના ચરણોમાં નમન કરવું જોઈએ. મને કાઠમંડુના પશુપતિનાથ મંદિરમાં જવાની મંજૂરી ન હોવાની ખોટી માહિતી અખબારોમાં પ્રકાશિત કરવામાં આવી છે. હું કોઈ હિંદુ મંદિરમાં નથી જતો. જો મને સો વખત વિનંતી કરવામાં આવી હોત તો પણ તે મંદિરમાં જવું મારા માટે અશક્ય હતું. નેપાળના મહારાજાએ એક દિવસ પહેલા મારા અંગત સચિવને ફોન કરીને જાણ કરી હતી કે ડોકટર સાહેબે મંદિરમાં ન જવું જોઈએ અને તેમણે કહ્યું કે આજે અહીં સ્થિતિ

એવી નથી કે બૌદ્ધો હિન્દુ મંદિરોમાં જઈ શકે. નેપાળ, શ્રીલંકા અને ભારતના સાધુઓ મંદિરમાં આવતા હતા, પરંતુ તેમના પર પ્રતિબંધ છે. જે વ્યક્તિ ભગવાનમાં માનતી નથી, તેના માટે આવું કરવું તેના પોતાના મનને ત્રાસ આપતું હશે. આ ઉપરાંત હિન્દુ દેવી-દેવતાઓનું પણ અપમાન કરવું પડશે. બૌદ્ધોએ ક્યારેય હિંદુ મંદિરોની મુલાકાત લેવી જોઈએ નહીં. બૌદ્ધ મઠોમાં બધા સમાન છે, અહીં કોઈ કોઈને રોકતું નથી.

આ અસ્પૃશ્યોની રૂઢિચુસ્તતા છે જેઓ હિંદુ ધર્મને અનુસરીને મંદિરમાં પ્રવેશવા માંગે છે. જો તેઓ પોતાની જાતને અપમાનિત કરવા માંગતા હોય અને અન્યાય થાય તો મારે આ બાબતે કંઈ કહેવું નથી. બૌદ્ધોએ આ વિવાદમાં ન પડવું જોઈએ. અમારી દૈનિક પ્રાર્થનામાં

કહે છે, "નથ્થી મે શરણમ્ અજ્જ, બુદ્ધ મે શરણમ વરમ્" એટલે કે હું બુદ્ધ સિવાય કોઈનું શરણ લઈશ નહીં. આવું કહેનારાઓએ હિંદુ મંદિરમાં કેમ જવું જોઈએ? કાશીમાં મંદિર પ્રવેશ એ એક રાજકીય ખેલ છે. આનો લાભ દલિતોને મળવાનો નથી. તેથી, તમારે બૌદ્ધ ધર્મનો સ્વીકાર કરવો જોઈએ અને ભાઈચારો અને સમાનતા સ્થાપિત કરવી જોઈએ, આ તમારું મુખ્ય કર્તવ્ય છે.

64.
છેલ્લો સંદેશ

ડો. બાબાસાહેબ આંબેડકરે કહ્યું હતું કે, "જે દેશમાં લોકોના મન પૂર્વગ્રહથી કલંકિત હોય તેવા દેશમાં જન્મ લેવો એ એક મહાપાપ છે. મને ચારે બાજુથી સારો-ખરાબ કહેવામાં આવ્યો છે, તેમ છતાં મેં જે કાર્ય કર્યું છે તે વિશાળ છે. હું તે કામ ચાલુ રાખીશ." તમે મૃત્યુ પામો ત્યાં સુધી કામ કરો.

એક દિવસ બાબાસાહેબે નાનકચંદ રત્તુને કહ્યું, "તમે મારા લોકોને કહો કે મેં જે કંઈ કર્યું છે, તે મેં આખી જિંદગી પીડાઓથી અને મારા વિરોધીઓ સાથે લડીને કર્યું છે. રસ્તામાં ગમે તેટલી મુશ્કેલીઓ આવે, આ કાફલો આગળ ન વધે તો કંઈ નહીં, પરંતુ જે પણ થયું છે તે પાછું ન લેવાવું જોઈએ, મારા લોકોને આ મારો છેલ્લો સંદેશ છે.

જેમ આપણે ડો. બી. આર. આંબેડકરની આત્મકથાના અંતમાં, અમે 'એક માણસની અવિશ્વસનીય યાત્રાથી ધાક અનુભવીએ છીએ જેણે તમામ અવરોધોને નકારી કાઢ્યા અને લાખો લોકો માટે આશા અને મુક્તિનું પ્રતીક બની ગયા. ડો. ભીમરાવ રામજી આંબેડકરની જીવનગાથા માત્ર એક અંગત હિસાબ નથી, પરંતુ એક સ્વપ્નદ્રષ્ટાની નિશ્ચય શક્તિ, સ્થિતિસ્થાપકતા અને અદમ્ય ભાવનાનો અવિસ્મરણીય દસ્તાવેજ છે.

આ પ્રકરણોમાં આપણે ડૉ. આંબેડકરના જીવનમાં શિક્ષણની પરિવર્તનકારી શક્તિ જોઈ. તેમના બૌદ્ધિક પ્રયત્નો દ્વારા તેમણે જાતિના અત્યાચારની સાંકળોમાંથી મુક્તિ મેળવી અને સમાજે તેમના પર લાદેલા અવરોધોને તોડી નાખ્યા. જ્ઞાન અને સત્યના તેમના અથાક પ્રયાસે તેમને ઘણી ડિગ્રીઓ પ્રાપ્ત કરી, જે વિદેશમાં તેમની પ્રતિષ્ઠિત શૈક્ષણિક સફરમાં પરિણમ્યું. તેમના જીવનમાં શિક્ષણનું મહત્વ ઓછું આંકી શકાતું નથી, કારણ કે તે તેમને યથાસ્થિતિને પડકારવા, દમનકારી જાતિ પ્રણાલી પર સવાલ ઉઠાવવા અને વંચિતોના અધિકારોની હિમાયત કરવાની શક્તિ આપે છે.

સામાજિક અન્યાય અને જ્ઞાતિ ભેદભાવ સામે ડૉ. આંબેડકરનો સંઘર્ષ આજે પણ તાકીદની ઊંડી ભાવના સાથે પડઘો પાડે છે. તેમની આત્મકથા દ્વારા આપણે દલિત સમુદાય દ્વારા સામનો કરવામાં આવતી કઠોર વાસ્તવિકતાઓ અને તેમના જીવનના દરેક પાસાઓમાં ભેદભાવની વ્યાપક પ્રકૃતિથી વાકેફ થઈએ છીએ. દલિત સમુદાયોના અધિકારો અને ગૌરવ માટે લડવાની તેમની અતૂટ પ્રતિબદ્ધતા એક માર્ગદર્શક પ્રકાશ તરીકે કામ કરે છે, જે આપણને યાદ અપાવે છે કે સામાજિક ન્યાય માટેનો સંઘર્ષ હજી દૂર છે.

ડૉ. આંબેડકરના યોગદાનની પરાકાષ્ઠા ભારતીય બંધારણના મુસદ્દામાં તેમની મહત્વપૂર્ણ ભૂમિકામાં રહેલી છે. મુસદ્દા સમિતિના અધ્યક્ષ તરીકે તેઓ વિશ્વની સૌથી મોટી લોકશાહીને માર્ગદર્શન આપતા મૂળભૂત દસ્તાવેજને આકાર આપવામાં મહત્વની ભૂમિકા ભજવી હતી. બંધારણમાં સમાવિષ્ટ સમાનતાવાદી સમાજ માટેની તેમની દ્રષ્ટિએ એવા રાષ્ટ્રનો પાયો નાખ્યો જ્યાં દરેક વ્યક્તિ કાયદા સમક્ષ સમાન હોય અને તેને ગૌરવ અને ન્યાયનો અધિકાર હોય. અસ્પૃશ્યતા

નાબૂદી, આરક્ષણ નીતિઓ અને સામાજિક સુધારણા માટેની તેમની સતત હિમાયત આધુનિક ભારતના તાણાવાણાને આકાર આપવાનું ચાલુ રાખે છે.

તેમની રાજકીય અને સામાજિક સિદ્ધિઓ ઉપરાંત, ડૉ. આંબેડકરનો વારસો તેમના ઉપદેશો અને ફિલસૂફી સુધી વિસ્તરેલો છે. તેમણે સામાજિક ઉત્થાનના માધ્યમ તરીકે શિક્ષણ, સશક્તિકરણ અને આત્મનિર્ભરતાના મહત્વ પર ભાર મૂક્યો હતો. તેમના શબ્દો પેઢીઓને પ્રેરણા આપે છે, અમને યાદ કરાવે છે કે સાચી મુક્તિ માત્ર રાજકીય સ્વતંત્રતામાં જ નથી, પણ મનની મુક્તિમાં પણ છે. જાતિ નાબૂદ કરવા અને સ્વતંત્રતા, સમાનતા અને બંધુત્વના સિદ્ધાંતો પર આધારિત સમાજનું નિર્માણ કરવાનું તેમનું આહ્વાન તેમની આત્મકથાના પૃષ્ઠો દ્વારા પડઘો પાડે છે, જે રાષ્ટ્રની સામૂહિક ચેતના પર અમીટ છાપ છોડી જાય છે.

જેમ જેમ આપણે આંબેડકરની આત્મકથા દ્વારા આ પ્રવાસ પૂરો કરીએ છીએ તેમ, આપણે તેમના જીવન અને વિચારોની કાયમી સુસંગતતાને ધ્યાનમાં લેવાની ફરજ પડે છે. તેમના સંઘર્ષો, સિદ્ધિઓ અને સામાજિક ન્યાય પ્રત્યેની અતૂટ પ્રતિબદ્ધતા એક કરુણ યાદ તરીકે સેવા આપે છે કે ભેદભાવ અને અસમાનતા સામેની લડાઈ એક સતત પ્રયાસ છે. આપણે તેમના જીવન અને કાર્યોથી પ્રેરિત થતા રહેવું જોઈએ, તેમની સહાનુભૂતિ, સ્થિતિસ્થાપકતા અને અવિશ્વસનીય નિશ્ચયની ભાવનાને મૂર્ત બનાવે છે.

ચાલો આપણે એવો સમાજ બનાવવાનો પ્રયત્ન કરીએ કે જ્યાં દરેક વ્યક્તિ, તેની જાતિ, સંપ્રદાય અથવા લિંગને ધ્યાનમાં લીધા વિના, શિક્ષણ, આરોગ્ય સંભાળ અને સામાજિક-રાજકીય સશક્તિકરણની સમાન તકો પૂરી પાડતું

હોય. ચાલો આપણે દમનકારી પ્રણાલીઓને પડકાર આપીએ જે ભેદભાવને કાયમ રાખે છે અને વધુ સમાવિષ્ટ અને ન્યાયી સમાજ તરફ કામ કરે છે.

ડૉ.બી. આર. આંબેડકરની આત્મકથા માનવ ભાવનાની શક્તિ અને વ્યક્તિગત ક્રિયાની પરિવર્તનશીલ સંભાવનાના રેકોર્ડ તરીકે ઊભી છે. તે પ્રતિકૂળતાઓથી ઉપર ઊઠવાની હિંમત, જ્ઞાન અને ન્યાયની શોધ અને માનવતાની સુધારણા માટે અતૂટ પ્રતિબદ્ધતાનું પ્રતીક છે. આ આત્મકથા બધા માટે સમાનતા, ન્યાય અને ગૌરવના મૂલ્યોને જાળવી રાખતા સમાજના નિર્માણના અધૂરા કાર્યની યાદ અપાવતી પ્રેરણાના સતત સ્ત્રોત તરીકે સેવા આપે છે.

***

www.ingramcontent.com/pod-product-compliance
Lightning Source LLC
LaVergne TN
LVHW060613051026
849519LV00002B/575
* 9 7 8 9 3 6 2 9 7 3 0 5 4 *